आपला पीएचडी प्रबंध कसा प्रकाशित करावा

आपला पीएचडी प्रबंध कसा प्रकाशित करावा

मानवविज्ञान व सामाजिक शास्त्रे यांसाठीचे व्यवहार्य मार्गदर्शक

सारा कारो

SAGE | bhasha

Los Angeles | London | New Delhi
Singapore | Washington DC | Melbourne

Originally Published in 2009 in English by *SAGE Publications, Ltd*
as *How to Publish Your PhD: A Practical Guide for the Humanities and Social Sciences*

This edition published in 2016 by

SAGE | bhasha

SAGE Publications India Pvt Ltd
B1/I–1 Mohan Cooperative Industrial Area
Mathura Road, New Delhi 110 044, India
www.sagepub.in

Published by SAGE Publications India Pvt Ltd, Translation Project Coordinated by TranslationPanacea, Pune.

ISBN: 978-93-859-8539-3 (PB)

Translator: Dr. Rashmi Hebalkar, Founder Director, Prabodhan Management Consultancy and Research
SAGE Team: Sumona Kundu and Vishakha Dinkar Shirke

अनुक्रमणिका

प्रस्तावना

जर तुम्ही मानवविज्ञान किंवा सामाजिक शास्त्रांमध्ये सध्या पीएचडी (विद्यावाचस्पती) करीत असाल, किंवा नुकतीच तुमची पीएचडी पूर्ण केली असेल, आणि ते संशोधन प्रकाशित करण्यास तुम्ही उत्सुक असाल, तर काही महत्त्वाच्या प्रश्नांची उत्तरे तुम्हाला शोधावी लागतील. या पुस्तकाचा उद्देशही तोच आहे; तुम्हाला एक मूलभूत मार्गदर्शक उपलब्ध करून देण्याचा यामध्ये केलेला उपदेश अनुसरावा की नाही हे सर्वस्वी तुमच्यावर अवलंबून आहे. पण जेव्हा तुम्ही तुमचे संशोधन प्रकाशित करण्याचा प्रयत्न करावा किंवा कसे हे ठरवीत असाल, तेव्हा हे पुस्तक वाचल्यामुळे गांभीर्याने व वस्तुनिष्ठ मनाने काही गोष्टींवर विचार करणे तुम्हाला भाग पडेल, हे ही तितकेच खरे.

प्रकरण पहिले सतत बदलत जाणाऱ्या शैक्षणिक प्रकाशनाच्या दुनियेबद्दल आणि प्रकाशनासंदर्भात सामोऱ्या जाव्या लागणाऱ्या सध्याच्या काही महत्त्वाच्या बाबींबद्दल आहे. 'प्रकाशन' हा काही नेहमीच सर्वात उत्तम पर्याय असतो असं नाही आणि जरी तुम्ही ठरविलेत की हाच सर्वोत्तम पर्याय आहे, तरी नेमक्या कोणत्या स्वरूपात प्रकाशन करायचे, याविषयी दुसरे प्रकरण माहिती देते. तुमच्या पीएचडीच्या प्रबंधात सुधारणा करणे आणि ते लेखन नियतकालिकांमधील (जर्नल्स) लेखांसाठी किंवा पुस्तकासाठी अनुकूल बनविणे यासंदर्भात तिसरे प्रकरण सल्ला देते. योग्य प्रकाशकाचा शोध घेताना शैक्षणिक प्रकाशन विश्वातील किचकट गोष्टींमधून मार्ग काढत कसे पुढे जावे, हे चौथे प्रकरण सांगेल. पुस्तक प्रकाशनासाठी प्रस्ताव कसा बनवावा व तो कसा प्रस्तुत करावा, त्यासाठी लागणारे पत्र (कव्हरिंग लेटर) कसे लिहावे यावर पाचवे प्रकरण लक्ष घालते. परीक्षणाच्या, मूल्यमापनाच्या प्रक्रियेतून पुस्तक तावून सुलाखून कसे बाहेर येईल याबद्दलचा व्यावहारिक सल्ला सहावे प्रकरण देईल. शैक्षणिक पुस्तक प्रकाशन करताना जो सर्वसाधारण करार केला जातो, त्यातील काही महत्त्वाच्या मुद्द्यांवर सातवे प्रकरण प्रकाश टाकते. प्रकाशनाच्या विपणन विभागाचे पाय धरायला लागण्याऐवजी आपणही स्वतः प्रयत्न करून आपल्या पुस्तकाचे विपणन (मार्केटिंग) करावे, याबाबत आठवे प्रकरण तुम्हाला प्रोत्साहन देईल.

या संपूर्ण पुस्तकात, तुमचे संशोधन प्रकाशित करताना तुम्हाला स्वत:ला साहाय्यभूत होतील, तुम्ही स्वत: करू शकाल अशा बाबींवर भर दिला आहे. हे काही रॉकेट सायन्स नव्हे आणि यात आश्चर्यचकित होऊन जाण्याजोग्याही गोष्टी नाहीत. पण अनेकदा अगदी साध्या सरळ गोष्टींकडेही आपले, दुर्लक्ष होते. आणि काही छोट्या–सोप्या बारकाव्यांमुळे 'नाही' पासून 'होऊन जाईल' इथपर्यंत फरक पडू शकतो.

या पुस्तकात मी वेळोवेळी ठामपणे सांगत आले आहे की खात्री अशी कशाचीच देता येत नाही. जरी अगदी तुम्ही माझ्या किंवा इतर कुणाच्या प्रत्येक व्यावहारिक सल्ला–सूचनेचे आणि उपदेशाचे पालन

केलेत, तरी खात्री आणि शक्यता यात फरक उरतोच. शैक्षणिक प्रकाशनांच्या प्रत्यक्ष दुनियेत महत्त्वाचे असते ते म्हणजे शक्यता जास्तीत जास्त वाढविणे, धोका कमीत कमी उरविणे, पुरेसे सुदैव गाठी बांधणे आणि पहिल्या प्रकरणात जे पाहणार आहोत, ते म्हणजे बाजारपेठेतल्या बदलत्या पर्यावरणाशी जुळवून घेणे.

ऋणनिर्देश

मी सर्वप्रथम आणि सर्वात मोठी ऋणी आहे. माझ्या कुटुंबाची – माझे पालक आणि बहिणी – त्यांनी दिलेल्या प्रोत्साहनासाठी आणि सहकार्यासाठी, तसेच माझे पती व मुले यांची, ज्यांनी, मला पुस्तकासाठी थोडं अधिक काम करता यावं म्हणून मी मोठ्या सुट्ट्यांमध्ये, आठवड्याच्या सुट्ट्यांमध्ये, संध्याकाळी जी अदृश्य व्हायचे, त्याच्याशी जुळवून घेतलं. हे पुस्तक लिहायला मला जरा जास्तच वेळ लागला, पण या सर्वांच्या प्रेमाशिवाय हे कधीच शक्य झालं नसतं.

मला आभार मानायचेत अशा अनेकांचे ज्यांनी माझे हे संशोधनात्मक लेखन वेळोवेळी वाचून उपयुक्त टिप्पणी केली, सूचना दिल्या आणि माझी सर्व मित्रमंडळी, सहकारी, आधी सीयुपी मधले आणि नंतर ओयुपीमधले ज्यांनी या पुस्तकात रस घेतला. विशेष आभार मानायचेत जर्नल्सच्या प्रकाशनासंबंधी सल्ला देणारे ओयुपीमधील मार्टिन ग्रीन यांचे. ब्रायन टर्नर यांचेही आभार ज्यांनी वेळोवेळी केलेले विचारांचे आदानप्रदान करून प्रोत्साहन देऊन चिंतनात्मक चर्चा केली आणि खरमरीत विनोदही नेहमीप्रमाणेच. मी विशेषतः आभारी आहे या अशा काही जणांची ज्यांनी पीएचडी प्रकाशनासंदर्भातील अनुभव माझ्याबरोबर वाटून घेतले : जेफ ॲलेक्झांडर, मिशेल डिलाँ, केट फ्लिंट, बॉब गुडविन, जॉन मुल्लन, कीथ ओटले, सुझान सिलबे, बॉब स्टर्नबर्ग आणि फेड्रिको वारेस. विशेष आभार डॉ. गीत सुब्रमण्यम यांचेही मानायचेत ज्यांनी मला 'स्वतःचा प्रबंध प्रकाशित करणे' यावरील चर्चासत्राला आमंत्रित केले, त्यामध्ये मला पीएचडी प्रकाशनासंबंधी यथार्थ ज्ञान मिळाले आणि हे पुस्तक पूर्ण करण्यासाठी चालना आणि गतीही मिळाली. डॉ. सॉस एल्टिस यांचीही मी विशेषतः ऋणी आहे. ज्यांनी अत्यंत सहृदयतेने माझ्या या पुस्तकाचा कच्चा संपूर्ण आराखडा वाचला आणि मला अगदी विस्तृत आणि आवश्यक असतो तो अभिप्राय दिला. मैत्रीच्याही पुढे नेणारी सहृदयता आहे ही.

मुळात हे पुस्तक लिही असं सांगणारे ख्रिस रॉजेक आणि ख्रिस, जय सीमन आणि सेजची संपूर्ण टीम यांचे त्यांच्या अपार सहनशीलतेबद्दल आणि पुस्तकाच्या लेखन आणि निर्मिती प्रक्रियेतील सततच्या सहकार्याबद्दल खास आभार.

या पुस्तकात जे काही चांगले आहे, ते या अशा लोकांमुळेच; आणि दोष असतील तर ते नक्कीच माझे.

१

शैक्षणिक प्रकाशनाची सदा बदलती दुनिया

या प्रकरणाचा उद्देश हा आहे की शैक्षणिक प्रकाशनाच्या दुनियेबद्दल तुम्हाला पुरेशी माहिती देणे, ज्यामुळे प्रकाशनाबरोबर कराव्या लागणाऱ्या करारापर्यंतच्या प्रवासाची दिशा तुम्ही ठरवू शकाल व तो मार्ग सुकर करू शकाल. ढोबळमानाने या उद्योगाचा संपूर्ण पण थोडक्यात आढावा घेऊन नंतर हे प्रकरण भावी लेखकांना आवश्यक वाटणाऱ्या शैक्षणिक प्रकाशनाशी निगडित असलेल्या महत्त्वाच्या बाबींवर लक्ष केंद्रित करते.

शैक्षणिक प्रकाशनांची दुनिया महत्त्वाच्या आणि दीर्घकालीन बदलांमधून जात आहे. पेयांचे घुटके घेत, निवांतपणे एकत्र जेवण घेत, शांतपणे साधेसरळ सभ्य प्रकाशन करार करण्याचे दिवस कधीच मागे पडले. मी जेव्हा शैक्षणिक प्रकाशनांची संपादक म्हणून काम करायला सुरुवात केली, तेव्हा एखाद्याचा, एखाद्या विद्याशाखेतील पीएचडीचा प्रबंध खात्रीशीररीत्या प्रकाशित करता येत असे. तुमच्या पीएचडीच्या मार्गदर्शकाचे सहकार्य आणि त्याच्या असलेल्या 'नेमक्या' ओळखी, एवढे पुरेसे असायचे.तुम्हाला कल्पना असेल, की आता असं होत नाही. शैक्षणिक प्रकाशनाचा व्यवसाय हा इतर कोणत्याही करोडोंच्या व्यवसायासारखाच आहे. जागतिक बाजारपेठा, आकर्षक स्वरूपात तुमचा माल पुढे ठेवण्याच्या तुमच्या क्षमता आणि पुन्हापुन्हा वापरता येईल अशा दर्जाचा मजकूर या महत्त्वाच्या ठळक बाबी ठरतात आणि हवे तसे प्रकाशन करण्याचं स्वातंत्र्य हल्लीच्या संपादकांना उरलेलं नाही. संपादकांना त्यांचे अग्रक्रम आणि त्यांची रुची याप्रमाणे त्यांच्या प्रकाशनांची यादी बनविता येत असली तरीही सरतेशेवटी ते या अवाढव्य उद्योगाचा एक नगण्य हिस्सा ठरतात. त्यांनी संमत केलेली पुस्तके जर विकली गेली नाहीत, तर ते नोकरी गमावतात. त्यामुळे त्यांचे निवडीचे निर्णय पुस्तकाच्या फक्त शैक्षणिक उत्कृष्टतेवर अवलंबून नसतात, तर बाजारात खपण्याच्या क्षमतेवर आणि ते कॉपीराईट मटेरिअल पुन्हा किती वेगवेगळ्या प्रकारे वापरता येईल यावर अवलंबून असतात. कॉपीराइट मिळाल्यावर तो मजकूर विविध स्वरूपांमध्ये पुन्हापुन्हा वापरता येतो. अशा या गुंतागुंतीच्या आणि क्लिष्ट जगात स्वत:चा मार्ग शोधणे आणि उपलब्ध माहितीच्या आधारावर निर्णय घेणे सोपे नाही.तुम्हाला तुमचा प्रबंध यशस्वीपणे प्रकाशित करायचा असेल तर इथल्या वातावरणाची थोडीतरी समज असायला हवी.

कॉपीराइटशी थेट संबंध येतो अशा एका मुद्याची तुम्हाला जाणीव असायला हवी, आणि तो मुद्दा म्हणजे इंटरनेट आणि इलेक्ट्रॉनिक माध्यमातून होणारे प्रकाशन व त्याचा परिणाम. ज्ञान–व्यवस्थापनात (नॉलेज मॅनेजमेंट) गेल्या २५ वर्षात जी असाधारण प्रगती झाली आहे. त्याचे परिणाम शैक्षणिक प्रकाशन क्षेत्रात जेवढे झाले तेवढे इतर कोणत्याही क्षेत्रात जाणवलेले नाहीत. यामुळे या विकासामुळे मनोधारणा अशा काही बदलून गेल्या आहे की ज्यांना आठवत असेल की कचेरीत एकच संगणक सगळ्यामध्ये वापरावा लागत होता किंवा एखादा संदर्भ शोधायला, तोही केवळ पुस्तकांमध्ये, तासन्तास लायब्ररीमध्ये घालवावे लागत होते, त्यांचाही आता मागे वळून बघितल्यावर विश्वास बसणार नाही, की खरंच असं घडत होतं आपल्या आयुष्यात. इंटरनेट आणि इलेक्ट्रॉनिक्स प्रकाशनाने इतका संपूर्ण बदल मनोवृत्तीत आणि कामाच्या पद्धतीत घडवून आणलाय की क्रांती हा शब्दही याबाबतीत थोटका पडेल.

पण तरीही, जरी प्रत्येकजण मान्य करतो की खूप मोठे बदल घडून आले, तरी त्याचे महत्त्व काय यावर फारच कमी एकमत होते. १९८०पासून 'पुस्तकांचे आयुष्य संपले', म्हणत अनेकदा अनेकांनी अनेक प्रसंगी भविष्य वर्तवले. स्पष्टच आहे की वृत्तांत फुगवून अतिशयोक्ती करून बनवले सांगितले गेले आणि सध्यातर प्रकाशनातील भविष्य होऊ शकणाऱ्या गोष्टींचे अंदाज सांगताना असं सांगितलं जातं की आशय देऊ करणाऱ्या प्रकारांमध्ये पुस्तक हा काही फार महत्त्वाचा प्रकार असणार नाही.

प्रकाशनातील अनेक प्रकारचे आकृतिबंध, नमुने, प्रतिकृती इ. मुळे हे शैक्षणिक प्रकाशनांचे भविष्य वर्तवणे अवघड जाऊ लागले आहे. यामुळेच (मला असं वाटतं की) या व्यवसायाबाबत केलेले, झालेले विश्लेषण हे त्या व्यवसायात काम केलेल्याच्या विश्लेषणाशी मिळतेजुळते असतेच असे नाही. एका बाजूला हा व्यवसाय जागतिक उद्योग व्यवसायासारखा लक्षावधी रुपयांची उलाढाल करणाऱ्या काही मोजक्या जागतिक कंपन्यांच्या स्वरूपात आहे, तर दुसऱ्या बाजूला कसे तरी खर्च व उत्पन्नाची तोंडमिळवणी करणाऱ्या, वर्षाकाठी एक पुस्तक काळजीपूर्वक छापणाऱ्या मूठभर कारागिरी प्रकाशनांसारख्या संस्था आहेत. या दोन टोकांमध्ये, विविध प्रकारचा आशय (कंटेंट–मजकूर) छापणाऱ्या विविध आकारमानाच्या छोट्या मोठ्या प्रकाशन संस्था आहेत. रीड एल्सव्हीअर, क्लूवर विले, स्प्रिंगर आणि थॉम्पसन यांसारख्या महत्त्वाच्या अशा सायंटिफिक, टेक्निकल आणि मेडिकल (STM) प्रकाशन संस्थांबरोबरच मध्यम आकाराच्या, व्यक्ती किंवा कुटुंबानी चालविलेल्या प्रकाशनसंस्था आहेत. (जसे LEA किंवा Sage) त्याचबरोबर अमेरिकन विद्यापीठांची प्रकाशने आहेतच, ज्यांच्याकडे मोठा निधी उपलब्ध असतो, अन् त्यामुळे त्या आर्थिक बंधनापासून मुक्त होऊन त्यांना हव्या त्या पद्धतीने प्रकाशने करू शकतात. विद्वानांच्या संस्था आपापली प्रकाशने काढत असतातच. छोट्या विद्यापीठांची प्रकाशने असतात, तसेच मॅनेजमेंट स्टडीज किंवा सोशल थिअरी यांसारख्या विशिष्ट विषयांना वाहिलेली प्रकाशनेही असतात. ऑक्सफर्ड युनिव्हर्सिटी प्रेस, केंब्रिज युनिव्हर्सिटी प्रेस यासारख्या चॅरिटेबल असलेल्या आणि प्रतिष्ठा मिळवलेल्यांची प्रकाशने त्यांच्या–त्यांच्या ध्येयधोरणांप्रमाणे ज्ञानाचे प्रसारण आणि विकास करतात व त्यावर जाताजाता आर्थिक फायदाही मिळतात. (ऑक्सफर्डच्या बाबतीत सांगायचे तर, त्यांनी वेळोवेळी या फायद्याच्या मोठ्या रकमा त्यांच्या विद्यापीठांमध्ये गुंतवल्या होत्या.)

तर इथे महत्त्वाचा मुद्दा हा आहे की आकारमानातील फरकामुळे (कार्य) संस्कृतीमध्ये फरक पडणे अटळ होते. जर तुम्ही हजारो कर्मचारी काम करत असलेल्या आणि संपूर्ण जगभर कचेऱ्या असलेल्या बहुराष्ट्रीय कंपनीसाठी काम करीत असाल, तर तुमच्या कामाच्या पद्धती आणि दृष्टिकोन हे एखाद्या छोट्याशा विद्यापीठीय छापखान्यात कमी लोकांच्या साहाय्याने एकाच ठिकाणी काम चालणाऱ्या संस्थेच्या कामाच्या पद्धती आणि दृष्टिकोनापेक्षा वेगळे असणारच. कोणते जास्त चांगले हा मुद्दा वेगळा आणि पुन्हा त्याच आकारमानाच्या वेगवेगळ्या संस्थांमध्येही कार्यसंस्कृती आणि कामाच्या पद्धती वेगवेगळ्या असतील. महत्त्वाची गोष्ट ही आहे की तुम्ही जेव्हा तुमच्या पीएचडी प्रकाशनासाठी संभाव्य प्रकाशकांचा विचार कराल, तेव्हा तुम्हाला हे फरक व त्यातील गुंतागुंत ज्ञात हवी.

प्रकाशक निवडताना कोणकोणत्या गोष्टी (घटक) डोक्यात ठेवाव्यात यावर मी प्रकरण चारमध्ये विस्तृत लिहितेच आहे. आता मुख्य मुद्दा हा आहे की जरी लोकांना शैक्षणिक प्रकाशन हे एक एकसंध कार्यक्षेत्र वाटत असले, तरी ते मानवी प्रयास असलेल्या बहुसंख्य क्षेत्रांसारखे विविधता असलेले बहुआयामी क्षेत्र आहे. यामध्ये प्रचंड विविधता असलेल्या कार्यपद्धती आहेत, मनोवृत्ती, संस्कृती आहेत आणि 'बिझनेस मॉडेल्स'ही.

काही ठळक मुद्दे

हे वरील प्रमाणे काही फरक असले, वैविध्य असले तरी अशा अनेक बाबी आहेत, ज्या सर्वच शैक्षणिक प्रकाशन संस्थांना सतावत असतात. मग ते मोठमोठे बहुराष्ट्रीय प्रकाशक असोत वा छोटे छापखाने. त्यांचे यासंदर्भातील यश हे केवळ त्यांचेच अस्तित्व ठरविण्यात महत्त्वाची भूमिका बजावत नाही, तर एकंदरच शैक्षणिक प्रकाशनाचे भवितव्य त्यावर ठरते.

या प्रकरणाच्या सुरुवातीलाच म्हटल्याप्रमाणे या बाबी ज्ञान–व्यवस्थापनातील क्रांतीशी निगडित आहेत. संगणक आणि इंटरनेटचा प्रकाशनातील वापर यामुळे माहिती आणि कल्पनांचे प्रकाशन सादरीकरण आणि शैक्षणिक साहित्याची उपलब्धता व संघटन यामध्ये आमूलाग्र बदल घडून आला आहे. शैक्षणिक साहित्य सादर करण्याचे ऑनलाईन जर्नल्स आणि रिसोर्स सेंटर्स सारखे अनेक नवीन मार्ग उपलब्ध आहेत आणि व्यक्ती व संस्थांनी नियमित वर्गणीद्वारे अर्थसाहाय्य करून ते विकसित केले आहेत. आता तुम्ही शैक्षणिक पुस्तकांतील आशय (कंटेंट) पुस्तक व नियतकालिकांच्याच साहाय्याने नव्हे तर इलेक्ट्रॉनिक किंवा प्रत्यक्ष कागद स्वरूपात हव्या तेवढ्या कमी जास्त प्रमाणात खरेदी करू शकता. उदाहणार्थ, 'ॲमेझॉन पेजेस' एक सेवा देते, ज्यायोगे तुम्ही अगदी एका पानापासून, दोन–चार पानांपासून ते पूर्ण प्रकरणही ऑनलाईन विकत घेऊन पाहू शकता आणि 'ॲमेझॉन अपग्रेड' द्वारे तुम्ही त्याचे प्रिंट किंवा ऑनलाईन व्हर्जनही खरेदी करू शकता किंवा तोच मजकूर विशेष सूट मिळणाऱ्या दरामध्ये ऑनलाईन स्वरूपात विकत घेऊ शकता.

फक्त विद्याव्यासंग करण्याच्या पद्धतीतच बदल घडत आला आहे असे नाही, तर माहिती व ज्ञान उपलब्ध असण्याचे प्रमाणही खूप मोठे आहे. कॉपीराइट नसलेल्या सर्व पुस्तकांचे पूर्ण मजकूर (फुल टेक्स्ट) डिजिटलाइज करून पब्लिक डोमेनवर प्रस्तुत करण्याचा गुगलचा इरादा होता, व त्यामुळे प्रकाशकांमध्ये काळजीचे वातावरण पसरले होते. याहून वादग्रस्त होती ती मायक्रोसॉफ्टने ब्रिटिश लायब्ररीशी केलेली व्यूहरचनात्मक भागीदारी. ज्याद्वारे त्यांच्याकडे कॉपीराईट असलेल्या पुस्तकांतील २५ लाख पानांचे डिजिटलायझेशन करून एमएसएन बुक सर्च व 'द ब्रिटिश लायब्ररी नॅशनल डिजिटल लायब्ररी' द्वारे काही मूल्य आकारून ती पाने उपलब्ध करून देण्याचा त्यांचा इरादा होता. हा उपक्रम आता अचानक बंद झाला कारण ब्रिटिश लायब्ररीने तिच्या भविष्यकाळातील डिजिटलायझेशनच्या योजनांबद्दल बारकाईने विचारमंथन करायला नि:संशय सुरुवात केलेली दिसतेय.

जगातील मोठमोठी श्रीमंत संशोधन ग्रंथालये (रिसर्च लायब्ररीज) लक्षावधी डॉलर्सची गुंतवणूक इलेक्ट्रॉनिक्स पुस्तकांच्या आभासी ग्रंथालयांमध्ये (व्हर्चुअल लायब्ररीज) काही काळापासून करताहेत. ही इलेक्ट्रॉनिक पुस्तके प्रकाशकांनी बनवली होती आणि त्यांनी ती प्रकाशकांकडून विकत घेतली होती. गुगल आणि मायक्रोसॉफ्टच्या या उपक्रमातील वेगळेपण हेच, फरक हाच की कोणत्याही प्रकाशकांपेक्षा नक्कीच खूप मोठे असलेले आणि ताकदवान असलेले हे लोक ज्ञान उपलब्ध करून देणारे, प्रकाशकांच्या पारंपरिक क्षेत्रात बळाच्या जोरावर घुसत आहेत आणि 'इन्फर्मेशन इकोसिस्टिम' म्हणून ओळखली जाणारी ही गोष्ट पूर्णपणे बदलून टाकायला निघाले आहेत. भीती ही आहे की ज्ञान उपलब्ध करून देणाऱ्या या गुगल–मायक्रोसॉफ्ट सारख्या मंडळींवर स्थानिक प्रकाशनांमुळे काहीच परिणाम होत नाही.अशा कंपन्या अमर्याद पसरत जाणार आणि प्रस्थापित असलेली, वैविध्यपूर्णतेतही आपला तोल सांभाळून असलेली प्रकाशनाची मांदियाळी नष्ट पावणार. तुम्ही यावर असा वाद घालू शकता की हा तर बाजारपेठेचा साधा सरळ रेटा आहे आणि जर यामुळे तुमचे ग्राहक वाढणार असतील आणि किमती खाली येणार असतील तर चांगलंच आहे की! पण दूरगामी धोका असा आहे की अगदी जरी मूठभर आणि दयाळू/परोपकारी संस्थांनी माहिती आणि तिची उपलब्धता यावर नियंत्रण ठेवले, तर अंतिम परिणाम काय? अर्थातच नकळत बुद्धिहीन–सेन्सॉरशिप. लोकांचा एक अत्यंत छोटा गट ज्ञानाची व्याख्या, निर्मिती, विकास, उकल, उपलब्धता यावर नियंत्रण ठेवेल आणि जग ही एक आध्यात्मिकदृष्ट्या, सर्जनशीलदृष्ट्या आणि आर्थिकदृष्ट्या एक अत्यंत गरीब जागा बनून जाईल. गरीब बिचारे जग! म्हणूनच, पारंपरिक प्रकाशकांनी व्यक्त केलेली आस्था, काळजी, ही त्यांच्या स्वत:च्या स्वार्थासाठी आणि बचावासाठी व्यक्त केलेली आहे, असे जरी क्षणभर गृहीत धरले तरी वर व्यक्त केलेल्या मूलभूत मुद्यांमध्ये आपण लक्ष घातलेच पाहिजे.

यात काहीच शंका नाही की एक मोठी महत्त्वपूर्ण क्रांती घडून आली आहे, तिचे व्यापक परिणाम घडले आहेत, घडत आहेत आणि पुढे काय घडेल, याबद्दल अंदाजही बांधता येत नाहीये;. सहाशे वर्षांपूर्वी छापखान्यांचा शोध लागला. तेव्हा झालेल्या क्रांतीपेक्षा ही क्रांती कशी वेगळी आहे, हे पाहणेही मनोरंजक ठरेल. ज्ञानाच्या नियंत्रण व वापराबद्दल पंधराव्या शतकातील विविध समाजांना सामोरे जावे

लागलेल्या गोष्टी आणि वर उल्लेख केलेल्या आताच्या क्रांतीमुळे घडत असलेल्या घडामोडी यात बरेच साम्यही आहे. उदाहरणार्थ, दोन्ही क्रांतींचा परिणाम म्हणजे शिकण्याच्या बाबतीत खूपच लोकशाही घडून आली. ज्याला प्रिंटिंग प्रेस उपलब्ध आहे असा कोणीही सुलभतेने चटकन आणि स्वस्तात केवळ पुस्तकेच नाही, तर पत्रके, छोट्या पुस्तिका (मोनोग्राफ्स) वृत्तपत्रे यांची निर्मिती करू शकले. याचा अर्थ असा की खूप मोठ्या प्रमाणात अभिव्यक्ती स्वातंत्र्य मिळाले. नवीन कल्पनांचे व्यापक प्रमाणात चटकन आणि चर्चद्वारे मजकुरात कोणतीही विकृती/बदल/अर्थाचा अनर्थ इत्यादी होऊ न देता किंवा वृत्तनिर्बंध न येता, अभिसरण होऊ लागले.कारण तोपर्यंत ज्ञानावर, पांडित्यपूर्ण माहितीवर व त्याच्या प्रसारणावर चर्चची एकाधिकारशाही होती. इंटरनेटच्या उदयामुळे केवळ पुस्तके ऑनलाईन आली असे नव्हे, तर खाजगी समृध्द संस्था आणि उच्चवर्गीय शिष्टसंमत विद्यापीठे हे सर्व एकाच मुक्त पातळीवर आले. या महान शैक्षणिक केंद्रांपासून दूर अथवा काहीवेळा दुसऱ्या खंडात राहणाऱ्या गरीब विद्यार्थ्यांना आणि विद्वानांना प्रथमच या आधुनिक ज्ञानाचा समानतेने लाभ घेता येऊ लागला. या आधी त्यांना या महान संशोधन ग्रंथालयाच्या दारातून फक्त आत प्रवेश मिळवण्यासाठी खूप लांबचा प्रवास करावा लागत असे, केल्या जाणाऱ्या प्रवेशपूर्व छाननीस सामोरे जावे लागत असे किंवा त्यांच्या मार्गदर्शकांना अथवा प्रायोजकांना भेटावे लागत असे. आता ६०० वर्षांपूर्वीच्या क्रांतीने सुलभ केलेली तीच पत्रके, जुनी वृत्तपत्रे, पुस्तिका (मोनोग्राफ्स) ऐतिहासिक दस्तऐवज हे या काळातील ज्ञानेच्छू सहजतेने ऑनलाईन वाचू शकतात. माहितीचा, ज्ञानाचा पाठलाग करणे आता पूर्वीच्या भौतिक आणि आर्थिक निर्बंधांनी जखडलेले नाही. ते आता अवलंबून आहे पुरेशा बौद्धिक औत्सुक्यावर आणि इंटरनेटचा योग्य उपयोग करण्यावर.

आणखी एक सर्वसामान्य मुद्दा आहे आणि तो म्हणजे प्रिंट आणि इलेक्ट्रॉनिक्स (छपाई) मध्ये झालेल्या क्रांतीमुळे तांत्रिक विकसन झाले आणि त्यामुळे ज्ञान हवे त्या प्रकारे मिळविणे खूपच सुकर झाले. यामुळे वाचकांची, एका रेषेत जाणरा वर्णनात्मक पद्धतीने सांगणारा विकास जाणून घेण्यापासून सुटका झाली आणि नेमके सत्य, कल्पना अधिक कार्यक्षमतेने जाणून घेणे शक्य झाले. याचा आनुषंगिक परिणाम म्हणजे दोन्ही क्रांतींमुळे माहिती समोर येण्याच्या स्वरूपात खूप विविधता आली. म्हणजे छापखान्याच्या बाबतीत बोलायचे तर आधी उल्लेख केल्याप्रमाणे कादंबऱ्या, वृत्तपत्रे, पत्रके, छोटे लेख इ. तर डिजिटल क्रांतीमुळे ब्लॉग, ई–बुक आणि ऑनलाइन रिसर्च सेंटर्स. एक महत्त्वाचा फरक तरीही आहे, आणि तो म्हणजे पडद्यावर (मोबाईलच्या, इ बुक रीडरच्या किंवा संगणकाच्या) चमकणारे मजकूर हे किंमत आणि कार्यक्षमता या निकषांवर छापील पुस्तकांना केव्हाच मागे टाकतात. (अपवाद फक्त चैनी आयटम्सचा) पण तरीही छापील पुस्तके, मग त्यांचे डिजिटलायझेशनही झालेले का असेना, तंत्रज्ञानाचा एक लोकप्रिय आणि हरहुन्नरी नमुना म्हणून पुरून उरतातच. वापरायला सोपे, इकडून तिकडे न्यायला सोपे, आनंददायी, तुलनात्मकरित्या त्यामानाने निर्मिती स्वस्त आणि जोडीला इतर कोणत्याही तंत्रज्ञानाची जरूरीच नाही आणि इलेक्ट्रॉनिक पुस्तकांपेक्षा (सध्यातरी) महत्त्वाचा फायदा म्हणजे ते वाचायला सोपे जाते. इलेक्ट्रॉनिक पुस्तके संशोधनात एक दर्जा प्राप्त करून देतात; एखादा विशिष्ट

संदर्भ हवा असेल, तर परंतु ऑनस्क्रीन खूप वेळ वाचणे हे कठीणच होऊन जाते आणि अनाकर्षकही. मोठमोठा मजकूर ऑनलाइन वाचणे अनेकांना आवडत नाही आणि मग आधी घेतलेले ते इलेक्ट्रॉनिक पुस्तक घरी वाचण्यासाठी ते संपूर्ण प्रिंट करून घेतात. अन् मग शेवट काय? तर हे सारे कागद आणि त्यातून नेमकेपणाने संदर्भ तर मिळत नाहीतच आणि वर त्या कागदांचे व्यवस्थापन हा एक वेगळा व्याप उरून बसतो.

माणसाचे चातुर्य आणि कल्पकता आणि वर तंत्रज्ञान एकत्र येऊन पुढील कालावधीत या समस्येवर काही मार्ग काढले जातील यात शंका नाही. 'वाचनाची चांगली उपकरणे विकसित करण्यासाठी मोठमोठ्या रकमा आधीच गुंतवण्यात आल्या आहेत. सोनी रीडरने बाजारात पाऊल ठेवताच आणि आता किंडल आल्यावर प्रकाशन जगतात खूपच खळबळ माजली. किंडल हे हातात घेऊन वाचन करण्याजोगे असे उपकरण आहे जे कागदी बांधणीच्या पुस्तकासारखे दिसते, जाणवते, आणि एवढेच नाही, तर त्यात २०० पर्यंत पुस्तके साठवता येतात. त्याला वायरलेस कनेक्टिव्हिटी असते, ज्यामुळे वापरणारा एका बटणाच्या क्लिकवर जास्तीची पुस्तकेही विकत घेऊ शकतो व डाऊनलोडही करू शकतो. अर्थात हे उपकरण स्वस्त नाही. सोनी रीडर पहिल्यांदा बाजारपेठेत दाखल झाले, तेव्हा २९९ डॉलर्सला, तर किंडल ३९९ डॉलर्सला होते. त्यामुळे अर्थातच सामान्य जनतेची मोठी बाजारपेठ मिळविण्यावर मर्यादा आल्या. (किती प्रमाणात, ते मोजणं कठीण आहे. हे लिहिण्याच्या वेळेस, ॲमेझॉन अशी तक्रार करीत होते की मागणीप्रमाणे पुरवठा करण्यासाठी चटकन निर्मिती करणे त्यांना शक्य नाही) कदाचित किंडल हे यावर उत्तर देणारे, ब्रेकथ्रू मिळवून देणारे तंत्रज्ञान असेल, पण आत्तापर्यंत तरी कोणीही असे उपकरण किंवा एखादा स्क्रीन बनविलेला नाहीये, जो वाचायला पारंपरिक पुस्तकाइतका डोळ्यांना सहज सोपा वाटेल. जोपर्यंत तो बनेल तोपर्यंत कोणतेही कथात्मक, वर्णनात्मक ओघवते असलेले, टप्प्याटप्प्याने किचकट गुंतागुंतीचे होत जाणारे. एकमेकात गुंतलेल्या कल्पना विकसित करत पुढे नेणारे पुस्तक हे प्रत्यक्ष कागदी बांधणीच्या स्वरूपातच वाचणे सोपे जाईल; इलेक्ट्रॉनिक रूपात नव्हे, त्यामुळे 'पुस्तक चिरायु होवो' म्हणण्याचा मोह आवरत नाहीये!

अर्थात आपल्याला असे आत्मसंतुष्ट असणे परवडणारे नाही. १९७० पासून शैक्षणिक संशोधनावरील मोनोग्राफ्स (संशोधन–पुस्तिका) मध्ये सातत्याने घट झाली आहे. बऱ्याच विद्यापीठीय प्रकाशनसंस्था, आपली विद्या–व्यासंगातील प्रकाशने टिकविण्यासाठी झगडत आहेत आणि असे ठामपणे म्हटले जाते की प्रकाशित केलेल्या प्रत्येक मोनोग्राफमागे किमान दहा हजार डॉलर्सचे नुकसान सोसावे लागले आहे. हे जर खरे असेल, तर यातील मूठभर उदाहरणे असे दर्शवितात की ते कसेबसे तगून आहेत आणि काही विद्याशाखात छापील शैक्षणिक मोनोग्राफ नामशेष होऊ नये म्हणून धडपड चालू आहे. हे सारे पाहणे खूप क्लेशकारक आहे.

तरीही खात्रीलायकरित्या सांगणे कठीण आहे की, विक्रीमधील ही घट इलेक्ट्रॉनिक पुस्तकांमुळे झाली, की बाजारपेठेच्या रेट्यामुळे. अमेरिका, जी विद्याव्यासंगातील जगातील सर्वात मोठी बाजारपेठ आहे, तिथे अगदी नको इतक्या साऱ्या विद्यापीठांची प्रकाशने झाली आहेत. संभाव्य ग्राहकांच्या

गरजा भागवण्यासाठी नको इतकी निर्मिती ते करत असतात आणि मग गुणवत्तेत कमी पडतात. हे जे आपण पाहतो, ती कालमानाप्रमाणे बाजारपेठेतील एक साधी दुरुस्ती आहे का हे सांगणं अवघड आहे. मी जे पाहिलं आहे त्यावरून नक्कीच सांगेन की संशोधन विषयांवरील मजकूर इलेक्ट्रॉनिक आणि कागदी प्रतीमध्ये एकाच वेळेस उपलब्ध आहे; आणि दोन्हीचा एकमेकांच्या विक्रीवर परिणाम झालेला नाही. निदान सुरुवातीला तरी. संदर्भासाठी वापरले जाणारे साहित्य असे दोन्ही माध्यमांतून सारख्याच प्रमाणात वापरले जाते. फक्त इलेक्ट्रॉनिक रूपातील साहित्य काही काळाने, कागदी स्वरूपातील साहित्याला मागे टाकते. जर्नल्सबद्दल बोलायचे झाले तर यात जराही शंका नाही की ऑनलाइन जर्नल्स, कागदस्वरूपातील प्रत्यक्ष जर्नल्सना मागे टाकतील आणि काही मोजके अपवाद वगळता कागदरूपातील जर्नल्स ही भूतकाळात जमा होतील.

इकॉन 'पोर्ट' हे ज्या व्याख्यात्यांना आणि विद्यार्थ्यांना (Burgeoning area of experimental Economics) (वेगाने भरभराट होणारे प्रायोगिक अर्थशास्त्र) मध्ये रुची आहे त्यांना ती माहिती व ज्ञान उपलब्ध करून देते. तुलनेने नवीन असलेल्या या क्षेत्रामध्ये रुची असणाऱ्या सर्वांना इकॉनपोर्ट ही मौल्यवान सेवा पुरवते. अन्यथा ही माहिती सहजी उपलब्ध होणे सोपे नाही. यामध्ये डेटासेट्स काही इलेक्ट्रॉनिक्स मोनोग्राफ्स, लॅब मॅन्युअल्स आणि एक क्रमिक पुस्तक उपलब्ध करून दिले आहे. 'सेंटर फॉर हेलेनिक स्टडीज'ची साइट संशोधन आणि शिक्षणासाठी साहित्य उपलब्ध करून देते.ते उच्च दर्जा असलेल्या विद्वानांच्या गटाकडून परीक्षण केलेले असते. यात पूर्वी प्रकाशित झालेले साहित्य तर असतेच, वर प्रस्थापित मोनोग्राफ सेरीज, छापील डेटाबेस आणि एक नियतकालिकही असते. यामुळे उच्च दर्जाच्या साहित्याचे परीक्षण करणे, प्रसार करणे सुकर होते, जे अन्यथा छापील रूपात स्वस्तात मिळविणे शक्य होणार नाही. या दोन्ही उदाहरणांवरून असे वाटते की पारंपरिक छापील मजकुराला बाजूला सारून त्याची जागा घेण्याऐवजी ऑनलाइन सेवेला पूरक म्हणून त्यांना भूमिका बजावू देणे योग्य ठरेल.

याचा तुमच्यावर काय परिणाम होतो?

तर मग या मनोरंजक, परंतु ज्ञानाच्या आदान–प्रदानाच्या कामात झपाट्याने होणारे बदल व ज्ञानाची साठवणूक व बौद्धिक स्वातंत्र्य राखण्यासाठी चालू असणारी न संपणारी लढाई याबद्दल काय वाटते तुम्हाला? नेमकेपणाने विचारायचे तर तुमची पीएचडी प्रकाशित करण्याशी याचा काय आणि कसा संबंध जोडता येतोय? या प्रश्नांची उत्तरे अनेक पदरी आहेत, पण मला अशा आहे की हे प्रकरण वाचल्यावर बऱ्यापैकी स्पष्टता येईल.

प्रथमतः तुम्ही जेव्हा तुमची पीएचडी प्रकाशित करावी की नाही असा विचार कराल, तेव्हा एक गोष्ट लक्षात ठेवा, की तुम्ही अशा उद्योगक्षेत्राशी व्यवहार करणार आहात, जे सतत बदलत असते. असे उद्योगक्षेत्र जे सतत बदलांना सामोरे जात असते आणि त्यामुळे अनेक धोक्यांना सामोरे जाते, तसेच

संधींनाही. असा उद्योग आहे हा. ज्यामध्ये प्रचंड मोठ्या आकाराच्या, व्यापाच्या संस्था आहेत, तशाच विशिष्ट खास अशा विद्यापिठीय प्रकाशन संस्थाही ज्या काही विशिष्ट विषयांवरीलच प्रकाशनांची निर्मिती करतात. यामुळेच तुम्हाला या उद्योगात कार्य संस्कृती, कामाच्या पद्धती, देऊ केलेल्या सेवा, इ. बाबतीत प्रचंड तफावत आढळेल.

पुढचा महत्त्वाचा मुद्दा हा आहे की इंटरनेट आणि इलेक्ट्रॉनिक्स प्रकाशनाच्या उदयामुळे पांडित्य पुढे येण्यात जशी क्रांती झाली तशीच ती हे पांडित्याचे संप्रेषण करण्यात–होण्यातही झाली. कदाचित काटकपणा, स्थितीस्थापकत्व आणि परिस्थितीशी जुळवून घेण्याच्या गुणामुळे नवीन तंत्रज्ञान जुन्या तंत्रज्ञानाशी (छापील पुस्तके) एकमेकांबरोबर नांदू लागले. किती काळ हे टिकेल हे कोणीच सांगू शकत नाही. (जरी मला आशा आहे की ते चिरकाळ टिकेल.) काहीही होवो, आता असे असंख्य मार्ग आहेत, ज्यायोगे तुमचे विद्वत्तापूर्ण लेखन प्रकाशित होऊ शकते आणि प्रकाशनासाठीचा नेमका उचित पर्याय ठरविण्यापूर्वी तुम्हाला सर्व पर्यायांचा काळजीपूर्वक विचार करावा लागेल. ज्ञान–साहित्य प्रसारणाच्या काही माध्यमांवर पुढील प्रकरणात चर्चा केली आहे.

लिहून ठेवा, माझे स्वतःचे भाकित असे आहे की छापील पुस्तके ही पुढील १०–२० वर्ष तरी मानवविज्ञान व सामाजिक शास्त्रांवरील शैक्षणिक प्रकाशनांतील एक महत्त्वाची निष्पत्ती असणे सुरूच राहणार आहे. आणि म्हणूनच पुस्तकातील पुढचा सर्व भाग हा तुमचा प्रबंध छापील स्वरूपात प्रकाशित करण्याच्या प्रक्रियेवरच आहे. आणि तसेही मलाही सर्वात जास्त अनुभव याच क्षेत्रातील आहे. प्रकाशनाचे कोणतेही माध्यम निवडा, तुमचे लेखन एक किंवा अनेक तज्ज्ञांकडून पारखून परीक्षण करून निवडले जाणे ही पायरी तुम्हाला ओलांडायची आहेच.

२

पुस्तके की लेख?

एक निर्णायक प्रश्न आणि तुम्ही तो आपला आपण सोडवू शकत नाही. तुमचे मार्गदर्शक, हितचिंतक आणि असे लोक ज्यांनी हा असा निर्णय पूर्वी घेतला आहे, त्यांचा सल्ला तुम्हाला लागणारच. तुमच्या पेशातील दीर्घकालीन प्रगतीसाठीची तुमची जी ध्येये आहेत त्याबद्दलही, म्हणजेच करिअर संबंधीच्या ध्येयासंबंधीही तुम्हाला विचार करावा लागणार. हे प्रकरण तुम्हाला काय करावं हे नाही सांगणार, पण तुम्ही जर्नलमधील लेख की मोनोग्राफ म्हणजेच संशोधनावर आधारित पुस्तक वा पुस्तिका प्रकाशित करावी, की दोन्हीही करावे या संदर्भातील काही महत्त्वाच्या बाबींवर प्रकाश नक्कीच टाकेल.

तुमच्या स्वत:च्या अनुभवावरून तुम्हाला माहीत असेलच की लोक अनेकविध कारणांसाठी आणि कधीकधी अगदी परस्पर विरोधी कारणांसाठीही डॉक्टरेटच्या संशोधनासाठी प्रेरित होतात. बौद्धिक औत्सुक्य हे एक महत्त्वाचे कारण, पण पीएचडी करणारा प्रत्येकजण आपली शैक्षणिक क्षेत्रातील भावी करिअर घडवण्यामधील एक पायरीचा दगड म्हणून याकडे बघतोच असे नाही म्हणूनच महत्त्वाची गोष्ट आता ही आहे की स्वत:शी अगदी पूर्णपणे, कठोरपणे, मोकळेपणाने अंतर्मुख होऊन यावर विचार करा. तुम्ही खरेच स्वत:कडे अध्यापन क्षेत्रातली व्यक्ति म्हणून – अगदी कायमस्वरूपी नसेलही – पण १० वर्षांसाठी म्हणून बघता आहात का? अजून नीट मुद्यावर येऊन स्वत:ला विचारा की तुमच्या मार्गदर्शकांना असं वाटतंय का की तुमच्या प्रबंधाचे प्रकाशन हा एक योग्य पर्याय आहे? तुमची आत्तापर्यंतची शैक्षणिक कारकीर्द असे सुचवते का की प्रकाशन ही शक्यता आहे? तसे नसेल तर तुमचा प्रबंध किंवा त्याचा काही भाग प्रकाशित करण्याचा प्रयत्न करीत स्वत:चा आणि त्या संबंधित इतर प्रत्येक व्यक्तीचा वेळ वाया घालविण्यात काहीच अर्थ नाही. तुमचा प्रबंध प्रकाशन योग्य पुस्तकात रूपांतरित करण्यासाठी प्रचंड कष्ट आणि जास्तीचे लेखन व संपादन करायला लागेल आणि त्यातून एक दोन चांगले लेख बनवायलाही तेवढेच कष्ट लागतील. या प्रकाशनासाठी लागणारे ते कष्ट आणि त्यातूनच येणारा अटळ ताण–तणाव हे तरच सार्थकी लागतील जर तुम्ही शैक्षणिक क्षेत्रात वाहून घेण्याचे गांभीर्याने ठरवत असाल.

एक यशस्वी शैक्षणिक कारकीर्द करायची जरी तुम्ही आशा धरली असेल, तरी आपला प्रबंध प्रकाशित करणे ही काही नेहमीच फार मोठी उपयुक्त आणि करिअरला पुढे नेणारी गोष्ट असते असे नाही.

एका विशिष्ट उद्दिष्टासाठी (पीएच.डी संशोधन) असलेले ते बरेचसे साहित्य आणि त्याला आता पूर्णपणे वेगळ्या कारणासाठी (पुस्तक/लेख) द्यावा लागणारा आकार उकार, त्यासाठी करावे लागणारं काम त्यापेक्षा अशा एखाद्या पूर्णपणे नव्या प्रकल्पावर काम करणे परवडले, ज्यायोगे त्या कामाचे सहजपणे पुस्तक किंवा लेखात रूपांतर करता येईल. प्रोफेसर केट फ्लिंट आपल्या उदाहरणावरून हा मुद्दा छानपणे मांडतात आणि त्याबरोबर तुम्हाला विचारात घ्याव्या लागतील अशा इतर मुद्यांनाही स्पर्श करतात.

> मी अशा काही सुदैवी लोकांपैकी होते, ज्याला आपली ऑक्सफर्ड मधील डी.फिल. (इंग्लिश रिस्पॉन्स टू काँटेपररी पेंटिंग १८७८–१९१० या विषयावरील) मिळण्याआधीच १९८०च्या दशकात सुरुवातीच्या काळात युनायटेड किंगडम मध्ये कायमस्वरूपी नोकरी मिळाली. जेव्हा १९८४–८५ मध्ये डी.फिल पूर्णत्वाला आली. तेव्हा ते एक माहितीचं भलं मोठ्ठं धूड होतं; ज्यात फारच थोडा युक्तिवाद होता. त्यातील महत्त्वाचा भाग होता 'ब्रिटिश रिस्पॉन्स टु इंप्रेशनिस्ट पेंटिंग' आणि तो 'इंट्रोडक्शन टू राऊटलिज व्हॉल्युम ऑन द क्रिटिकल रिस्पॉन्स टु इंप्रेशनिझम' या नावाने आधीच प्रकाशित झालेला होता; आणि मी *ऑक्सफर्ड आर्ट जर्नल*मध्ये एका लेखाच्या स्वरूपात दुसरे प्रकरण प्रकाशित केले. माझा प्रबंध इतका मोठा होता की तो प्रकाशित करायला अजून खूप अवकाश होता. त्यामुळे माझी ही कल्पना चांगली ठरली आणि मी आनंदाने माझा पहिला मोनोग्राफ प्रकाशित केला 'द *वुमन रीडर १८३७–१९१४*' – ऑक्सफर्ड युनिव्हर्सिटी प्रेस १९९३. माझे डी. फिल.चं आवरता न येणारं काम बराच काळ तसंच पडून राहिलं. कालांतराने त्यातील 'द *व्हिक्टोरियन्स अँड द व्हिज्युअल इमॅजिनेशन*' (केंब्रिज युनिव्हर्सिटी प्रेस २०००) तसेच नंतर ही दोन प्रकरणे (लेख) आणि इतर असेच काही सुटे परिच्छेद प्रसिद्ध झाले. सगळ्याचा मथितार्थ असा की खूप गांभीर्याने मी माझ्या संशोधन प्रबंधाचे पुस्तक करायला गेले नाही, ते बरे झाले. कारण वरील लेखांचे माझे 'खरे चांगले पुस्तक' बनले. त्या काळातीलच डि.फिल. प्रबंधांवरून प्रकाशित झालेल्या कोणत्याही पुस्तकापेक्षा माझे हे पुस्तक चांगले झाले.

प्रोफेसर फ्लिंट मान्य करतात त्याप्रमाणे ८० च्या दशकापेक्षा सध्याच्या काळात नोकरी मिळविणे अधिक अवघड आहे. त्यामुळे नोकरी मिळविण्यासाठी आपल्या प्रबंधावर आधारित संशोधन पुस्तिका/पुस्तक (मोनोग्राफ) प्रकाशित करण्याचे दडपण त्यांच्यावर नव्हते. तरीही त्यांनी आहे त्या प्रबंधातील लिखित साधन सामुग्रीमधून सर्जनशील विचार करून दोन प्रकाशने साध्य केली. (जरी ती त्यांच्या स्वत:च्या इंग्लिश लिटरेचरच्या या विद्याशाखेअंतर्गत नव्हती.) त्याचवेळेस स्वत:च्या संपूर्ण प्रबंधाकडे वस्तुनिष्ठपणे पाहिले आणि मान्य केले की जसा आहे तसा प्रबंध, पुस्तक म्हणून छापण्यास योग्य नाही. पुस्तकरूपात छापण्याचे उद्दिष्ट डोळ्यांसमोर ठेवून पूर्णपणे नवे संशोधन अंगिकारणे व तडीला नेणे याला

नक्कीच धैर्य लागले असेल. पण फळही तसेच चांगले मिळाले. या पुस्तकाने त्यांना चांगली प्रसिद्धी मिळवून दिली. २००० साली प्रकाशित झालेल्या पुस्तकात त्यांच्या प्रबंधातील काही कल्पना आहेत. (प्रबंध पूर्ण झाल्यावर १५ वर्षांनी) याचा अर्थ असा आहे की, आपले मूळ लेखन त्यांनी परिपक्व अशा संपूर्ण नव्या रूपात आणले.

प्रोफेसर फ्लिंट यांचा हा अनुभव त्यांच्या सर्जनशीलतेचे आणि ऊर्जेचे उदाहरण आहे. पण जर तुम्हाला नोकरी नसेल आणि ती मिळविण्यास तुम्ही उत्सुक असाल तर? आपला प्रबंध प्रकाशित करणे हाच सर्वोत्तम पर्याय आहे का?

प्रकाशित करावे की न करावे?

आपला प्रबंध प्रकाशित करण्याची इच्छा असण्यामागची कारणे उघड आहेत. सिद्धांत, तत्त्वे यांची उकल/पृथक्करण करण्यात किंवा मूलगामी संशोधनावर आधारित काम करण्यात तुम्ही तुमच्या आयुष्याची कित्येक वर्षे आणि खूप कष्ट घातले आहेत. असे आपल्या प्रकल्पाशी प्रखर निष्ठा दाखविल्यावर, झालेले काम तसेच सोडून देण्यापेक्षा त्याचे शक्य तेवढे जास्तीत जास्त संभाव्य फायदे आणि उपयोग करून घ्यावेत असे तुम्हाला वाटले, तर त्यात वावगे काहीच नाही. पुस्तक प्रकाशित करून चांगल्या जर्नलमध्ये लेख छापून आणून करिअरच्या पुढच्या पायरीवर जाण्याऐवजी फक्त डॉक्टरेट मिळवून का बरे गप्प बसावे? मानव विद्येच्या काही विभागात, जसे साहित्य/वाङ्मय आणि इतिहास यामध्ये तुम्ही तुमच्या प्रबंधाचे प्रकाशन करणे जवळ जवळ अपेक्षितच असते. तुम्ही तसे केले नाहीत, तर का केले नाही म्हणून लोकच आश्चर्य व्यक्त करतील आणि असे गृहीतही धरतील की तुमचे संशोधन पुरेशा चांगल्या गुणवत्तेचे नव्हते म्हणूनच प्रकाशित होऊ शकले नाही. नैराश्य देणारी वस्तुस्थिती अशी आहे की एक चांगला प्रबंध, नीट सुधारणा केल्या नाहीत, तर क्वचितच एक चांगलं पुस्तक बनतो.

प्रोफेसर फ्लिंट यांच्या उदाहरणात सांगितल्याप्रमाणे आपली पीएचडी प्रकाशित न करण्यामागची कारणे ही अगदी आत्ताच इतकी काही विशेष महत्त्वाची नसतील, मुद्दाम विचारात न घेण्याजोगीही नसतील. आपण पुढल्या प्रकरणात सविस्तर पाहणारच आहोत की तुमच्या पीएचडीचे छान पुस्तकात रूपांतर करायला त्यावर खूप काम करायला लागतं आणि ते सुरुवातीपासून नवीन पुस्तक लिहायला लागतो तसा खूप वेळ घेणारंही हे काम आहे. हा नक्कीच खूप सोपा आणि चटकन होणारा पर्याय नाही. तसेच या दोन्हीतूनही काही लेखांची निर्मिती करणं हेही तितकं सोपं नाही. संपूर्ण प्रबंध काही हजार शब्दांमध्ये आणि दोन तीन महत्त्वाच्या मुद्द्यांमध्ये गटित करणं व गठित करणं. यासाठी वस्तुनिष्ठपणा, शिस्त आणि संपादकीय कौशल्यांची गरज असते.

अजून एक मुद्दा असा आहे की तुमची पीएचडी तुम्ही प्रकाशित केल्याने तुमच्या सी.व्ही. मध्ये महत्त्वाची भर पडणार आहे का? प्रबंधातील सगळ्या मजकुरावर खूप कष्टाने काम करून त्याचा पुस्तक रूपात बदल केलात तरी त्याचे मूळ लपवणे आणि ते सुधारित, रूपांतरित वाढवलेले रूप आहे. पीएचडी

प्रबंधाचे ते काम आहे, हे पूर्णपणे लपवणे खूप अवघड जाते. जर तुमचा प्रबंध अगदी स्वतंत्र, नवनिर्मित आणि उठून दिसणारा असेल, तरच गोष्ट वेगळी. नाहीतर तुमचा सुधारून घेतलेला प्रबंध तुम्हाला तुमची प्रतिष्ठा पत क्वचितच मिळवून देतो हे कदाचित तुम्हाला अन्यायकारक वाटत असेल, पण हे असं आहे खरं! तुम्ही त्याबाबत फार काही करू शकत नाही. हे समजून घेणं आणि त्यानुसार तुमचा प्रबंध प्रकाशित करण्यासंबंधी योजना आखणं योग्य. वस्तुस्थितीकडे पाठ फिरवणं आणि सत्याकडे दुर्लक्ष करणं यापेक्षा वस्तुस्थिती समजून घेणं चांगलं.

असं असलं तरी, नियमाला अपवाद असतातच आणि प्रकाशनासंदर्भात 'सर्वसामान्य' विधान करणेही अवघडच. ऑक्सफर्ड विद्यापीठातील क्रिमिनॉलॉजीचे प्रोफेसर श्री. फेडरिको वारसे यांचा हा अनुभव वाचा.

ऑक्सफर्ड येथे माझी पूर्ण पीएचडी पूर्ण झाल्यावर थोड्याच काळात मी माझ्या त्यावरील पुस्तकासंबंधी प्रस्ताव सादर केला. मग त्या पुस्तकावर काही वर्षे थोडे काम केले. ऑक्सफर्ड युनिव्हर्सिटी प्रेस आणि विशेष करून माझ्या पुस्तकावर काम करणारे संपादक डॉमिनिक वाआइट यांच्याकडून मला खूप चांगले सहकार्य मिळाले. पुस्तक विक्रीला आले, त्याला बक्षीसही मिळाले आणि इतर दोन भाषांमध्ये त्याचे भाषांतरही झाले. अजून एका भाषेतील भाषांतर येऊ घातले आहे. मला यामुळे अनेक नोकऱ्याही मिळाल्या.

मला एक मुद्दा मांडावासा वाटतो. शैक्षणिक प्रकाशक डॉक्टरल रिसर्च वरील पुस्तके प्रकाशित करण्याच्या विरुद्ध असतात असे बोलले जाते. माझा अनुभव असे सांगतो की पुस्तकांनी (ती पुस्तके सुद्धा, जी पीएचडी संशोधनातून बाहेर येतात) स्वतःच्या गुणवत्तेवर न्याय मिळवला पाहिजे.

दोन गोष्टी मात्र नमूद करण्याजोग्या आहेत. प्रोफेसर वारसे यांचा प्रबंध अगदी स्वतंत्र मूलगामी अशी नवनिर्मिती होती आणि तो एक उठून दिसणाऱ्या कामाचा नमुना होता. (मला माहीत आहे, कारण मी त्याचवेळेस दुसऱ्या एका प्रतिस्पर्धी प्रकाशकाबरोबर काम करत होतो आणि वैताग देणारी गोष्ट म्हणजे ऑक्सफर्ड युनिव्हर्सिटी प्रेसने आमचे प्रकाशन नाकारले.) श्री. वारसे यांनी काही अधिक वर्षे या कामावर घालवली होती. त्यामुळेच त्यांचे प्रकाशनानंतर प्रसिद्ध झालेले पुस्तक हे मूळ प्रबंधावर सुधारणा व विकास केलेले काम होते. ते ही मुद्दा मांडतात की बहुतेक सर्व शैक्षणिक संपादक (मला धरून) पीएचडी प्रबंधावर आधारित पुस्तकाचा प्रस्ताव नाकारायच्या तयारीतच असतात. आणि प्रत्येक प्रकल्पाचे मूल्यमापन त्या त्या प्रकल्पाच्या अंगभूत गुणवत्तेवर व्हावे. माझ्या आणि माझ्या सहकारी संपादकांच्या बाजूने मी असे म्हणेन की पीएचडी प्रबंधांवरील सर्वच सुधारित लेखन कामे/पुस्तके वारसे यांच्या लेखनाइतकी/पुस्तकांइतकी चांगली असली तर किती बरे होईल!

तुमचा प्रबंध पुस्तकासाठी नाकारला जाण्याची समस्या जर्नल्स (नियतकालिक) मधील लेखांबाबतीत विशेष नाही. त्याची कारणेही लेखांबाबत अंगभूतच आहेत. कारण लेख हे पुस्तकापेक्षा छोटे असतात आणि त्यांना स्पष्ट असा, चटकन लक्षात यावा असा आकृतिबंध असतो. तुमच्या प्रबंधातील सामुग्रीवर आधारित असा लेख तुम्ही जेव्हा लिहिता तेव्हा तुम्ही त्यावर बऱ्यापैकी पुन्हा काम केलेले असते आणि त्याचे संपादन केलेले असते. हे पुनर्लेखनाचे काम जर तुम्ही चांगले केले असेल, आणि तुम्ही ते लेखन प्रकाशित करून आणण्यात यश मिळविलेत, तर ती तुमच्या सी.व्ही.मध्ये भर घालणारी गोष्ट ठरेल. अर्थात तो लेख चांगल्या प्रतिष्ठित अशा जर्नलमध्ये छापून आला पाहिजे. पण हा खूपच महत्त्वाचा मुद्दा आहे आणि आपण त्यावर अजून विस्तृतपणे नंतर बोलणार आहोत.

आपली पीएचडी प्रकाशित करण्यामुळे काय फायदे होतील काय नाही यावर अनुमान काढीत विचार करण्याबरोबरच वस्तुनिष्ठपणे यावरही विचार करायला हवा की कोणी आपले हे पुस्तक/लेखन विकत घेण्याची आणि वाचण्याची शक्यता आहे अथवा नाही? संपादक मंडळ न्यायनिवाडा करायला बसलेलेच असते की असे लेखन अजिबात प्रकाशित करू नये. शक्य त्या उच्च दर्जापर्यंत न पोचलेले लेखन प्रकाशित न करणेच चांगले. तुम्ही प्रकाशनाचे प्रयत्न करायचे ठरविले असेल, तर तुमच्या पुस्तकाला अथवा लेखाला संभाव्य बाजारपेठ आहे अथवा नाही, हे ठरविण्यासाठी काही निश्चित चाचण्या आहेत. अगदी लगेच करता येण्याजोगी चाचणी आहे. जर तुमचे लेखन/काम सामाजिक शास्त्रांतील 'हार्डर सायन्स'कडे झुकणारं असेल तर ही चाचणी करता येईल. तुमच्यासारखाच अभ्यास विषय घेऊन त्यावरील संशोधन दुसऱ्या कोणी प्रकाशित केले आहे का? तुम्हाला या बाबतीत मागे टाकले आहे का? सर्व संबंधितांनी शक्य तेवढे कष्ट घेतले असले, तरी तुम्हाला वाटते त्यापेक्षा वारंवार हे असे घडते (शैक्षणिक संशोधनाच्या सर्व पातळ्यांवर) आणि जेव्हा असे घडते तेव्हा एवढेच करता येते की खांदे उडवणे आणि ते कष्ट अक्कलखाती जमा करणे. अर्थात, ही शक्यता कमी असते की दुसरा एखादा अभ्यास हा तुमच्या अभ्यासाची तंतोतंत हुबेहूब प्रतिकृति ठरेल. संशोधनासाठी अंगिकारलेली पद्धत, आलेले परिणाम आणि/किंवा पृथक्करण, अनुमान व फलित यातील महत्त्वाचे फरक हे तुम्हाला तुमच्या प्रकाशनाचे प्रयत्न योग्य आहेत हे दर्शवतील.

तसेच जर तुम्ही वेगाने बदल घडणाऱ्या क्षेत्रात काम करीत असाल, जसे 'इंटरनॅशनल ट्रेड' किंवा 'इंटलेक्च्युअल प्रॉपर्टी' तर तुम्ही तुमची डॉक्टरेट पूर्ण करण्याच्या दरम्यानच्या काळात या क्षेत्रात तुमच्या विषयात घडामोडी घडल्या किंवा नवीन कायदे कानून आले असे होऊ शकते. मग तुमचा प्रबंध हा एखाद्या विशिष्ट काळापुरताच एक सुंदरसा 'स्नॅप शॉट' म्हणून शिल्लक राहतो. कोणत्याही सद्य:स्थितीसाठी पूर्णपणे सुसंगत राहत नाही.

सरतेशेवटी तुम्हालाच विचार करायचाय की बाजारात 'जेंडर इन शेक्सपिअर' किंवा 'द सोशोलॉजी ऑफ बॉडी' अशा आणखी एका पुस्तकाची किंवा लेखाची भर पडणार का? ही सुद्धा शक्यता आहे की तुमच्या प्रबंधाचा रोख आणखी सूक्ष्म असेल आणि मग ते पुस्तक विकले जाणे आणखी अवघड बनेल. पीएचडी प्रबंधासाठी चांगला असलेला विषय, पुस्तकासाठी चांगला विषय ठरेलच असे नाही. तुमच्या

विषयासंबंधीचे सर्व संदर्भ साहित्य तुमच्या परिचयाचे झाले असले, तरी जवळच्या गावातील ग्रंथालयात आणि पुस्तकांच्या दुकानात जाणे (किंवा ॲमेझॉनवर काही 'की वर्ड्स' टाईप करणे) संयुक्तिक होईल. तुमच्या विषयावर तिथे किती पुस्तके आहेत हे जरा पाहा बरं! तुमच्या विषयाच्या सर्वात जवळ जाणारी पाच ते दहा पुस्तके मिळाली/दिसली की तुमचे पुस्तक त्या पुस्तकांसारखे किंवा वेगळे कसे असेल त्याची यादी करा आणि त्या पुस्तकांपेक्षा वेगळे असे तुम्ही वाचकांना काय देणार आहात हेही ठरवा.

वरील प्रमाणे करून झाल्यावर (आणि पुरेसे वेगळे आणि नवीन साहित्य/मटेरियल आढळल्यावर) आणि पुस्तक प्रकाशित न करण्याच्या पूर्वी दिलेल्या कारणांचा विचार करून झाल्यावर, तुमची खात्री पटली असेल की तुम्हाला तुमचा प्रबंध प्रकाशित करण्याचे प्रयत्न करायचे आहेत, तर पुढची पायरी म्हणजे आपल्या मार्गदर्शकाशी आणि सहानुभूती बाळगणाऱ्या तुमच्या इतर सहकाऱ्यांशी बोलणे, प्रकाशन करण्यासंबंधी उलटसुलट बाजूंवर विचार करण्यास आधीच वेळ दिलेला असल्यामुळे आणि तुमच्या प्रबंधासाठीच्या संभाव्य बाजारपेठेसंदर्भात छोटेसे संशोधन केल्यामुळे या लोकांशी (मार्गदर्शक व समर्थक) तुम्ही अधिक माहितीपूर्ण संभाषण करू शकता. उदाहरणार्थ तुम्हाला कल्पना असणार आहे की कोणत्या प्रकारचे प्रश्न विचारावेत, जसे पुस्तक प्रकाशित करावे की लेख? का खरंतर दोन्ही?

पुस्तके

तुमच्या प्रबंधाचे पुस्तकात रूपांतर होण्याची शक्यता हा एक आकर्षक पर्याय आहे आणि तो काही अंशी तुमच्या प्रबंधाच्या विषयावर अवलंबून आहे. जर तुम्ही समाजशास्त्रे, साहित्य, अथवा सांस्कृतिक अभ्यास अशा बहुश: पुस्तकांवर आधारित विद्याशाखांवर काम करीत असाल, तर शक्यता आहे, की त्या प्रबंधावर पुस्तक प्रकाशित होईल. जर तुम्ही इतिहास, राज्यशास्त्र आणि कायदा यामध्ये संशोधन करीत असाल, तर तुम्ही नक्कीच दुसऱ्या पर्यायाचा विचार कराल, पण तुमच्या क्षेत्रामध्ये दबदबा असलेल्या उच्च दर्जाच्या जर्नल्समध्ये लेख प्रकाशित करण्याच्या शक्यतेबाबतही तुम्हाला रस असेल. जर तुम्ही मानसशास्त्रज्ञ किंवा अर्थशास्त्रज्ञ असाल, तर जर्नल्समधील लेखाद्वारे शैक्षणिक प्रगती साधून स्वत:ची ओळख निर्माण करण्याचा एक राजमार्ग म्हणून तुम्ही जर्नल्सच्या लेखांवर नजर स्थिर कराल. म्हणूनच काही प्रमाणात, 'पुस्तक की लेख प्रकाशित करावा' हा निर्णय तुम्ही तुमच्या विद्याशाखेची मागणी काय आहे, यावर ठरवाल. पण अर्थात, गोष्टी इतक्या साध्या सोप्या नसतात, जेव्हा विशेषत: तुमचे काम अशा क्षेत्रामध्ये आहे जेथे पुस्तके आणि लेख दोन्हीला महत्त्व आहे. तर मग आणखीन कोणते घटक लक्षात घ्यावेत?

तुमच्या प्रबंधाचे स्वरूप हा अर्थातच सर्वात महत्त्वाचा विचारात घेण्याजोगा घटक ठरतो. संपूर्ण पुस्तकासाठी पुरेल असा पुरेसा नवनिर्मिती, सैद्धांतिक किंवा अनुभवावर आणि प्रयोगावर आधारित मजकूर/साहित्य तुमच्या संशोधनातून आलेले आहे का? ते ही सुरुवातीची प्राथमिक पाने, उपलब्ध वाङ्मयाचे परीक्षण आणि संशोधन पद्धती यावरील पाने वगळून. लक्षात ठेवा की जर तुम्ही पुस्तकाच्या

पर्यायाचा विचार करणार असाल तर कमीत कमी ६०,००० शब्द हवेत आणि तेवढ्या पानांना न्याय देण्यासाठी काहीतरी गंभीर आणि तरीही रंजक सांगण्यासारखे तुमच्याकडे हवे. जरी तुमच्याकडे महत्त्वाच्या आणि रंजक अशा खूप गोष्टी सांगण्यासाठी असतील, तरी त्यासाठी त्याचा मागचा पुढचा संदर्भ सांगणारे खूपसे साहित्य आवश्यक आहे का? ते समजून घेण्यासाठी त्याचा विकास होणे शक्य आहे का? ज्यायोगे सहजपणे आपोआप त्याचे पुस्तकात रूपांतर होईल की तुम्हाला जे सांगायचे आहे ते खूप मोठ्या नाही, पण तुलनेने छोट्या तुकड्यांमध्ये आणि लेखांमध्ये अधिक परिणामकारकतेने सांगता येईल? जर तुम्ही मोठ्या प्रमाणातील विशेष महत्त्वाची अशी संख्यात्मक माहिती त्याच्या विश्लेषणासहित मांडणार असाल, तर दुसरा म्हणजेच लेखांचा पर्याय जास्त योग्य होईल. पण जर गुणात्मक किंवा सैद्धांतिक हाताळणी तुमच्या संशोधनात जास्त असेल, तर पहिला म्हणजेच पुस्तकाचा पर्याय योग्य होईल. अर्थात हा काही बिनचूक लागू पडणारा नियम नाही.

ज्या काही लिखित साधनसामुग्री व मजकुरावर तुम्ही काम करणार आहात, त्याचा वरीलप्रमाणे विचार करण्याबरोबरच, तुमची स्वत:ची कौशल्ये तुम्ही विचारात घेणे गरजेचे आहे. तुम्ही सहजगत्या लेखन करणारे मुळातूनच लेखक आहात का? तुम्हाला लेखन करण्यात आनंद वाटतो का? तुमचा प्रबंध पूर्णत्वाला नेणे तुम्हाला कितपत जड व कठीण गेले होते? प्रत्यक्ष संशोधन करण्यापेक्षा, त्याचे प्रत्यक्ष लेखन करणे हे तुम्हाला बऱ्याच लोकांना वाटते तसे, न संपणारे जड ओझे वाटले होते का? जेव्हा तुम्ही प्रबंध सादर केलात तेव्हा तुम्ही सुटकेचा एक मोठ्ठा नि:श्वास सोडला होता का? तर मग तुमच्या प्रबंधाचे पुस्तकात रूपांतर करण्यात काही अर्थ नाही. त्यापेक्षा छोटे आणि विशिष्ट आकृतिबंध असलेले जर्नलमधील लेख लिहिणे तुम्हाला जास्त जमेल. याउलट जर तुम्ही लेखनाचा आनंद घेत असाल, इतर लोक तुम्हाला, तुम्ही चांगले लिहिता असे म्हणाले असतील, तर पुस्तक लिहिण्यात काही अर्थ आहे आणि तुम्ही तुमची लेखन कौशल्ये अधिक विकसित करण्याची ही अमूल्य संधी आहे हे सिद्ध कराल.

दुसऱ्या एका महत्त्वाच्या मुद्याकडे लक्ष द्यायला हवे, आणि तो म्हणजे तुमचा प्रबंध तुम्हाला किती लवकर प्रकाशित व्हावा असे वाटते? वेगाने घडामोडी घडणाऱ्या क्षेत्रात जर तुम्ही काम करीत असाल, तर मागे चर्चा केल्याप्रमाणे दुसऱ्या कोणी तुमच्या आधी तुमच्या लेखनासारखे लेखन प्रकाशित करणे टाळण्यासाठी तुम्हाला तुमचे संशोधन पूर्ण झाल्यावर लगेच ते साहित्य प्रकाशनासाठी तयार ठेवावे लागेल. तुमच्या संशोधन वा अभ्यासासारखा अभ्यास वा काम प्रकाशित होऊन तुमच्या कामाला मागे टाकते आहे, हे पाहणे हा नक्कीच मनोधैर्य खच्ची करणारा अनुभव आहे. तुमची पीएचडी सुधारण्यात तुम्ही जे कष्ट घेतले ते वाया गेले. जर याप्रकारे तुमचे काम वेळेच्या कसोटीवर उतरवावे लागणार असेल तर कदाचित पुस्तकाच्या वाटेला न जाता, लेखांचा पर्याय निवडणे उत्तम. मी 'कदाचित' असं म्हणते आहे कारण एक संपूर्ण पुस्तक बनवायला जो वेळ लागेल त्यापेक्षा एक चांगला लेख बनवायला कमी वेळ लागेल. कारण पुस्तकांपेक्षा लेख प्रकाशित करायला वेळ कमी लागतो. या प्रचंड उलथापालथीच्या जगात, आपण आता नवीन तंत्रज्ञानासह जगतो आणि पूर्वी होते त्यापेक्षा आता संपादकीय आणि निर्मिती प्रक्रिया यातील सुसूत्रपणामुळे शैक्षणिक पुस्तकांची छपाई आणि प्रकाशन अधिक जलद झाले आहे.

अनेक शैक्षणिक प्रकाशन गृहांच्या कामकाज पद्धतीत १९९० च्या दशकात आणि २००० च्या सुरुवातीच्या काळात नाट्यमय उलथापालथी घडून आल्या. त्यामुळे आवश्यक अशी खर्चात बचत झाली. कारण – मुख्यत्त्वेकरून 'कॉपी–एडिटिंग आणि टाइपसेटिंग' ही कामं बाहेर म्हणजेच भारत आणि सिंगापूरसारख्या देशांकडे सोपविण्यात आली. याचा मोठा महत्त्वपूर्ण परिणाम म्हणजे त्यामुळे निर्मिती प्रक्रियेला लागणाऱ्या वेळात खूप मोठी घट झाली. मी काही पदव्युत्तर विद्यार्थ्यांसमोर नुकतेच भाषण केले, तेव्हा मला हे ऐकून आश्चर्याचा धक्का बसला की त्या मुलांना असे वाटते की एक संशोधन पुस्तिका/पुस्तक (मोनोग्राफ) बनवायला एक ते दोन वर्षे लागतात. प्रत्यक्षात नऊ महिन्यांच्या जवळपासच वेळ लागतो.

याउलट आवश्यक ती आपली ख्याती आणि अस्तित्व टिकण्यासाठी आणि उच्च ऊर्जा टिकवून ठेवण्यासाठी श्रेष्ठ अशी शैक्षणिक जर्नल्स किचकट, गुंतागुंतीच्या आणि खूप अवघड अशा परीक्षण पद्धतीच्या ओझ्याखाली दबली आहेत. त्यामुळे उच्च पातळीच्या 'सबमिशन'साठी झगडत आहेत. उच्च प्रतीचे लेख मिळावेत म्हणूनही विविध विषयांना वाहिलेली विविध जर्नल्स आहेत आणि त्यामुळे पहिल्या 'सबमिशन'पासून (लेख सुपूर्त केल्यापासून) ते तो लेख जर्नलमध्ये प्रकाशित होईपर्यंत काही दुर्मिळ उदाहरणात ४–५ महिने लागतात, तर सर्वसाधारणपणे १२–१८ महिने किंवा आणखीही जास्त वेळ लागू शकतो. हा महत्त्वपूर्ण फरक असण्याचे एक कारण म्हणजे लेख सबमिट करण्याच्या वेगवेगळ्या पातळ्या आणि दुसरे म्हणजे सबमिशनच्या वेगवेगळ्या पद्धती. आता वाढत्या संख्येने अनेक जर्नल्स इलेक्ट्रॉनिक सबमिशन्स करण्याची विनंती करू लागले आहेत, ज्यामुळे निर्मिती प्रक्रियेतील गती वाढते आणि ती प्रक्रिया सोपीही होते.

अजून महत्त्वाचे म्हणजे इलेक्ट्रॉनिक सबमिशन हे अनेकदा दुसऱ्याही मुक्त वापराबरोबर (ओपन ॲक्सेस) जोडलेले असते ज्यायोगे तुम्ही पाठवलेले साहित्य (लेख) त्या जर्नलच्या वेबसाईटवर त्याच्या परीक्षणापूर्वी परीक्षण प्रक्रिया चालू असताना आणि संपादकीय प्रक्रिया पूर्ण झाल्यावर टाकले जाते. त्यामुळे तुम्ही तुमचा लेख सबमिट केल्यावर फक्त काही महिनेच तो सर्वांना दिसतो असे होणे शक्य नसते. या लेख प्रकाशनाच्या व्यापकतेची दुसरी बाजू अशी की जी जर्नल्स पारंपरिक परीक्षण आणि निर्मिती प्रक्रिया अवलंबतात आणि तिमाही अंक काढतात त्या जर्नल्सच्या बाबतीत तुमचा लेख छापून यायला एक किंवा दोन वर्षे सहज जातात.

म्हणून तुम्ही थोडे संशोधन करा आणि तुम्हाला ज्या जर्नल्समध्ये रस आहे त्यांना सर्वसाधारणपणे एक लेख छापून यायला किती कालावधी लागतो व पुस्तक प्रकाशकांचे सर्व साधारणपणे पुस्तकनिर्मितीचे वेळापत्रक काय असते हे जाणून घ्या. ही माहिती बहुधा शैक्षणिक विभागातल्या लोकांशी बोलून, जर्नल्सच्या/प्रकाशनांच्या वेबसाईटवर जाऊन किंवा मेलने त्यांच्याशी प्रत्यक्ष संपर्क साधून मिळवता येते. जर तुम्ही त्यांच्याशी मेलने संपर्क साधणार असाल तर तुमची ई–मेल थोडक्यात लिहा, नेमकी आणि मुद्देसूद लिहा. तुमच्या नेमक्या लेखाचा किंवा पुस्तकाचा उल्लेख करू नका नाहीतर हवी ती माहिती मिळणार नाही, आणि वेळे आधीच होणाऱ्या नसत्या चर्चेत तुम्ही गुंतून पडाल. तुमच्या मेलला

उत्तर म्हणून ते तुम्हाला सर्वसाधारण थोडा फार वेळ लागतो असे सांगतील. विशिष्ट अशी कालमर्यादा सांगणार नाहीत याची तयारी ठेवा. याचे कारण म्हणजे निर्मितीला लागणारा वेळ हा अनेक घटकांवर अवलंबून असतो, जे घटक नेहमी प्रकाशकाच्या/संपादकाच्या आवाक्यात असतातच असे नाही. जसे मॅन्युस्क्रिप्टची (लेखकाने सादर केलेले हस्तलिखित) सबमिशनच्या वेळेची स्थिती आणि संपादकीय शंकांना लेखक किती तत्परतेने उत्तरे देतो ते. इथे हे पण नमूद करणे महत्त्वाचे आहे की ज्याला निर्मिती काळ (प्रॉडक्शन टाईम) म्हणतात तोही बदल करू शकतो. जेव्हा मी म्हणते की शैक्षणिक पुस्तके प्रसिद्ध करू शकतात म्हणजेच जेव्हा एखादे हस्तलिखित पुस्तकात रूपांतरित करण्यासाठी नक्की केले जाते त्या प्रत्यक्ष प्रक्रियेला उद्देशून मी हे म्हणते. जर हस्तलिखित आधी वाचून मान्य करणे आवश्यक असेल तर त्यासाठी तुम्हाला काही महिन्याचा कालावधी द्यावा लागेल आणि साधारणपणे ह्या प्रक्रियेच्या भागास किती वेळ लागेल ते सांगणे कठीण आहे. तुम्हाला असे लक्षात येईल की काही बाबतीत अंतिम परीक्षण प्रक्रिया आणि प्रत्यक्ष लागणारा वेळ विचारात घेतला तर तुम्ही लेखापेक्षा पुस्तक प्रकाशित केलेत तर बाजारपेठेत अधिक लवकर पोहोचाल. त्यासाठी थोडा कमी प्रसिद्ध प्रकाशक असला तरी चालेल. आपण परीक्षण प्रक्रियेतील कष्ट आणि गती तसेच प्रत्यक्ष कामाची गुणवत्ता यात पुस्तक प्रकाशक आणि जर्नल्स प्रकाशक यांच्यामुळे जो फरक पडतो त्याची नंतर चर्चा करू आणि जर गतीला महत्त्व असेल तर तुम्हाला वरीलपैकी एका किंवा सर्व बाबतीत तडजोड करण्याची आवश्यकता वाटेल.

एक उदाहरण, ज्या बाबतीत, हे खरं नाहीये, ते म्हणजे 'ऑन–लाइन पब्लिशिंग'. आता अशा अनेक 'अमेरिकन युनिव्हर्सिटी प्रेसेस' आहेत, ज्यांनी पांडित्यपूर्ण ज्ञानाच्या दर्जाबरोबरच प्रकाशनाचे पारंपरिक आदर्श जपले आहेत. त्याचबरोबर कमी चोखंदळ असलेल्या प्रकाशकांबरोबरच बाजारपेठेची गतीही कायम राखली आहे. एकदा त्यांनी एखादे 'मॅन्युस्क्रिप्ट' (हस्तलिखित) कडक अशा परीक्षणातून आणि सुधारणेच्या प्रक्रियेतून पार नेले, की ते अगदी लगेचच नाही (जरी त्यांची तशी इच्छा असली तरी) पण काही आठवड्यातच ऑन लाईन उपलब्ध होते. खरंतर हे थोडं आश्चर्यकारक आहे की प्रकाशनाचे हे मॉडेल फारसे यशस्वी झाले नाही किंवा फार ठिकाणी वापरले गेले नाही. पण अनेक गोष्टींप्रमाणे याला अधिक आणि उण्या बाजू आहेत. ही वेगवान आणि काटेकोर खडतर अशी प्रक्रिया असली, तरी मोनोग्राफ्स ऑनलाईन प्रकाशित करणे हे आर्थिकदृष्ट्या चालत नाही. पूर्वी चर्चा केल्याप्रमाणे मोनोग्राफ्स ऑनलाइन प्रकाशित करणे हे व्यापकपणे स्वीकारले गेलेले नाही. जर्नल्स नाही, पण पुस्तके ऑनलाईन प्रकाशित होणे अजून बाल्यावस्थेत आहे; आणि ऑनलाईन मजकुराच्या गुणवत्तेबद्दल अजून पूर्वग्रह आहेत. खूप मोठा मजकूर ऑन लाईन वाचायलाही लोक उत्सुक नसतात. राइस युनिव्हर्सिटी प्रेसने स्वत:ला पूर्णपणे ऑनलाईन ॲकॅडेमिक प्रेस म्हणून पुन:प्रस्थापित केले आहे. यासारख्या धाडसांमुळे ऑनलाईन प्रकाशन आपल्या पायावर स्वतंत्रपणे अस्तित्व प्रस्थापित करेल. यामागील लोकांना फक्त इलेक्ट्रॉनिक माध्यमाद्वारे संपादन आणि निर्मितीचेच नव्हे, तर आभासी बाजारपेठ व गोदामे याद्वारे ते साहित्य प्रसारित करण्याचे फायदेही दिसले आहेत असे नाही तर ते लेखकांना या माध्यमाची पूर्ण क्षमता वापरायला प्रोत्साहित करीत आहेत. याचा अर्थ असा की ते निर्मिती करीत असलेले पांडित्यपूर्ण काम

आता कागद आणि शाईच्या बंधनातून त्यांनी मुक्त केले आहे; आणि या लेखनामध्ये आता फक्त शब्दच नाही तर अमर्यादित दृश्य स्वरूपाच्या (व्हिज्युअल) साहित्याचा अंतर्भाव करता येतो; उदा. चित्रे, काँप्युटर ग्राफिक्स, व्हिडिओ क्लिप्स, लाइव्ह इंटरनेट लिंक्स आणि सर्व प्रकारचे ऑडिओ साहित्य. गंभीर अशा पांडित्यपूर्ण ज्ञान क्षेत्रात जे गुंतले आहेत, उदा. परफॉर्मिंग आर्ट्स, आर्ट हिस्टरी, कल्चरल स्टडीज, त्यांना अशा प्रकारच्या शक्यता अमर्याद आहेत. शैक्षणिक जग या धाडसी घडामोडींची कशी पारख करत ते बघायचे पण त्यांना चांगले यश मिळो अशी कामना करायला काहीच हरकत नाही.

कोणत्या प्रकारचे पुस्तक?

तुमची पीएचडी प्रकाशित करण्याचा विचार करताना पुढचा मुद्दा आहे. कोणत्या प्रकारचे पुस्तक? तुम्ही अनेक माध्यमांमधून प्रकाशित करता येईल असे पसरट, भरपूर मोठे पुस्तक पसंत कराल की बरेच लोक करतात तसे एकाच लेखकाने लिहिलेला मोनोग्राफ प्रकाशित करणे? की दुसरा काही प्रयत्न करणार?

माझी स्वत:ची अशी भावना आहे की जर तुमचा प्रबंध 'मल्टिमिडिया वर्क' (अनेक माध्यमातून प्रकाशित करता येईल असा) म्हणून सुरू झाला नसेल तर त्याचे एका माध्यमात रूपांतर करणे हे तुमच्या करिअरच्या या टप्प्यावर अतिमहत्त्वाकांक्षी ठरेल. असा आकृतिबंध काही मर्यादित विषयांच्या क्षेत्रात योग्य ठरतो आणि त्यासाठी त्यामध्ये अति विशेष संपादकीय कौशल्ये वापरावी लागतात. आता अनेक लोकांकडे आवश्यक ते तांत्रिक कौशल्य असते, ज्यायोगे ते शैक्षणिक संशोधनात वेबलिंक्स आणि ऑडिओ आणि व्हिडिओ क्लिप्स यांची गुंफण करू शकतात. असे करून तुमच्या संशोधनातील युक्तिवादाला बळकटी देणे हे त्याला विषयापासून दूर नेण्यापेक्षा अवघड आहे.

शैक्षणिक मूल्यमापन आणि या नवीन प्रकाशन पद्धतीस मान्यता याबाबतही काही समस्या/मुद्दे आहेत. वर चर्चा केल्याप्रमाणे मजकुरावर आधारित मोनोग्राफच्या ऑनलाइन प्रकाशनाच्या बाबतीत तंत्रज्ञान काही काळापासून उपलब्ध आहे, पण या नव्या तंत्रज्ञानाचा स्वीकार हळूहळूच होतोय. अजूनही असं संशयास्पदरित्या बघितलं जातं, की ह्या तंत्रज्ञानाचा वापर करून प्रकाशनाच्या सुविधेतून जो मजकूर प्रकाशित केला जातो तो त्याच्या जोडीच्या परीक्षण प्रक्रियेची म्हणजेच पारंपरिक प्रकाशनाच्या पहारेकऱ्याची नजर चुकवू शकतो. प्रक्रियेच्या तुलनेशी किती जमवून घेतलं आहे? हे फरक आणि साम्य याची तुलना तुम्ही कशी करता? काहीही असो, शैक्षणिक प्रकाशनाचे क्षेत्र हे जितके खळबळजनक तितकेच धोकादायकही आहे. जर तुम्ही इलेक्ट्रॉनिक प्रकाशनाचा गांभीर्याने विचार करीत असाल तर तुम्हाला जागरूक राहावे लागेल. एकाच वेळेस याद्वारे तुम्हाला नव्या संधी मिळतात, तर त्याचवेळेस पारंपरिक पद्धतीने प्रकाशित होण्याइतके शैक्षणिक वजन तुमच्या कामाला मिळत नाही. हेही लक्षात घेण्यासारखे आहे की बहुतांश प्रस्थापित अध्यापक जेव्हा त्यांना विचाराल तेव्हा इलेक्ट्रॉनिक्स प्रकाशनाच्या महत्त्वाबाबत बोलतील , पण जेव्हा त्यांचे स्वत:चे लेखन प्रकाशित करण्याची वेळ येते, तेव्हा दर वेळेस ते पारंपरिक कागदी पुस्तकांचाच विचार करतील.

यामागे निःसंशय अनेक कारणे आहेत. त्यात शैक्षणिक संस्कृतीमध्ये आणि अपेक्षांमध्ये एका पिढीपेक्षाही कमी वेळात खोलवर बदल करण्यात येणाऱ्या अडचणी हेही एक कारण आहे. एक सत्य उरतेच आणि ते म्हणजे एकाच लेखकाने लिहिलेल्या प्रत्यक्ष कागदावर छापलेल्या मोनोग्राफमधून पारंपरिक शैक्षणिक प्रकाशनाचे सगळे फायदे मिळतात. त्याद्वारे तुम्ही तुमचे गुण उत्तमरित्या दर्शवू शकता. तुमच्या कल्पना निर्मितीसाठी आणि त्यांच्या अंमलबजावणीसाठी तुम्हाला कोणावर अवलंबून राहावे लागत नाही; आणि प्रबंधाचे रूपांतर तुम्ही लिहिलेल्या पुस्तकात होणे हा एक सोपा मार्ग ठरतो. त्याचेही काही तोटे आहेत जे आपण पुढील प्रकरणामध्ये पाहणार आहोत. सर्वसाधारणपणे शैक्षणिक मोनोग्राफच्या व नेमकेपणाने सांगायचे तर पीएचडी प्रबंधाच्या विपणन आणि विक्रीमध्ये येणाऱ्या खऱ्या व कल्पित अडचणी हे तोटे तर आहेतच.

पण जेव्हा आपली पीएचडी कशी प्रकाशित करावी असा विचार केला जातो तेव्हा मोनोग्राफ हा सर्वात लोकप्रिय पर्याय उरतो. पर्यायांबद्दलचा विषय पूर्ण करताना नमूद करण्याजोगा आणि काही मोजक्या उदाहरणांमध्ये लागू पडेल असा आणखी एक पर्याय आहे, आणि तो म्हणजे तुमची पीएचडी पुरवणीमध्ये रूपांतरित करणे. पुरवणीचा मजकूर हे एक असे विचित्र संकरित रूप आहे जे पाठ्यपुस्तक आणि मोनोग्राफ या दोन्हीच्या मधला प्रकार आहे. विशिष्ट पुस्तकांच्या जोडीला सर्व संकल्पना एकत्र स्पष्ट केलेला प्रकार म्हणून तो वापरता येतो. पण पुरवणीला प्रकाशनाच्या कोणत्या प्रकारात बसवावे याबाबत हे प्रकाशकांना नीट समजत नाही. पुरवणी हे पाठ्यपुस्तक नव्हे, कारण ते कोणत्याही विशिष्ट पाठ्यक्रमावर आधारलेले नसते. ते क्वचितच अत्यावश्यक म्हणून विद्यार्थ्यांकडून खरेदी केले जाते. तसेच पुरवणी हा मोनोग्राफही नव्हे कारण पुरवणीमध्ये विस्तृत विषयाचा परीघ सामावलेला असतो आणि बहुशः पुरवणी ही बांधेसूद धाटणीने लिहिलेली नसते. तर थोडी विस्कळित मोकळ्या ढाकळ्या शैलीमध्ये असते. अशा मजकुराचे एक उदाहरण म्हणजे मी जेव्हा केंब्रिज युनिव्हर्सिटी प्रेसमध्ये होते तेव्हा एक पुस्तक आम्ही प्रकाशित केले होते. हा एक गुणात्मक अभ्यास होता. कर्करोगाच्या रोग्यावर, ज्यामध्ये त्यांच्या रोगाचे पहिले निदान झाल्यापासून त्यांच्या शेवटच्या दिवसांपर्यंत पाठपुरावा केला गेला होता. हा शोध निबंध सर्वांना समजेल अशा सहज शैलीत लिहिला होता की एकदा संशोधन पद्धतीच्या मूलभूत प्रकरणात काही सुधारणा केल्या व त्याचे परीक्षण केले की तो व्यापक अर्थाने सर्व संबंधित आरोग्य व्यावसायिकांसाठी समाजशास्त्रज्ञांसाठी, मानववंशशास्त्रज्ञांसाठी तो अभ्यास मजकूर वाचलाच पाहिजे असा होता. ('पुढील वाचनासाठी' मध्ये पाहा.) एक चांगला पुरवणी मजकूर काहीही करून तडीला नेणे हे अवघड असते, पण जर तुम्ही नीट लिहिलेत आणि तुमच्या पीएचडीसाठी तुम्ही निवडलेला विषय यथासांग वापरण्याची सोय असेल, आणि त्या विषयामध्ये विविध प्रकारच्या अभ्यासकांना उपयोगी पडण्याची क्षमता असेल तर पुरवणीचा विचार करणे योग्य ठरेल.

शेवटी काय? जर तुम्ही पुस्तक प्रकाशित करण्याबाबत उत्सुक असाल आणि ज्या क्षेत्रात खरोखर नवीन आणि खळबळजनक प्रगती होत असेल त्या क्षेत्रात लिखाण आणि संशोधन करीत असाल तर तुमचे संकलित लेखन एकत्र करून ठेवण्याचा विचार करणे उचित होईल. याचे अनेक फायदे आहेत.

पहिला, एखाद्या ज्वलंत विषयाचा उपयुक्त आढावा घेणारे मजकुराचा काळजीपूर्वक आराखडा बनवलेले नीट एकसंध करून संपादित केलेले पुस्तक जर तुम्ही लिहू शकलात, तर तुम्हाला लक्षात येईल की बाजारात नेमकी याचीच कमी होती आणि दुसऱ्या एखाद्या मोनोग्राफपेक्षा हा प्रकल्प नक्कीच अधिक विक्रीयोग्य आहे. जर तुम्ही तुमच्या वरिष्ठ सहकाऱ्यांच्या गळी ही कल्पना उतरवलीत आणि तुमच्या पुस्तकावर संपादक म्हणून त्यांचे पहिले नाव असण्याबाबत त्यांचे मन वळवलेत तर तुम्हाला पुढचे अधिकतम फायदे मिळतील. तुमचे नाव एका प्रस्थापित अध्यापकाबरोबर छापील स्वरूपात जोडले जाईल. तुमच्या क्षेत्रातील इतर ख्यातनाम अध्यापकांना तुम्ही तुमच्या पुस्तकासाठी योगदान देण्यास आकर्षित करू शकाल. यामुळे तुमची गुणवत्ता वाढेल आणि नावही होईल. तुमच्या पुढच्या करिअरसाठी तुम्ही अनेक महत्त्वाचे संपर्क मिळवाल आणि शक्यता अशाही आहेत की तुमचे वरिष्ठ असलेल्या आणखी सहकाऱ्यांकडे आधीच कॉंट्रॅक्ट मिळविण्यास वापर करू शकाल. तुम्ही नशिबवान आहात आणि नीट निवड केलीत, असे जर गृहीत धरले, तर तुमच्यासह संपादकाकडून तुम्ही मुत्सद्देगिरी, सबुरी आणि कठोरपणा या गोष्टी शिकाल. सहकाऱ्यांना त्यांच्या कामावर आधारित मत देताना, किचकट प्रकल्प तडीला नेताना या गुणांची आवश्यकता असते.

संपादित पुस्तकाच्या निर्मितीबाबतच्या या उजव्या बाजू. पण तुम्ही नक्कीच आधीच अंदाज बांधला असेल की प्रत्येक सकारात्मक बाजूला नकारात्मक बाजू असते. बऱ्याच प्रकाशकांचा संपादित पुस्तकांना नन्नाचा पाढा असतो. कारणे त्यांच्या बाजूने योग्यही असतात आणि त्यांनी त्यांचे हात पोळून घेतलेले असतात. घाईघाईने एकत्र केलेले परिषदांमधील पेपर्स, वाईट दर्जाचे संपादकीय एकत्रीकरण जर्नल्सची परीक्षण पद्धती कठोरपणा न राबवता छापील लेखनासंदर्भात नाव होण्याचा झटपट व सहज मार्ग म्हणून या कामाकडे बघणारे आपमतलबी, तत्त्वहीन अध्यापक ही काही महत्त्वाची कारणे. जर ज्वलंत विषय नसेल, मजकुराची चांगली बांधणी केली नसेल आणि संपादन केलेल्या पुस्तकात चांगले नाव प्रसिद्ध असणाऱ्या लोकांनी योगदान दिले नसेल, किंवा संपादन केले नसेल तर अशा वेळखाऊ पुस्तकाची विक्री होणे अवघड असते. बहुसंख्य शैक्षणिक प्रकाशकांना हा व्यवहार मग अनाकर्षक वाटतो. पुस्तकाचा संपादक म्हणून तुम्हाला तुमच्या सहकारी संपादकांच्या आणि पुस्तकात योगदान देणाऱ्यांच्या लहरींवर अवलंबून राहावे लागते. त्यांच्याबरोबर केलेल्या करारात काम पूर्ण करून देण्याची कोणतीही तारीख असो, काहीजण उशीर करतात तर काहीजण शेवटपर्यंत काम पूर्ण करतच नाहीत. त्यामुळे जर चटकन प्रकाशित व्हायला हवे असा एका विशिष्ट काळात महत्त्वाचा आहे असा मजकूर असेल, तर हा संपादित पुस्तकाचा पर्याय यशस्वी होऊ शकत नाही. शेवटी बरेचसे सह संपादक बारीक सारीक गोष्टींचा अति काळजीपूर्वक विचार करणारे असतात. आणि जर तुमच्या कमनशिबाने तुम्हाला कामात अति गुंतलेला सहसंपादक मिळाला, तर तुमच्या प्रकल्पाला द्यायला त्याला वेळ तरी नसतो किंवा प्रकल्पासाठी कष्ट घ्यायचा त्याच्या मनाचा कल तरी नसतो. त्यांना असंही वाटू शकतं की तुमच्या प्रकल्पाला त्यांचं नाव देऊन तसेच पाठिंबा देऊन त्यांनी त्यांचं काम केलंय आणि तुम्ही त्यांचे कनिष्ठ सहकारी असल्यामुळे सगळं कष्टाचं काम तुम्ही करणं हे अगदी रास्त आहे. गोळा बेरीज काय, तर संपादकीय पुस्तक हा असा पर्याय आहे, ज्याबाबत तुम्ही सावधगिरी बाळगली पाहिजे.

नियतकालिकांमधील लेख

नियतकालिकांमध्ये प्रकाशित होऊ शकणाऱ्या काही चांगल्या लेखांमध्ये तुमच्या प्रबंधाचे रूपांतर का करावे, याची अनेक कारणे आहेत. त्यातील एक – वर दिल्याप्रमाणे पुस्तक लिहिण्याची निवड का करावी ही त्या नाण्याची उलट बाजू आहे. तुमचा प्रबंध अशा ज्ञान क्षेत्रातला असू शकतो, ज्यामध्ये जर्नलमधील लेखांना महत्त्वाचे गणले जाते व पुस्तकांना फारच कमी महत्त्वाचे मानले जाते. त्यामध्ये संख्यात्मक माहिती जास्त असते आणि मुद्यांना धरून केलेले विश्लेषण कमी. विशेष संदर्भाची गरज न लागता आपल्या पायावर स्वतंत्रपणे उभे राहणारे असे हे लेखन असू शकते. विशिष्ट काळातच लवकरात लवकर छापून यायला हवे असे हे लेखन असते. (अर्थात याबाबत रोखठोकपणे काही सांगता येत नाही.) तुम्ही उत्साही लेखक असालच असे नाही.

तुम्ही विचारात घ्यावेत असे इतरही घटक आहेत. गेल्या वीस वर्षांत सर्वच विषयांच्या जर्नल्समध्ये नाट्यमयरित्या खूप मोठी वाढ झाली. बाजारपेठेत हे इतके अंक टिकून राहतील का याबद्दल मानवविद्या व समाजशास्त्रांबाबत चिंता व्यक्त केली जात आहे. आणि विज्ञान शाखेसाठी तो एक मोठा व्यवसाय आहे. तुमच्यासाठी कळीचा मुद्दा हा की या सर्वांना लागतो 'आशय–कंटेंट'– महत्त्वाची, चांगली माहिती, ज्ञान असलेला मसुदा. अधिक पसंती असते ती उच्च गुणवत्तेला, 'पिअर रिव्ह्यूड' कंटेंटला. त्या त्या क्षेत्रातल्या जाणकार व्यक्तींनी तपासलेला पण सगळ्यांना 'कंटेंट' हवा असतो. म्हणूनच सैद्धांतिकदृष्ट्या आणि प्रत्यक्षातही तुमचा लेख प्रकाशित होणे जास्त सोपे जावे. येथे कळीचा मुद्दा हा आहे की तुम्ही तुमचा लेख 'कोठे' प्रकाशित करून द्यावा. एखाद्या कमी गुणवत्तेच्या आणि त्या विशिष्ट क्षेत्रात कोणतेही विशिष्ट स्थान नसलेल्या जर्नलमध्ये लेख छापून येण्याने तुमच्या करिअरला लाभ होण्याऐवजी हानीच पोहोचते. त्यामुळे तुमच्या क्षेत्रातील उच्च पातळीवरची जर्नल्स शोधणे, ओळखणे आणि सुरुवातीला तुमचे सारे कष्ट भोवतीच केंद्रित करणे महत्त्वाचे आहे. अशी जर्नल्स शोधणे त्यामानाने सोपे असते – जर तुम्ही आधीच त्यांच्याशी परिचित नसाल तर – इंटरनेटवर शोध घेऊन 'सायटेशन इंडायसेस'वरून तुमच्या वरिष्ठ सहकाऱ्यांशी बोलून काही विशिष्ट विषयांमध्ये (जसे की अर्थशास्त्र) काही विशिष्ट कसोट्या लावून – 'टॉप' किंवा 'बेस्ट' जर्नल्स' असे शब्द तुमच्या विषयाला जोडून टाईप करून सर्च इंजिनच्या साहाय्याने तुम्ही अनेक अधिकृत दर्जा असलेली, तितकीशी अधिकृत दर्जा नसलेली अशी जर्नल्सची यादी क्रमवारीनुसार मिळवू शकता. कमी महत्त्व असलेल्या विषयांमध्ये जरा अवघड जाऊ शकते.

तरीही सावधानतेचा इशारा सर्वसाधारण विषयांना वाहिलेली जर्नल्स (जसे *अमेरिकन इकॉनॉमिक रिव्ह्यू* किंवा *नेचर*) आणि एखाद्या विशिष्ट ज्ञानशाखेतील विशिष्ट विषयाला वाहिलेली जर्नल्स यातील फरक तुम्हाला ओळखता यायला हवा. सर्वसाधारण विषयाला वाहिलेल्या जर्नल्समध्ये तुमचा लेख छापून येणे खरेच खूप अवघड असते. मग तुम्ही अगदी प्रस्थापित शिक्षणतज्ज्ञ असाल आणि पुस्तक लेख प्रकाशनाचा तुमचा पूर्वेतिहास कितीही चांगला असो. पहिल्याच फटक्यात वा प्रयत्नात दुसऱ्या प्रकारच्या जर्नल्समध्ये लेख छापून येणेही अवघड असते, पण अशक्य नव्हे. संदर्भ म्हणून जरी

'सायटेशन' त्यांचे महत्त्व उच्च पातळीचे गणले जाण्याइतके वरच्या दर्जाचे नसले, तरी तुमच्या सी.व्ही. मध्ये उल्लेख होण्याच्या दृष्टीने ठीकच म्हणायचे. वेगळ्या शब्दांत सांगायचे म्हणजे, तुम्ही उच्च ध्येय ठेवा पण वास्तवाचे भान ठेवा. तुमचे विभाग प्रमुख ज्या जर्नलमध्ये त्यांचा लेख छापून यावा म्हणून अजून धडपडताहेत, त्या जर्नलसाठी तुम्ही धडपडत बसण्यात काही अर्थ नाही. याबरोबरच तुम्ही हे लक्षात ठेवले पाहिजे की बरेच लेख सुरुवातीला एका जर्नलकडून नाकारले जातात, पण दुसऱ्या जर्नलकडून स्वीकारले जातात. बरेचसे लेख अव्हेरले जातात, याची मुख्य कारणे म्हणजे ते मूलतःच बिनकामाचे असतात किंवा बरे नसतात ही नव्हेत, तर ते लेख त्या विशिष्ट जर्नलच्या फक्त शैलीत किंवा त्यांना रस असलेल्या विषयात किंवा त्यांच्या केंद्रित विषयात यामध्ये नेमके बसू शकत नाहीत इतकेच असू शकते. जर तुम्हाला तुमचा लेख गुणवत्तेच्या कोणत्या निकषांवर नाकारला गेला आहे हे स्पष्टपणे सांगितले गेले नसेल, तर तुम्ही लगेच तुमच्या यादीतील पुढील जर्नलसाठी प्रयत्न करायला हवा. (हे मात्र लक्षात घ्यायला हवे की एकाच वेळेला जर तोच लेख जर एकापेक्षा जास्त जर्नल्सकडे पाठवला असेल, तर बहुतेक सारी जर्नल्स त्या लेखाचा विचार करणार नाहीत.)

तुम्हाला हेही माहीत हवे की सुरुवातीला लेख नाकारले जातात, परंतु लेखकाला 'री सबमिट ऑन कंडिशन्स' किंवा 'रिव्हाइज आणि री–सबमिट' करायला सांगितले जाते, ज्यायोगे काही सुधारणा करून पुन्हा पाठवता येते. याचा अर्थ प्रत्येक जर्नलच्या बाबतीत वेगवेगळाही असतो. काही जर्नल्सच्या बाबतीत काही अटी पाळल्या, तर लेख त्यांच्या तोलामोलाचा होऊन स्वीकारार्ह होतो. इतर काही जर्नल्सच्या बाबतीत तुम्ही जास्त काम करून त्यांनी सांगितलेले फेरफार करून पुन्हा लेख पाठवला तरी तो परत येणार नाही याची खात्री देता येत नाही. दुर्दैवाने अशा परिस्थितीत तुम्ही फार काही करू शकत नाही. शांतपणे त्यांचा निर्णय तुम्हाला स्वीकारावा लागतो. जर तुम्ही परीक्षक किंवा संपादक यांच्या निर्णयाला आह्वान देण्याचा प्रयत्न केलात, तर तुम्ही त्यांचे मन बदलण्याची शक्यता तर नसतेच, पण तुम्ही तुमच्यासाठी एकाच वेळेस अनेक प्रभावशाली शत्रू निर्माण करता. अशाच वेळेस जेव्हा तुम्हाला खरेतर मित्र जोडायचे असतात. या 'सबमिशन' प्रक्रियेबद्दल तुम्हाला मार्गदर्शन करणारी अनेक उत्तम पुस्तके आहेत. त्यातील काही या पुस्तकाच्या शेवटी 'पुढील वाचनासाठी' या विभागात दिली आहेत. येथे महत्त्वाचा मुद्दा असा आहे की तुम्ही सरळसोट प्रयत्नात यशस्वी झाला नाहीत, तर नाउमेद होऊ नका. 'तुमच्या पीएचडीचे प्रकाशन' या विषयावरील एका सत्राला मी नुकतीच उपस्थिती लावली. आपल्या क्षेत्रातील एका अग्रगण्य जर्नलच्या आता संपादक असलेल्या एका प्रोफेसर बाईंनी त्यांचा प्रबंधावर आधारित लेख छापण्याच्या संदर्भातील आठवणीतील एक अनुभव भावुक होऊन सांगितला. ज्या पहिल्या जर्नलला त्यांनी लेख पाठवला, तेथून तो नाकारला गेला. त्यामुळे त्या इतक्या नाउमेद झाल्या, की त्यांना आत्ता जरी वाटत असले की त्यांनी केलेल्या कामात खरोखरच काही स्वतंत्र मूलभूत काम आहे, तरी त्यांनी पुन्हा तो लेख प्रकाशित करण्याचा प्रयत्न केला नाही. त्यांनी अत्यंत कळकळीने विद्यार्थ्यांना सांगितले की जरी तुम्हाला पहिल्यांदा नकाराला सामोरे जावे लागले तरी तुम्ही प्रयत्न सोडू नका. त्यांनी अत्यंत दुःख व्यक्त केले की, त्यांना असा सल्ला देणारे त्यांच्या स्वतःच्या शैक्षणिक कारकिर्दीच्या सुरुवातीला कोणीही नव्हते.

जर्नल मधील 'लेख की पुस्तके' याबाबत निर्णय घेताना तुम्ही विचारात घ्यायला पाहिजे असा आणखी एक घटक म्हणजे प्रसारण. या पुस्तकात इतरत्र आपण चर्चा करणार आहोत, त्याप्रमाणे, जर तुम्ही नशिबवान असाल तर सर्वसाधारणपणे एका शैक्षणिक मोनोग्राफच्या त्याच्या संपूर्ण आयुष्यभरात ५०० ते ६०० प्रती खपतात. यातील बरीचशी विक्री ही संस्थांना किंवा ग्रंथालयांना प्रती विकून केलेली असते. म्हणजेच नशिबाने एकापेक्षा अधिक लोक तो वाचतील पण निदान तो मर्यादित वाचकांपर्यंत पोहोचेल तरी. अशा प्रकारच्या लेखनाला खूप मोठा वाचकवर्ग नसतो हे जरी मान्य केले, तरी समाजातील सर्वसामान्य मोठ्या नियतकालिकाचे (जर्नलचे) २ ते ३ हजार वर्गणीदार असतात आणि छोटी जर्नल्स ही त्या त्या विषयात रस असणाऱ्या संस्थांच्या गटांकडून घेतली जातात. त्यामुळे तुमचा हा लेख ज्यांनी तो वाचायची शक्यता असते आणि काहींनी तो वाचण्याची शक्यता नसते अशा सर्वांसाठी तो इलेक्ट्रॉनिक किवा कागदरूपात उपलब्ध होतो.

इथे आपण आपल्या मूळ मुद्याकडे येतो. मध्यम प्रतवारीच्या जर्नल्समधील दोन–चार लेख तुम्हाला उच्च दर्जाच्या आणि ५०० पेक्षा जास्त खप नसलेल्या, पण उच्च प्रतीच्या मोनोग्राफपेक्षा करिअरमध्ये जास्त साहाय्यभूत होतील का? अजून गुंतागुंतीने सांगायचे तर जर्नलमधील लेखही व्हावेत आणि पुस्तकही? दोन्ही दगडांवर पाय ठेवावेत का? तुमच्या प्रबंधाचा मूळ स्त्रोत त्यात पाणी घालून पातळ करून वाढवणे ही चांगली कल्पना नाही. त्यापेक्षा (माझ्या मते) त्यातूनच एक किंवा दोन लेख तयार करणे जास्त स्वीकारार्ह आहे. आपण आठव्या प्रकरणात पाहाणारच आहोत, त्याप्रमाणे लेखांमुळे एकाच वेळेस दोन कार्यभाग साधता येतात. तुमच्या लेखनाच्या प्रकाशनाच्या यादीत भर आणि त्याचेळेस तुमच्या पुढच्या पुस्तकांची जाहिरात होऊन तुमचे व्यक्तिमत्त्व उठून दिसते. तुमच्या लेखनाचे तुकडे करणे, ते तासणे हे शहाणपणाचे नाही. जसं मला एकदा एकाने त्याच्या प्रबंधावर आधारित पुस्तकांसाठीचा प्रस्ताव पाठवला. त्यातील चार प्रकरणे आधीच जर्नलमधील लेखांच्या स्वरूपात प्रसिद्ध झाली होती. एक संपादक म्हणून फक्त काही परवानग्या मिळण्यासाठी केलेली किटकिट सोडून ते पुस्तक छापण्यात मला काहीच प्रलोभने दिसत नव्हती. बाकी सारे लेखन आधीच प्रकाशित झालेले होते आणि म्हणून या पुस्तकाद्वारे साहित्य विश्वात कोणतेच योगदान होणार नव्हते. कोणी पुस्तक विकत घ्यावे यासाठीही काही प्रलोभन नव्हते. कारण ते लेखन आधीच इतरत्र उपलब्ध होते. त्यामुळे लेख आणि पुस्तक दोन्हीही होऊ शकते पण तुम्हाला ते दोन्ही प्रकार काळजीपूर्वक हाताळायला हवेत. नाहीतर एक लेखन दुसऱ्या लेखनाच्या मुळावर येऊ शकते.

सरतेशेवटी, या प्रकरणाने उपस्थित केलेला प्रश्न पुस्तक प्रकाशित करावे की लेख? की दोन्हीही? आणि याचे एक नेमके उत्तर देता येणे शक्य नाही. तुमचा निर्णय होण्यासाठी तुम्हाला ज्या कळीच्या मुद्यांचा विचार करावा लागेल ते मुद्दे आपण उलगडून बघितले – तुमच्या प्रबंधाचे स्वरूप, बाजारपेठेतील प्रकाशनाचा वेग, प्रस्तुतीकरण, तुमची स्वतःची लेखन कौशल्ये – पण कितीही शास्त्रीयदृष्ट्या आणि पद्धतशीर विचार करण्याचा एखाद्याने प्रयत्न केला, तरी अशी उदाहरणे असतातच जी मार्गदर्शक तत्त्वांच्या आणि नियमांच्या विरुद्ध अगदी उलट असतात.

एका पीएचडी विद्यार्थ्याचे मी नुकतेच ऐकलेले उदाहरण. त्याने आपल्या 'डॉक्टरेट' संशोधनाचे फलित ना पुस्तक रूपात प्रकाशित केले ना शैक्षणिक नियतकालिकांमधील लेख स्वरूपात. त्याने ते प्रकाशित केले जगातील सर्वात ख्यातनाम 'सायन्स जर्नल'मध्ये.

> मानसशास्त्रातील पीएचडी करण्यासाठी मला जेव्हा मान्यता मिळाली तेव्हा त्या संशोधनाबद्दल मला थोडी कल्पना होती, पण ज्या विभागाकडे मी गेलो तिथे त्यासाठी संशोधनाची सोय उपलब्ध नव्हती. मग मी असे काही केले ज्यासाठी तेथे सोय उपलब्ध होती. माझे प्रयोग खूप छान होत गेले. आणि मग मी स्वत:शी विचार करू लागलो की याचं करायचं काय? दुसरं काही योग्य असं सुचलं नाही म्हणून मी ब्रिटनच्या आघाडीच्या सायन्स जर्नलला – 'नेचर'ला पत्र लिहिलं. फिजिक्स किंवा बायोकेमिस्ट्रीसारख्या खऱ्याखुऱ्या शास्त्र विषयांवर माझे प्रयोग नव्हते. ते होते मानसशास्त्रामध्ये. पण जेव्हा माझा लेख स्वीकारला गेला तेव्हा मी खरेच आश्चर्यचकित झालो. मग मी त्या जर्नलमध्ये अधिक रस घेतला. तेव्हा माझ्या लक्षात आले की, त्यामध्ये विविध क्षेत्रातील ताज्या संशोधनावर आधारित वृत्तांत प्रकाशित होतात. मग मी त्या जर्नलच्या संपादकांना पुन्हा लिहिले की त्यांच्यासाठी मी 'एक्सपरिमेंटल सायकॉलॉजी कॉरस्पांडंट (बातमीदार) म्हणून काम करणे त्यांना आवडेल का? ज्यायोगे मी त्याच्यासाठी या क्षेत्रातील चांगल्या रंजक संशोधनांचा शोध घेऊन त्यांचे वृत्तांत त्यांना देईन. आश्चर्य म्हणजे ते पुन्हा 'हो' म्हणाले. मग मी काही काळ ते काम केले. पुढे मी जेव्हा संशोधन करणाऱ्या विद्यार्थ्यांचा मार्गदर्शक झालो तेव्हा मला असे कळले की त्यांना संशोधनाची पीएचडी पूर्ण करण्याची जी थिअरी, जो सिद्धांत, सांगितला जाई, तो म्हणजे : आधी संशोधन करा, मग ते लिहून काढा, मग थोडा श्वास घ्या, (वेळ घ्या) मग नोकरीसाठी अर्ज करा. मी त्यांना अधिक चांगला सिद्धांत सांगितला की आधी संशोधन करा, मग ते प्रकाशित करा, मग तुमच्या काही प्रकाशित संशोधनामुळे तुम्हाला नोकरी मिळणे सोपे जाईल आणि मग पीएचडी प्रबंध लिहिणेही सोपे जाईल. प्रबंध लिहिण्याचा जो भीतीदायक टप्पा असतो त्यात वेळकाढूपणा करावा लागणार नाही तसेच श्वास घेण्यासाठी वेळ काढावा लागणार नाही. जेव्हा मला लेखन करण्याची कल्पना सुचली, तेव्हा मला माझे पहिले पुस्तक लिहिणे सोपे झाले. खरं सांगायचं तर माझ्यासाठी हे खूप आनंददायी होते.

मला खात्री आहे की, एक ख्यातकीर्त असे 'कॉग्निटिव्ह न्यूरोसायंटिस्ट' आणि लेखक असलेले प्रोफेसर कीथ ओटले, ज्यांचा हा अनुभव होता, ते हे मान्य करतील की प्रकाशन करण्याचा हा एक नेहमीपेक्षा वेगळा आणि असाधारण मार्ग होता. त्या काळामध्ये 'नेचर'ला लिहिलेलं पत्र हा एक अगदी छोटेखानी लेख होता जो चटकन प्रकाशित झाला, तो अनुभवावर प्रयोगावर आधारित होता. सध्याच्या

काळात याचं स्वरूप थोडं वेगळं असेल; नवीन जर्नलमध्ये प्रकाशित करण्याचा प्रयत्न करावा लागेल किंवा पुस्तक परीक्षणाच्या स्वरूपात द्यावा लागेल. नेहमी म्हणतात त्याप्रमाणे 'करून बघायला काय हरकत आहे' नकार मिळायची शक्यता गृहीत धरून त्याची तयारी ठेवायची आणि प्रत्येक शक्यता आजमावून बघायची. ते अजून एक रंजक टिप्पणी करतात. की तुम्ही जेव्हा नोकरीच्या शोधात असता तेव्हा तुमच्या सी.व्ही.मध्ये जर्नल लेख लिहिल्याचे महत्त्व म्हणून किंवा संपूर्ण प्रबंध लिहिण्याचा सराव म्हणून रंगीत तालीम म्हणून जर्नलमधील लेखाचा विचार आवश्यक ठरतो. तुमच्या प्रबंधावर आधारित लेख किंवा पुस्तक प्रकाशित झाल्यामुळे त्याचा तुमच्या पुढच्या करियरवर खूप महत्त्वाचा परिणाम होईल याची नक्कीच खात्री देता येत नाही, पण त्यापासून नुकसानही काही नाही ना! पण जेव्हा ज्युनिअर लेक्चररशिपसाठी किंवा रिसर्च फेलोशिपसाठी दोन समान हुशारीचे उमेदवार समोरासमोर असतील तेव्हा ज्याचा लेख आधीच छापून आलाय किंवा त्यासंबंधी ज्याचा करार झालाय, त्याचे पारडे जड होणार यात शंका नाही. एक गोष्ट मात्र पूर्णपणे निःसंशयरित्या सांगता येईल की गुणवत्ता महत्त्वाची. सरतेशेवटी तुम्ही ज्या लेखनाची निर्मिती करता आणि ज्या माध्यमाद्वारे प्रकाशित करता, त्या दोन्हीची गुणवत्ता महत्त्वाची.

सारांश :

- **शैक्षणिक क्षेत्रात करिअर करण्याबद्दल तुम्ही कटिबद्ध असण्याबाबत तुमचे विचार स्पष्ट आहेत का? जर नसाल, तर तुमचा प्रबंध प्रकाशित करण्याच्या विचारांचा काही उपयोग नाही.**
- **इतर कोणी तुमचा प्रबंध विकत घेऊन वाचण्याची शक्यता आहे का, यावर वस्तुनिष्ठपणे विचार करा. तो कितीही चांगला असला तरी तो एखाद्या क्षेत्रातील अति विशेष विषयावर असेल तर त्याला खरी बाजारपेठ उपलब्ध होणे अवघड आहे.**
- **तुम्हाला उपलब्ध असलेल्या सर्व पर्यायांचा नक्कीच विचार करा. कोणत्या प्रकारात तुमचा प्रबंध त्यावर थोडे काम करून बसवता येईल? संशोधन पुस्तिका किंवा पुस्तक (मोनोग्राफ)? की ऑनलाइन प्रकाशन, की एखाद्या संपादित पुस्तकाचा एक भाग, की चांगल्या जर्नल्समधील एक दोन लेख.**
- **हे ही विचारात घ्या की, तुमचे लेखन किती वेगात प्रकाशित करणे आवश्यक आहे? (जास्त काळ लागला, तर कालबाह्य तर होणार नाही?) आणि ते सैद्धांतिक आहे की अनुभवावर आणि प्रयोगावर आधारित आहे?**
- **पर्यायांचा विचार करताना याबाबतही जागरूक राहा की वेगवेगळ्या जर्नल्सची प्रतवारी काय आहे. तुमचे विविध सहकारी संघ (शैक्षणिक हितासाठी स्थापन झालेले) तसेच 'सायटेशन टेबल्स' यांचाही सल्ला व आधार घ्या.**
- **जरी तुम्ही एक 'अध्यापक' म्हणून कारकीर्द करण्याचे ठरविले असेल, तरीही तुमचा प्रबंध प्रकाशित करणे ही सर्वोत्तम गोष्ट आहे असे गृहीत धरू नका.**

- 'बाजारातील गती' या एकाच निकषावर पुस्तकाऐवजी लेख प्रकाशित करण्याचा पर्याय निवडू नका. पुस्तकांचे वेगवेगळे प्रकाशक आणि विविध जर्नल्स यांच्या प्रकाशनांच्या वेगांमध्ये खूप तफावत असते. निर्णय घेण्यापूर्वी हे सारे तपासून पाहा.
- 'ख्यातनाम जर्नल्सकडे लेख पाठवण्यात काही अर्थ नाही' अशी समजूत करून घेऊ नका. वास्तववादी राहा.
- पहिल्याच प्रयत्नात यश मिळाले नाही, तर नाउमेद होऊ नका. प्रयत्न करीत राहा.
- 'गुणवत्ता म्हणजेच सर्व काही' हे विसरू नका. मिळालेल्या पहिल्याच संधीवर उडी घेऊन, घाईघाईने प्रकाशित करण्यापेक्षा काही अधिक महिने नामवंत जर्नलकडून आणि पुस्तक प्रकाशकाकडून तुमचे लेख किंवा पुस्तक प्रस्ताव स्वीकारले जाण्यासाठी थांबणे नक्कीच उपयुक्त ठरेल.

३

तुमच्या पीएचडीची सुधारित आवृत्ती बनविणे

कोणतीही पीएचडी एखाद्या पुस्तकापेक्षा किंवा जर्नलपेक्षा अगदी वेगळे विशिष्ट कार्य करते. त्यामुळे त्याची निराळी घडण/रचना केलेली असते आणि त्या लेखनाचा सूर आणि हाताळणी, तुम्ही जर्नल किंवा पुस्तकात लिहिता त्यापेक्षा वेगळी असते. हे प्रकरण तुम्हाला तुमच्या पीएचडीची सुधारित आवृत्ती बनविण्याबाबत सर्वसाधारण सल्ला देऊ करते आणि तुम्ही लेख अथवा पुस्तकाचा पर्याय निवडला तरी तुम्हाला ज्या सर्वसाधारण समस्या व बाबींचा परामर्श घ्यावा लागेल, त्यावर प्रकाश टाकते. अर्थात, या आणि पुढच्या प्रकरणांचा झोत हा पुस्तक प्रकाशनावर आहे. यामध्ये एखाद्याने आपल्या प्रबंधाची एका पुस्तकात कमी पुनर्रचना करावी याबाबत तसेच विषय-आशय (कंटेंट) आणि शैली याबाबतचे मूलभूत मार्गदर्शन आहे.

तुम्ही साहित्य/वाङ्मय विषयाचे विद्यार्थी नसाल तर अशी शक्यता आहे की तुम्ही तुमच्या आजतागायतच्या शैक्षणिक कारकिर्दीत फारच थोडा वेळ लेखनाची वर्गवारी व शैली यावर विचार करण्यात घालवला असेल. तुम्ही बहुधा नेमके आणि स्पष्ट लिहिण्याचा प्रयत्न केला असेल आणि संदर्भ आणि टिपणे कशी मांडावीत हे शिकला असाल, पण तुम्ही जे लिहिता त्याच्या वर्गवारीबाबत आणि आकृतिबंधाबाबत जागरूकतेने कधी विचार केला नसेल. खरे पाहता विशिष्ट वाचकांसाठी लिहिल्या जाणाऱ्या इतर कोणत्याही लेखन प्रकाराप्रमाणे शैक्षणिक लेखन हा एक आपला आपला स्वतंत्र लेखन प्रकार आहे आणि लेखक आणि वाचक अशा दोघांच्या या लेखनाकडून विशिष्ट अपेक्षा आहेत. जरी शैलीतील महत्त्वपूर्ण फरकांमुळे साम्य धूसर होत असले तरी सर्व विद्याशाखांचे लेखन शैक्षणिक लिखाण प्रकाराच्या ज्या मूलभूत मर्यादा आहेत त्यानुसारच होते.

काही महिन्यांपूर्वी मी एका आंतरविद्याशाखीय समाजशास्त्र परिषदेला हजेरी लावली तेव्हा हा मुद्दा मला स्पष्टपणे जाणवला. एका अर्थशास्त्रज्ञाच्या शेजारी बसून मी एका समाजशास्त्रज्ञाच्या शैक्षणिक निबंधाचे वाचन ऐकत होते. समाजशास्त्रज्ञांबरोबर अनेक वर्षे काम केल्यामुळे त्यांचे सादरीकरण हा स्पष्टतेचा एक नमुना होता. त्यामध्ये सनसनाटी नवी निरीक्षणे होती. त्यांचे बोलणे संपता संपता शेजारी बसलेले अर्थशास्त्रज्ञ माझ्याकडे वळून निराशेने उद्गारले, 'पण ते काहीच बोलले नाहीत.' प्रत्येक

विद्याशाखेच्या मर्यादा जरी लक्षात घेतल्या आणि मतामतांमध्ये फरक पडतो, हे जरी गृहीत धरले तरी नुकत्याच ऐकलेल्या व्याख्यानात त्या अर्थशास्त्रज्ञाला रुची वाटेल असे काहीच आढळले नाही. याचे कारण म्हणजे त्या अर्थशास्त्रज्ञाला ज्या प्रकारच्या व्याख्यानाची सवय होती, त्यापेक्षा या व्याख्यानाची (निबंधाची) चौकट वेगळी होती. जरी त्या निबंधात काही आकडेवारी होती, काही आलेख, काही परस्परसंबंध होते, तरी त्या निबंधात प्रोत्साहित करणारी, परिणाम करणारी कोणतीही गोष्ट नव्हती. तो अर्थशास्त्रज्ञ हे नाकारत नव्हता, की तो निबंध हे एक शैक्षणिक काम आहे, (जरी त्याला त्या निबंधाच्या महत्त्वाबद्दल शंका होती) पण तो समाजशास्त्रज्ञ आणि अर्थशास्त्रज्ञ आपल्या अभ्यासाची, निबंधाची शैली आणि मांडणी ज्या पद्धतीने करतात आणि आपल्या आपल्या विद्याशाखेत आणि इतरांसमोर मांडतात, त्यातील फरकाबद्दल बोलत होता. मला हे इथे स्पष्ट करायला हवे की मला असे सुचवायचे नाहीये. समाजशास्त्र आणि अर्थशास्त्र या विद्याशाखांमध्ये फक्त आपले काम मांडण्याच्या शैलीमध्ये फरक आहे. उलट अशा शैलीतील फरकामुळे सध्याच्या संशोधन कार्यपद्धती आणि सैद्धांतिक मांडणी यातील फरक अधिक ठळक व मोठा होतो, ज्यामुळे दोन विद्याशाखांचा एकाच विषयावर अभ्यास चालू असला तरी त्यांना एकमेकांशी संवाद साधणे अवघड जाते. अशा अनेक क्षेत्रात, जेथे आंतरविद्याशाखीय काम करण्याचा प्रयत्न चालू असतो, तेथे हे खरे आहे हे जाणवते. तुमच्या पीएचडीत जर आंतर–विद्याशाखीय अथवा बहुविद्याशाखीय सैद्धांतिक अथवा संशोधन कार्यपद्धतीचा अंतर्भूत दृष्टीकोन असेल तर तुम्हाला याबाबत विशेष जागरूक असायला हवे. सामान्यत: तुम्ही फक्त विद्याशाखांच्या संशोधन करण्याच्या शैली आणि मांडणीबाबतच जागरूक असणे महत्त्वाचे आहे असे नाही, तर शैक्षणिक लेखनाच्या विविध प्रकारांबाबतही जागरूक असायला हवे.

शैक्षणिक लेखनाच्या विविध प्रकारांमधील फरक

तर मग हे विविध उपप्रकार कोणते आहेत? अति सोपे करून सांगण्याचा दोष पत्करूनही मी या पुस्तकासाठी शैक्षणिक लेखनाच्या एकूण ५ प्रकारांमध्ये लक्षणानुसार वर्गवारी करते. पीएचडी प्रबंध, शैक्षणिक जर्नल मधील (नियतकालिकांतील) लेख, शैक्षणिक मोनोग्राफ (संशोधनावर आधारित पुस्तिका/पुस्तक) (इलेक्ट्रॉनिक व छापील, दोन्ही) पाठ्यपुस्तक आणि शैक्षणिक पुस्तक जे सर्वसाधारण अथवा व्यापाराच्या दृष्टीने बाजारात येते. विशिष्ट वाचक डोळ्यासमोर ठेवून, विशिष्ट अपेक्षा ध्यानात घेऊन (शैक्षणिक वा सायन्स फिक्शन, विज्ञानकथांचे वाचक) मी शैक्षणिक लेखनाच्या प्रकारांची माझी–माझी वर्गवारी केली आहे. त्यावरून मी म्हणेन की प्रत्येक उपप्रकाराची अगदी विशेष गटासाठी (वाचकांसाठी) रचना केलेली असते/आराखडा बनवलेला असतो आणि त्या त्या प्रकाराकडून तशा तशा विशिष्ट अपेक्षा असतात.

पीएचडी प्रबंधाचे एक असामान्य वैशिष्ट्य असते आणि ते म्हणजे तो अगदी छोट्या प्रमाणातील आणि विखुरलेल्या लोकांसाठी लिहिलेला असतो, त्यांना त्या सर्वसाधारण विषयाबद्दल लेखकापेक्षा

कदाचित जास्त माहिती असते आणि हो, विसरलाच तर त्याची खैर नाही. कोणताही डॉक्टरल विद्यार्थी हे विसरत नाही! लेखक आपला प्रबंध आपले संशोधन पुढे मांडतो आणि मग त्याचवेळेस त्या संबंधीचे साहित्याचे त्याचे ज्ञान पुढे आणतो आणि वापरलेली संशोधन कार्यपद्धती (प्रयोगांवर/निरीक्षणांवर आधारित, सैद्धांतिक अथवा दोन्ही) विशद करून सांगतो. म्हणजेच मुख्यत्वे पीएचडी प्रबंध हा बचावात्मक दस्तऐवज आहे आणि त्याचवेळेस संशोधन व संशोधन पद्धती दर्शविणारा प्रकार आहे.

जर्नलमधील लेख अशा लोकांद्वारे लिहिला जातो, जे एखाद्या अत्यंत असाधारण विषयवार खूप जाणून असतात. जर्नलमधील लेख अशा वाचकांसाठी असतात. ज्यांनाही त्या विषयाबाबत खूप माहिती आहे. प्रबंध आणि जर्नलमधील लेख यात या दृष्टीने फार मोठा फरक नाही, की लेखांचीसुद्धा विशिष्ट रचना असते. विषयासंबंधीच्या वाङ्मयासाठी आणि संशोधन कार्यपद्धतीसाठी विभाग असतात. आणि नवीन फलिते किंवा सिद्धांत मांडले जात असतील, तर लेखही बचावात्मक पद्धतीचे लिहिले जातात. प्रबंधापेक्षा वेगळेपण असं की वाचक आणि लेखक हे दोघेही तेवढेच जाणकार असतात, ज्यामुळे ज्ञानाची देवाणघेवाण गृहीत धरता येते. लेखाची धाटणी ही थोडक्यात मांडणारी असते. मुद्देसूद असते आणि स्वत:ला प्रसिद्धी मिळावी म्हणून विद्वत्ता व शाब्दिक चातुर्य प्रदर्शनाची परवानगी नसते.

शैक्षणिक मोनोग्राफचे स्वरूप खूप वेगळ्या प्रकारचे असते. जरी त्यामध्ये बरेचदा साहित्यासंबंधित संदर्भ असले आणि वापरलेल्या संशोधन पद्धती उलगडून सांगितल्या गेल्या तरी, या दोन्हीसाठी विशिष्ट असे वेगळे विभाग, प्रकरणे असण्याची शक्यता नसते. त्याऐवजी या गोष्टी वर्णनात्मक आकृतिबंधात एकत्र करून मांडल्या जातात. विशिष्ट मुद्दा सिद्ध करण्यावर किंवा संशोधन परिणाम स्वतंत्रपणे मांडण्यावर भर नसतो. भर असतो तो विविध कल्पना व विविध गर्भित परिणाम यांचा संपूर्ण अभ्यासासाठी शोध घेणे–मोनोग्राफ्स हे बऱ्यापैकी तांत्रिक, शैक्षणिक शैलीने लिहिले जातात, पण असे अनेक अपवाद आहेत, जेथे मोनोग्राफ्स अधिक जिवंत शैलीत लिहिले गेलेत आणि त्यामुळेच अधिक बऱ्यापैकी विकले गेलेत. शैक्षणिक क्षेत्रातील लोक, जे ताज्या नवीन कल्पनांचे भुकेले असतात. ते त्या कल्पना मांडण्याच्या बाबतीत उदासीन नसतात. मोनोग्राफ जितक्या सहजतापूर्ण शैलीत लिहिला जाईल तितका तो विद्यार्थी, संशोधक आणि अन्य संशोधकांची बाजारपेठ काबीज करेल. जर्नलमधील लेखांप्रमाणेच शैक्षणिक मोनोग्राफचा लेखक संभाव्य वाचकांची ज्ञानाची विशिष्ट पातळी गृहीत धरू शकतो परंतु विशिष्ट क्षेत्रात विशेष ज्ञानाची तीच पातळी गृहीत धरू शकत नाही.

पाठ्यपुस्तक (टेक्स्ट बुक) त्याच्या अध्यापनशास्त्राच्या गुणामुळे (दुसऱ्याला शिकवण्याच्या शैलीतील गुणधर्मामुळे) असे गृहीत धरते की लेखकाला वाचकापेक्षा जास्त माहिती आहे. पाठ्यपुस्तक लिहिण्याची आदर्शवत शैली म्हणजे स्पष्ट, मोजके/नेमके लेखन आणि अलंकार विरहित भाषेचा वापर. या लेखनाची धाटणी ही कोणता विशिष्ट विषय शिकवायचा आहे यासारख्या बाह्य घटकावर ठरते, जे साहित्य लिहायचे आहे त्याच्या अंतर्भूत तर्कशास्त्रावर नाही. प्रकरणांची रूपरेषा, प्रकरणांचा सारांश, चौकटी, व्याख्या, शब्दकोश, पुढील वाचनासाठी इ. पाठ्यपुस्तकातील नेहमीच्या वापरातील वैशिष्ट्यांमुळे पुस्तकाच्या बांधणी व रचनेवर परिणाम होतो आणि त्यामुळे ते एक सहजपणे ओळखू येणारा उपप्रकार होते.

शेवटी शैक्षणिक पुस्तके सामान्य बाजारपेठेत येणे हे एक वाढते पण परिचित दृश्य दिसते. शैक्षणिक लिखाणाच्या इतर प्रकारांपेक्षा प्रगती लेखनामुळे व यशस्वी लेखकांच्या नावामुळे कीर्ती संपादन करते. पण तरीही शैली/धाटणी रचना/मांडणी आणि विषय (कंटेंट) याबाबतीची वैशिष्ट्ये सांगणे अवघड जाते. स्टीफन हॉकिंग्जच्या *'अ ब्रीफ हिस्टरी ऑफ टाइम, ऑलिव्हर सॅशच्या 'द मॅन हू मिसटूक हिज वाइफ फॉर अ हॅट'* आणि स्टीव्हन लिव्हिट आणि स्टीफन डबनर यांच्या ग्रीकॉनॉमिक्स यामध्ये फारच थोडे साम्य आहे. हे लेखन वेगवेगळ्या विषयांवर (ॲस्ट्रोफिजिक्स, क्लिनिकल सायकॉलॉजी आणि इकॉनॉमिक्स) होते. त्यांची वाचनीयता अनाकलनीयपासून ते पत्रकारितेपर्यंत आहे, रचना वेगळ्या प्रकारे केली आहे, आणि तीनही उदाहरणांत ही पुस्तके किती यशस्वी होतील याचा प्रकाशनपूर्व अंदाज बांधणे कठीण. या लक्षणीय पुस्तकांबाबत समान आढळणारी एक गोष्ट म्हणजे या पुस्तकांनी त्यांच्या त्यांच्या विषयक्षेत्रातच नव्हे, तर सर्वसामान्य जनतेच्या कल्पनाशक्तींवर आपला प्रभाव टाकला.

तुमच्या प्रबंधाशी मिळतीजुळती शैली आणि वर्गवारी : साम्य व फरक ओळखणे

ढोबळमानाने विशद केलेल्या वरील मार्गदर्शक मुद्यांचा वापर करून तुम्ही आता तुमच्या प्रबंधाचे विश्लेषण सुरू करू शकता, तुमच्या प्रबंधाशी कोणते विशिष्ट गुणधर्म मिळतेजुळते आहेत आणि कोणते गुणधर्म सामायिक आहेत ते ओळखू शकता. एक कागद घेऊन त्याचे तीन रकाने (कॉलम) पाडून तुम्हाला हे करणे कदाचित सोपे जाईल. तिसरा रकाना कशासाठी आहे, हे मी तुम्हाला एका मिनिटात सांगते, पण सध्या तुम्ही एका रकान्यावर 'असामान्य वैशिष्ट्ये' (युनिक फीचर्स) आणि पुढच्या (दुसऱ्या) रकान्यावर वर्गाचे (प्रकाराचे) वैशिष्ट्य (फीचर ऑफ द जेनर) असे लिहा. वर्गाचे/प्रकाराचे वैशिष्ट्यांनी सुरुवात करणे सोपे जाईल. त्यात बहुधा पुढील मुद्दे येतील.

- संशोधन कार्यपद्धतीवर प्रकरण
- वाङ्मयाचे (साहित्याचे) परीक्षण/आढावा
- बचावात्मक – विशिष्ट सिद्धांत सिद्ध करावा लागणे
- विशिष्ट (असाधारण) वाचक
- औपचारिक रचना

तुमच्या प्रबंधासंदर्भात 'असामान्य वैशिष्ट्ये' मध्ये कदाचित हे मुद्दे येतील.

- मूलभूत संशोधन
- सैद्धांतिक प्रतिमा/प्रतिकृति (मॉडेल) विकसित केले
- a चा x शी प्रथमच दुवा साधला

- y समस्येसाठी x पद्धतीचे उपयोजन केले
- y चा पहिला तपास z काळापर्यंत करतो

हे झाल्यावर तिसऱ्या रकान्यात अशी वैशिष्ट्ये लिहा जी तुम्ही जो वर्ग लेखनासाठी निवडला आहे, त्यात आणि तुमच्या प्रबंधात समान आहेत. जर तुम्हाला तुमचे पुस्तक शैक्षणिक मोनोग्राफच्या स्वरूपात प्रकाशित करायचे असेल, तर तुमची ही वैशिष्ट्ये अशी असतील.

- वाङ्मयाचे, साहित्याचे परीक्षण बहुशः मुख्य मसुद्यात अंतर्भूत केलेले
- संभाव्य वाचक : अध्यापक, संशोधक आणि पदवीचे विद्यार्थी
- अंतर्भूत केलेली संशोधनाची कार्यपद्धती
- अनेकविध कल्पनांचा आणि परिणामांचा शोध घेत जाणारे आणि एका विशिष्ट सिद्धांतावर लक्ष केंद्रित न करणारे लेखन
- वर्णनात्मक ओघ आणि रचना महत्त्वाची

जर तुम्ही जर्नलमधील लेख लिहिण्याची योजना आखली, तर तुम्ही कदाचित हे मुद्दे लिहाल.

- औपचारिक रचना
- संशोधनाची कार्यपद्धती आणि साहित्य/वाङ्मय यावर स्वतंत्र विभाग
- असाधारण असा विशिष्ट वाचकवर्ग
- संक्षिप्त अशी शैली

या तीन रकान्यांची तुलना करून तुम्हाला तुमच्या प्रबंधासाठी कोणता प्रकार स्वीकारायचा आहे आणि काय बदल करायचे आहेत ते समजून येईल. तुमच्या प्रबंधात विशेष, असामान्य काय आहे, जे तुम्हाला कायम ठेवायचे आहे. प्रकाशित करायच्या अंतिम स्वरूपात ज्याला अजून उठाव द्यायचा आहे, त्याबाबत तुम्हाला स्पष्ट कल्पनाही असायला हवी.

सविस्तर माहिती

जर्नलसाठी लेखाची रचना करताना आपल्या पीएचडी प्रबंधापासून काही साहित्य प्रकाशित करण्याच्या लोकांमधील सर्वात लोकप्रिय अशा दोन प्रकारांवर आधारित आपली उदाहरणे पुढे नेऊ या – जर्नलमधील लेख आणि शैक्षणिक मोनोग्राफ. आता आपण तुमच्या प्रबंधात असलेल्या मजकुराची पुनर्बांधणी तुम्ही साधारणपणे कशी कराल, त्याच्या व्यावहारिक बाजूंचा विचार करू. लांबीच्या बाबतीत बोलायचं तर, सर्वात नाट्यमय रूपांतर म्हणजे जर्नलमधील लेख; पण विरोधाभास म्हणजे त्यासाठी एकूण रचनेमध्ये

कमीतकमी बदल करावे लागतात. वर चर्चा केल्याप्रमाणे जर्नलमधील लेख आणि पीएचडी एकच रचना वापरतात. ज्यामध्ये बरेचसे सारखेच घटक असतात. ते म्हणजे सारांश (मुख्य सिद्धांताचे कथन), प्रस्तावना, संशोधनाची कार्यपद्धती, फलित, विश्लेषण, निष्कर्ष आणि संदर्भ. महत्त्वाचा फरक म्हणजे लांबी आणि रोख/प्रकाशझोत. आदर्शवत लेखासाठी तुम्ही फक्त एकाच, कदाचित दोन स्वतंत्र अभ्यासांवर, प्रयोगांवर किंवा कल्पनावर लक्ष केंद्रित करायला हवे. जरी योग्य संदर्भांच्या साहाय्याने तुम्ही प्रस्तावना व निष्कर्षांद्वारे हे स्थापित करू शकाल की तुम्ही तुमच्या विषयावरील वाङ्मयाशी परिचित आहात तरी तुम्हाला त्यासाठी उपलब्ध असलेली मर्यादित जागा फारशी वापरायची नाहीये. तुम्हाला सिद्ध करायचे नसेल तर हे गृहीत धरले जाईल की तुम्हाला संदर्भ वाङ्मय माहीत आहे आणि तुमच्या वाचकांनाही ते माहीत आहे. कधी कधी जर्नल्स विशिष्ट क्षेत्रातील अर्वाचीन वाङ्मयावरील सारांश देणारे लेख प्रकाशनासाठी केंद्रीभूत करतात. पण असे लेख, जर्नल अशाच लोकांकडून मागवते, जे त्या क्षेत्रात प्रसिद्ध आहेत आणि ज्यांनी त्या क्षेत्रात मोठे योगदान दिलेले आहे. म्हणूनच महत्त्वाची गोष्ट ही आहे की मर्यादित स्वरूपाच्या फलितांवर किंवा कल्पनांवर लक्ष केंद्रित करा आणि तुम्ही जो युक्तिवाद पुढे नेणार आहात, त्यासाठी अत्यावश्यक असलेले उदाहरणच/गोष्ट सादर करा. आजूबाजूच्या, इकडच्या, तिकडच्या परीघावरील कल्पना किंवा घडामोडींनी विचलित होऊ नका, तुमच्या प्रबंधात समाविष्ट केलेल्या इतर कामावरील लांबलचक गोष्टी लेखात आणून लेख भरकटू देऊ नका. (तुम्ही त्या गोष्टी दुसऱ्या लेखासाठी ठेवू शकता.) लक्ष केंद्रित करा.

प्रत्यक्ष लेख लिहायला बसण्यापूर्वी खात्री करा की तुम्ही ज्या जर्नलला लेख पाठवणार आहात, त्या जर्नलचे बरेच अंक तुम्ही काळजीपूर्वक वाचले आहेत. त्या जर्नलच्या शैलीबद्दल टिपणे काढा. ते कितपत तांत्रिक आहे? ते ढोबळमानाने एखाद्या विद्याशाखेसाठी काढले जाते की विशिष्ट अशा असाधारण गटासाठी? त्यात खूप संख्यात्मक माहिती (आकडेवारी) असते का? बहुतेक सर्व लेखांमध्ये नेहमी वर्णनात्मक ओघ असतो का? की स्थूलपणे मुद्याला धरून पुष्कळसे विषयांतर करणारे लेख असतात की सारांश रूपाने गोषवारा सांगणारे? लेखांमध्ये अनेक मथळे असतात का? त्यांची 'सायटेशन'ची धाटणी कशी असते? सर्वात अत्यंत महत्वावाचे म्हणजे ते शब्द मर्यादा किती पसंत करतात? हा शेवटचा प्रश्न फारसा महत्त्वाचा वाटणार नाही, कारण जेव्हा तुम्ही लेख लिहिता तेव्हा ८००० ते १०,००० शब्दांमध्ये तुम्हाला फारसा फरक वाटत नाही. पण जेव्हा तुम्ही वर्षाकाठी ५० लेख संपादित करता, तेव्हा एखादा लेख लगेचच नाकारायचा की पुन:परीक्षणासाठी विचारार्ह ठेवायचा हे ठरवताना सगळाच फरक पडतो.

मोनोग्राफची रचना करताना

तुमच्या प्रबंधाचे शैक्षणिक मोनोग्राफच्या आकृतिबंधात रूपांतर करताना लांबीची फारशी काटछाट करावी लागेल किंवा लागणारही नाही. खरं म्हणजे काही जास्तीचा मसुदा अंतर्भूत करावा लागेल किंवा

असलेले विभाग मोठे करावे लागतील. (पुढे बघणार आहोत त्याप्रमाणे) जर तुम्ही अपवादात्मकरित्या लिखाणाची देणगी मिळालेले सुदैवी नसाल किंवा तुमच्या कामात सुरुवातीलाच प्रकाशनाची क्षमता दिसल्यामुळे, तुमच्या मार्गदर्शकाने या संदर्भात तुम्हाला मार्गदर्शन केलेले नसेल तर तुम्हाला तुमच्या पीएचडी प्रबंधावर खूपच मोठ्या प्रमाणात पुन्हा काम करावे लागेल व त्याची पुनर्बांधणी करावी लागेल. त्यामुळे तो मूळ प्रबंधापासून दुरावेल आणि एक खात्रीलायक मोनोग्राफ होईल. तत्त्वज्ञान आणि राज्यशास्त्राचे ख्यातनाम प्राध्यापक प्रोफेसर रॉबर्ट गुडविन यांना एका दुपारी आलेल्या दूरध्वनीप्रमाणे तुम्हाला फोन येणे हे आजकाल क्वचित घडते; अगदी अशा क्षेत्रामध्ये जेथे ओळीने प्रबंध प्रकाशित करण्याला वाहून घेतलेले आहे.

> माझ्या मार्गदर्शकांच्या सचिवाकडून मला फोन आला. ते सचिव म्हणाले की तुमचे मार्गदर्शक ब्रायन हे विले (Wiley) या पुस्तक प्रकाशन करणाऱ्या कंपनीच्या माणसाबरोबर जेवत होते. ब्रायन विलेसाठी पुस्तकांची मालिका संपादित करत आहेत. आणि हा माणूस त्या कामाचे त्याच्या कंपनीसाठी पर्यवेक्षण करतो. तो असे म्हणाला की विलेला तुमचा प्रबंध प्रकाशित करायचा आहे. तुम्ही त्याची प्रत कृपया पाठवाल का?

आणि तुम्ही जरी तसे केलेत तरी ते मूळ स्वरूपात छापले जाणे अगदी अशक्यच. वर चर्चा केल्याप्रमाणे एक सर्वसाधारण मोनोग्राफ प्रबंधासारखा संशोधनाची कार्यपद्धती – फलित – विश्लेषण धारणा – असा आकृतिबंध पाळत नाही. पीएचडी प्रबंधातून मोनोग्राफ बनवायचे सुरुवातीपासूनच ठरले असले आणि लेखकाने त्यामुळे त्या मजकुरात कोणतेही बदल केले नसतील, तर गोष्ट वेगळी. नुकताच माझ्याकडे एक प्रस्ताव आला. त्यामध्ये ही अनुक्रमणिका होती (व्यक्ती आणि प्रकल्प ओळखू येऊ नये म्हणून काही माहिती बदलली आहे.)

प्रकरण १ : व्याख्या, प्रयोगावर अथवा निरीक्षणावर आधारित कोडी, काही 'केस स्टडीज'
प्रकरण २ : वाङ्मयाचे परीक्षण
प्रकरण ३ : काळ, आकारमान आणि X ची रचना.
प्रकरण ४ : X वर परिणाम करणारे नेदरलँड्समधील सामाजिक आणि राजकीय घटक. १९७५–१९९०
प्रकरण ५ : X वर परिणाम करणारे ऑस्ट्रियामधील सामाजिक व राजकीय घटक. १९७५–१९९०
प्रकरण ६ : X वर परिणाम करणारे नेदरलँड्स आणि ऑस्ट्रियातील आणखी काही घटक
प्रकरण ७ : नेदरलँड्स आणि ऑस्ट्रियामध्ये X चा ठसा (परिणाम) : तुलनात्मक दृष्टिकोन
प्रकरण ८ : नेदरलँड्स आणि ऑस्ट्रियामधील X चे दृढीकरण.

संदर्भ

परिशिष्ट १a

परिशिष्ट १b

परिशिष्ट २a

परिशिष्ट २b

परिशिष्ट ३a

परिशिष्ट ३b

अर्थातच मी जर हे माझे पुस्तक आधी लिहिले असते, तर मी त्या भावी लेखकाला ते वाचायची कडकपणे शिफारस केली असती. विशेषतः हे प्रकरण, ही अशी अनुक्रमणिका असल्यामुळे मला तो प्रस्ताव नाकारावा लागला कारण सुयोग्य अशा पुस्तकात त्याचे रूपांतर करण्यासाठी जे आवश्यक बदल होते, ते स्पष्ट करून सांगायला, समजवायला माझ्याकडे वेळ नव्हता. यावरून असे निदर्शनास येते की तुमचा प्रबंध पुस्तकात रूपांतरित करताना किती अनपेक्षित अडचणी येतात आणि तुमचा प्रबंध कितीही चांगला असो, त्याचे यशस्वीपणे रूपांतर करायला आश्चर्य वाटेल इतके काम करावे लागते. सध्यातरी आपण रचना किंवा बांधणी याबाबतीत लक्ष केंद्रित करू या. आशय आणि शैली याबाबतही इतर समस्या आहेत, पण त्याकडे आपण पुन्हा परत येऊ.

प्रबंध आणि मोनोग्राफच्या विविध वैशिष्ट्यांबाबत आपण पूर्वी केलेल्या चर्चेवरून तुम्हाला हे लगेच लक्षात आले असेल की वर दिलेल्या प्रस्तावाच्या रचनेमध्ये कमीत कमी दोन समस्या आहेत, ज्या टाळता आल्या असत्या. पहिली म्हणजे लेखकाच्या हे लक्षातच आलेलं नाहीये की प्रबंध आणि पुस्तकाच्या रचनेमध्ये फरक असतो. त्याने/तिने आपला प्रबंध जसाच्या तसा, केल्याचं असतील तर अगदी किरकोळ सुधारणा करून पुस्तकासाठी सादर केला. दुसरे म्हणजे वर्णनात्मक ओघ आणण्याचा जराही प्रयत्न केलेला नाही. प्रबंधाचा मध्यवर्ती सिद्धांत पहिल्या प्रकरणाचे शीर्षक म्हणून सांगितला. दुसऱ्यामध्ये वाङ्मयाचे परीक्षण, इतर सिद्धांत आणि कार्यपद्धतींची यादी केली. तिसऱ्यामध्ये आणि मग काहीशा विचित्र मंद पद्धतीने हे सारे प्रत्येक 'केस'ला एकामागोमाग एक लागू केले (आधी नेदरलँड्स, मग ऑस्ट्रिया) आणि शेवटी दोन्ही केस स्टडीजची तुलना करण्याचा प्रयत्न केला. त्यापुढे आलेले निष्कर्ष आणि परिशिष्टांची लांबड बहुधा त्यात ज्यावर पीएचडी प्रबंध होता, ती आकडेवारी दिली असावी.

मोनोग्राफच्या बाबतीत अपेक्षा अशी आहे की शैक्षणिक कामाचे सर्व घटक – सिद्धांत माहिती, कार्यपद्धती, वाङ्मय – हे सारे पुस्तकाच्या वर्णनात्मक चौकटीत समाविष्ट केले जातात. ज्यामुळे त्याला एक स्वतंत्र वेगळी रचना मिळते आणि कथारेषा लाभते. वाचकाने फक्त नवीन चिंतनात्मक काही मिळाले किंवा थोडे ज्ञान मिळाले म्हणून पुस्तक संपवू नये, तर जरी तो मार्ग काही परिचित प्रदेशातून जात असला तरी तेथपर्यंत पूर्णपणे नव्या मार्गाने पोहोचावे. दुसऱ्या शब्दात सांगायचे तर प्रवास हा (मुक्कामाच्या) इष्ट स्थळाइतकाच महत्त्वाचा असतो.

प्रबंधाच्या बाबतीत नेहमी असे होत नाही. तुमचे मार्गदर्शक तुम्हाला स्वतंत्र विचार करण्याबाबत प्रोत्साहित करीत असतीलही, पण आपण पूर्वी चर्चा केल्याप्रमाणे प्रबंधाचा महत्त्वाचा मुद्दा असतो – विशिष्ट गोष्ट मांडणे आणि सिद्ध करणे. त्यामुळे बरेचसे प्रबंध वर उदाहरण दिल्याप्रमाणे असंख्य दिशादर्शक फलक असलेल्या शैक्षणिक युक्तिवादाच्या महामार्गावरून जातात. मुद्दा हा आहे की तुम्हाला जे म्हणायचे आहे त्याच्या गाभ्यापर्यंत शक्य तितक्या लवकर आणि कार्यक्षमतेने पोहोचता येईल तेवढे पोहोचावे.

जरा वेगळ्या प्रकारे सांगायचे तर, एका चांगल्या मोनोग्राफमध्ये एका प्रबंधाचे सर्व घटक असू शकतील, पण ते अधिक अत्याधुनिक आणि एकत्रित पद्धतीने मांडले जातात. व्याख्या, प्रयोगावर अथवा निरीक्षणावर आधारित कोंडी आणि 'केस स्टडी' अशी अनुक्रमणिकेतील प्रकरणांची नीरस सुरुवात करण्याऐवजी पाककृतीच्या सुरुवातीला जशी त्यामधील घटकांची यादी देतात त्याप्रमाणे मोनोग्राफची अनुक्रमणिका मेन्यूच्या यादीप्रमाणे रंजक असावी. त्यामध्ये (जेवणाच्या/वाचनाच्या) प्रत्येक टप्प्यावर (चाखून/वापरून) बघाव्या अशा भुरळ घालणाऱ्या पर्यायांची यादी असावी ज्यामध्ये सिद्धांताचे घटक, आकडेवारी, कार्यपद्धती एकत्र जोडलेली असेल, ज्यायोगे काही तरी नवीन आणि भूक प्रज्वलित करणारे एकत्रीकरण घडेल. प्रबंधाच्या कच्च्या आणि नीट न बनवलेल्या घटकांप्रमाणे काहीतरी बट्ट्याबोळ होऊन पुढे सादर केले जाणार नाही.

एखाद्या मोनोग्राफमध्ये अगदी परिणामकारक असे वाङ्मय परीक्षण असेल, पण ते पूर्वी घडलेल्या किंवा पुढे येणाऱ्या गोष्टींपेक्षा अधिक आकलन व्हावे अशा पद्धतीने मांडले जाईल. केवळ वाङ्मय परीक्षणासाठी वाङ्मय परीक्षण पुढे ठेवले असे होणार नाही/होऊ नये. एकाच प्रकरणात वाङ्मय परीक्षण घालण्याऐवजी ते संपूर्ण पुस्तकभर विषयाच्या वेगवेगळ्या भागात युक्तिवादाला अनुसरून विखरून मांडले जाऊ शकते तसेच, मोनोग्राफमध्ये संपूर्ण संशोधन कार्यपद्धती एकाच प्रकरणात घेण्याऐवजी जसजशी गरज वाटेल तसतशी कार्यपद्धतीच्या बाबी चर्चिल्या जातील. अपवादात्मकरित्या जेव्हा संशोधन कार्यपद्धती ही मध्यवर्ती आहे तेव्हा इतर सर्व बाबतीत कार्यपद्धतीचे सविस्तर वर्णन तळटीपा किंवा परिशिष्टांच्या स्वरूपात देता येईल. इतकेच नव्हे तर जोडीच्या एखाद्या वेबसाईटवरसुद्धा!

परिशिष्टांबाबत बोलायचे तर माझे व्यक्तिगत मत असे आहे की जर महत्त्वाचा जास्तीचा भाग मजकुराच्या मुख्य भागात समाविष्ट करायला हवा असेल पण खूप तपशीलवार आहे किंवा अवजड आहे पण तरीही मजकुराच्या मध्यवर्ती युक्तिवादाला उलगडून सांगणारा आहे, तर परिशिष्टात समाविष्ट करावा. वर दिलेल्या प्रस्तावाप्रमाणे सहा परिशिष्टे जास्त होतात. लेखक म्हणून तुम्हाला काळजीपूर्वक हा विचार करायला हवा की प्रस्तुत विषयाचे अधिक आकलन होण्यासाठी कोणते साहित्य/मजकूर अत्यावश्यक आहे आणि केवळ उपलब्ध आहे म्हणून कोणता मजकूर परिशिष्ट म्हणून जोडला जातोय. तुम्ही किती साहित्य/माहिती संग्रहित केली आहे हे दर्शवायला प्रबंधाच्या बाबतीत याचा उपयोग होईलही. परंतु मोनोग्राफच्या बाबतीत, कमी तितके चांगले आणि बाह्य मजकुरामुळे कथनाच्या प्रवाहात अडथळे येतात आणि तुमच्या युक्तिवादाला गोंधळात टाकतात. जर तुम्हाला खरेच असे वाटत असेल की वाचकाला ही

जास्तीची माहिती उपलब्ध असायला हवी, तर तुम्ही तो जास्तीचा मजकूर तुमच्या किंवा प्रकाशकाच्या वेबसाइटवर उपलब्ध करून देण्याबाबत विचार करू शकता.

तुमच्या पुस्तकाची व्याप्ती वाढवणे

तुमच्या पुस्तकाला अधिक सुसंधी मिळण्याबाबत रचनेच्या संदर्भात प्रस्तावित रूपरेषेवरून उपस्थित झालेला शेवटचा मुद्दा हा आशयाबद्दलसुद्धा आहे. प्रकरण ४ ते ८ ही पुनरावृत्ती करणारी रचना आहे. x चे y शी नाते, मग z शी मग y आणि z शी आणि शेवटी या तीनही मधून निष्कर्ष काढणे यामधून यशस्वी होऊ शकेल असा मोनोग्राफ काढणे आणि अति मर्यादित वाचकांपलीकडे जाऊन लोकांना आवडावा. (नेदरलँडस आणि ऑस्ट्रेलियामधील १५ वर्षाच्या कालावधीत x मध्ये रुचि असणाऱ्या लोकांना) यासाठी तुम्हाला तुमच्या अभ्यासाचा आवाका वाढवायला हवा. तुम्हाला सुरुवातीचा हा विरोधी सल्ला वाटेल, कारण मी नुकतेच म्हणाले की जितके कमी तितके चांगले. पण केस स्टडीजची संख्या वाढवून, या उदाहरणात कदाचित x वर परिणाम करणाऱ्या युरोपियन देशांमधील सामाजिक व राजकीय घटकांचा' अभ्यास करून तुम्ही तुमच्या पुस्तकासाठी याद्वारे संभाव्य बाजारपेठ खूप मोठ्या प्रमाणात वाढवता आणि हे काम मग लगेचच शैक्षणिक कामाच्या मुख्य प्रवाहातील एक भाग होऊन जाते. मोनोग्राफ हे क्रमिक पुस्तकापेक्षा (पाठ्यपुस्तकापेक्षा) किंवा सामान्य वाचकासाठीच्या पुस्तकापेक्षा विशेष स्वरूपाचे असते. सामान्य प्रबंधापेक्षा मोनोग्राफ बहुतेक वेळा विषय मसुद्यात व्यापक स्वरूपाचा असतो. वर चर्चा केलेला प्रस्ताव हे स्पष्टपणे दर्शवितो आणि तुम्ही तुमच्या पुस्तकाचा आवाका कसा वाढवू शकता त्याचे समाविष्ट असलेले अनेक मार्ग आहेत ते असे :

- वेगवेगळ्या देशांतील आणि कालखंडातील तुलनात्मक दृष्टीकोन स्वीकारून.
- तुमच्या माहितीचे विश्लेषण करण्यासाठी विविध पद्धतीचे अवलंबन व हाताळणी करून.
- मूलगामी व दुय्यम माहिती देऊन.
- विविध (छेदक विद्या शाखीय) दृष्टिकोन वापरून
- विशिष्ट विद्याशाखेला ओलांडून मिश्र विद्याशाखीय हाताळणी करणारा.
- लेखनाच्या मुख्य विषयाचा विविधांगाने शोध घेणारा, एकाच कामाला/लेखकाला विचारात न घेता संपूर्ण साहित्य विचारात घेणारा.

अर्थात, यासाठी खूप जास्तीचे काम करावे लागेल. त्यामुळे तुमचे पुस्तक लवकर प्रकाशित करायला उशीर होईल. तुम्हाला थोडा वेळ विचार करायला घालवायला लागेल की तुमच्या अभ्यासात (उदाहरणार्थ) आणखी कोणत्या जास्तीच्या देशांचा अंतर्भाव करावा? विशिष्ट देशासंबंधी आधीच कोणती माहिती उपलब्ध आहे, त्या माहितीची गुणवत्ता, जास्तीची माहिती गोळा करणे तुम्हाला कितपत शक्य आहे, इ. वर तुमचा निर्णय अवलंबून असेल. नवीन माहिती/साहित्य आधीच्या साहित्यात कसे

समाविष्ट करावे याचाही विचार तुम्हाला करावा लागेल. यामुळे रचना आणि आशय याचे नवे मुद्दे उभे राहतील. जर जास्त सैद्धांतिक काम असेल तर तुम्हाला नवीन संशोधन आणि (बौद्धिक) वाद यांच्याशी परिचित होण्यासाठी तुमच्या ज्ञानकक्षेच्या आजूबाजूचे आणि बाहेरच्या क्षेत्रातले जास्तीचे वाचन करावे लागेल. तुम्ही काहीही ठरवा, पण जर असं वाटलं की यासाठी काही आठवडे नाही, तर काही महिने काम करावं लागेल, तर तुमच्या सहकाऱ्यांचा आणि सल्लागारांचा विचार घ्या; आणि सुचवलेले बदल लक्षात घेऊन आधी प्रस्ताव (प्रकरण ५ मध्ये समाविष्ट आहे.) बनवण्याचा विचार करा. नंतर तो प्रस्ताव तुम्ही आधी काही प्रकाशकांना पाठवा आणि जर सकारात्मक प्रतिसाद मिळाला तर पुढे जा. तुम्ही जास्तीचा मजकूर घालूनही जर ते प्रकाशनासाठी उत्साही नसतील तर मग खरी लाजिरवाणी गोष्ट आहे. (तुमचा वेळ फारच वाया गेला हे सांगायला नकोच.) सगळं काम करा आणि तरीही प्रकाशित काही होत नाहीच. जरी ते उत्साही असतील, जसे ते जेफ अलेक्झांडरच्या बाबतीत होते, तरी सध्यातरी पुढच्या सुधारणा करण्यासाठी पाच वर्षे घालवणे परवडणारे नाही.

मी माझ्या पीएचडीच्या शोधप्रबंधाचा मसुदा १९७४ मध्ये लिहिला होता; आणि मी माझ्या छोट्या बर्कले अपार्टमेंटमध्ये वेबवर वाचत बसलो होतो, तेवढ्यात फोन खणखणला. 'हॅलो' आवाज म्हणाला. 'मी ग्रँट बर्नेस बोलतोय. युनिव्हर्सिटी ऑफ कॅलिफोर्निया प्रेस येथे मी समाजशास्त्रातील संपादक आहे आणि नील स्मेल्सर ते सेमॉर मार्टिन लिपसेटपर्यंत प्रत्येकजण मला सांगतोय की काय प्रबंध लिहिलायस तू!' 'खरंच!' मी म्हणालो.माझ्या मनाने गिरकी घेतली. प्रकाशन करण्यासाठी मी स्वत: प्रयत्न न करता, प्रकाशन घडेल असे मला कधीच वाटले नव्हते. माझ्याबद्दल प्रशंसोद्गारच होते ते. पण पुढे अजूनही काही होते. 'आम्हाला तुमचा प्रबंध प्रकाशित करायला आवडेल. ग्रँट बर्नेस म्हणाला. 'तुमच्यासाठी हे करायला मला आवडेल.' मी म्हणालो. 'पण प्रकाशनासाठी तो अजून तयार नाही – माझ्या मार्गदर्शकांपर्यंत तो न्यायलाही मी अजून तयार नाही.' 'ते ठीक आहे' ग्रँट म्हणाला, 'त्याची काळजी आमच्यावर सोडा.'

तीन महिन्यानंतर माझा क़रार झाला. तो हातात घेवून मी त्या ७०० पानांच्या डबल स्पेसिंग मसुद्याला छोटी नवी प्रस्तावना लिहिण्यासाठी थोडा उशीर चालवून घेण्यासाठी परवानगी मागितली. मी प्रेसला सांगितले की त्यासाठी काही महिने लागतील. पाच वर्षांच्या अंती, मी माझा संपूर्ण प्रबंध बाजूला ठेवलेला होता, आणि नवे लेखन केले होते. मी इतका खजील झालो होतो की गेल्या तीन वर्षात ग्रँट बर्नेसशी बोलणेही प्रयत्नपूर्वक टाळत होतो. भेटणे तर सोडाच. लिखाणाचा शेवट दृष्टीपथात आल्यावर आणि शेवटी सुटकेचा नि:श्वाळस सोडल्यावर मी त्याला फोन केला. 'ग्रँट' मी म्हणालो, 'माझ्याकडे एक चांगली आणि एक वाईट बातमी म्हणजे पुस्तकाचा मसुदा जरा मोठा झाला आहे.' 'किती मोठा?' त्याने विचारले. 'अं, आता ३०००

पाने झाली आहेत.' 'नक्कीच चांगले काम झाले असणार.' ग्रँट म्हणाला. 'मला पाठवून द्या, आम्हाला वाचू दे आणि मग बघू आपण.' मी पाठवून दिले. दोन आठवड्यानंतर त्याचा फोन आला. 'काहीच समस्या नाही.' ग्रँट म्हणाला, 'चार स्वतंत्र खंडात हे लिखाण छापले तर कसे?' 'खूपच छान' मी उत्तरलो. हे संभाषण १९८० चे. पुस्तके १९८२–८३ मध्ये आली. माझे आयुष्य कायमचे बदलून गेले होते.

मी असे म्हणू शकतो की तुमचे काम जर चांगले असेल, तर प्रकाशनाचा प्रश्न नाही. पण तुमच्या बाजूला अनेक ग्रँट बर्नेस नसतात आताशा. असतात का?

खरंच नसतात; किंवा असं म्हणता येईल की अशी माणसं असतातही, पण गेल्या २५ वर्षात संस्था आणि परिस्थिती इतकी बदलली आहे की अगदी सर्वात वरिष्ठ संपादक सुद्धा एखाद्या त्यामानाने तरुण आणि अपरिचित अध्यापकाचे चार खंड प्रकाशित करण्याचा करार करण्यासाठी आपल्या अधिकारी मंडळाचे मन वळवू शकणार नाही. पण पुन्हा एकदा हे लक्षात घेणे खूप छान वाटेल, की या पाच वर्षात प्राध्यापक अलेक्झांडर यांनी संपूर्ण प्रकल्प मुळातूनच पुन्हा लिहिला, ज्यायोगे तो अगदी नवीन मजकूर, नवीन साहित्य वाटेल. मूळ कल्पना तशाच ठेवल्या असल्या तरी आणि मलाही हे कबूल करावे लागेल, की तुमचे काम चांगले असेल, तर ते प्रकाशित होण्याची खूप चांगली शक्यता असते. अर्थात नील स्मेल्सर आणि सेमॉर मार्टिन लिपसेट यांच्या सारखे सहकार्य करणारे आणि पाठिंबा देणारे लोक असतील तर!

सिद्धांत प्रत्यक्षात उतरवताना

'आपल्या प्रबंधाची पूर्णपणे पुनर्बांधणी' हा विषय संपविण्यापूर्वी आणि दुरुस्तीच्या प्रक्रियेच्या इतर बाजूंकडे वळण्यापूर्वी आपण जे प्रस्तावाचे उदाहरण बराच काळ चर्चेला घेतले आहे, त्यावर काही अधिक क्षण घालवणे उचित ठरेल. प्रस्तावाच्या बाबतीत त्या लेखकाने काय करायला नको होते, आणि काय केले असते तर बरे झाले असते, ते पाहू. पहिली महत्त्वाची गोष्ट म्हणजे 'परिशिष्ट दूर करणे', एक परिशिष्ट असणे मान्य आहे. खूप महत्त्वाची माहिती असेल किंवा संशोधन कार्यपद्धती विशेष असेल, तर वेळप्रसंगी दोन सुद्धा चालतील, पण सहा म्हणजे जास्तच आहेत. दुसरे म्हणजे वाङ्मयाचे/साहित्याचे परीक्षण यात नको. याचा अर्थ असा नाही की या प्रकरणातील सर्व मजकूर कापला जावा, तर तो स्वतंत्र देण्याऐवजी संपूर्ण मूळ मजकुरात समाविष्ट व्हावा. पुढचे म्हणजे लेखकाने आपल्या पुस्तकाच्या वर्णनात्मक प्रवाहाबद्दल/ओघाबद्दल अधिक विचार करायला हवा. पहिल्या प्रकरणाने वाचकाचे मन गुंतवून ठेवायला पाहिजे. त्यात पुस्तकाच्या मुख्य सिद्धांताची, लेखनाच्या मूळ विषयाची आणि समाविष्ट असलेल्या स्वतंत्र क्षेत्राची मांडणी करायला हवी. पहिले प्रकरण हा असा बौद्धिक 'रोड मॅप' हवा की

ज्याद्वारे संपूर्ण पुस्तकाची रचना नैसर्गिकपणे उलगडत जाईल. दिलेल्या उदाहरणातील पहिले प्रकरण असे थोडेफार असेलही, परंतु त्याला दिलेल्या शीर्षकापेक्षा अधिक चांगल्या पद्धतीने ते मांडायला हवे, ज्यायोगे बौद्धिक भूक चेतवायला हवी.

म्हणजे हे प्रत्यक्षात कसे होईल? या प्रस्तावाच्या (अनुक्रमणिकेला) खटाटोपाला अर्थ द्यायचा असेल तर थोडी कसरत करावी लागेल. x ला काही अर्थ द्यावा लागेल. तर आपण आत्तापुरते स्वेच्छेने असे गृहीत धरूया की x म्हणजे 'स्थलांतर' तसे पाहता आपण x म्हणजे सहजपणे इतर कोणताही विषय घेऊ शकतो.जसे 'विरोधी गटांचा उदय', 'स्त्रीवादी साहित्य', 'चलन फुगवटा' इ. आपण आधी चर्चा केल्याप्रमाणे प्रकरण एकमध्ये पुस्तकाच्या मुख्य विषयानुसार रचना स्पष्ट करावी लागेल. तसेच मुख्य विषय आणि त्यावरील युक्तिवाद यासंदर्भात लक्षवेधी शीर्षक द्यावे लागेल. विशेषत: असे शीर्षक, ज्यात स्थलांतर पुस्तकातील कळीची संकल्पना असेल. प्रकरण दोन हे सध्या 'वाङ्मयाचे परीक्षण' असे आहे. युरोपमधील स्थलांतरितांच्या पूर्वीच्या लाटांसंदर्भात उपयुक्त आधारभूत वाचन–साहित्य ऐतिहासिक दृष्टिकोनातून चर्चा करण्याच्या स्वरूपात दिले आहे. ज्यायोगे स्थलांतर या विषयावर शैक्षणिक वाङ्मय विकसित झाले आहे. खाली दिलेल्या अनुक्रमणिकेत सुचविल्याप्रमाणे मी हा संदर्भ साहित्य परीक्षणाचा भाग 'युद्धोत्तर काळा'पुरता मर्यादित ठेवला आहे. हे एक आह्वानच असेल, परंतु ५० वर्षांचा काळ मर्यादित केल्यामुळे पुरेसे संदर्भ साहित्य त्यात समाविष्ट करता येईल ज्यायोगे ते सखोल व नेमके संदर्भ दर्शवेल. पुस्तकाच्या मुख्य मूळ गाभ्यापासून दूर जाणारे, व्यवस्थापन करायला अवघड पडणारे भरमसाट साहित्य यात नसेल. प्रकरण तीनमध्ये युरोपमधील स्थलांतराबाबतची प्रत्यक्ष माहिती, (प्रयोग व निरीक्षणावर आधारित) देता येईल. ही माहिती गोळा करताना संशोधन कार्यपद्धती म्हणून ज्या आह्वानांना तोंड द्यावे लागले असेल त्यावर प्रकाश टाकता येईल. त्यात कदाचित नेदरलँड्स व ऑस्ट्रियातील माहितीचा वापर करून हा मुद्दा स्पष्ट करता येईल. प्रकरण ४ आणि ५ जसे आहेत तसे घ्यावे लागतील. पण प्रकरण सहाचा समावेश करावा लागेल. कारण या प्रत्येक प्रकरणात संशोधनाखाली असलेल्या देशांमधील स्थलांतरावर परिणाम करणाऱ्या महत्त्वाच्या घटकांचा समग्र आढावा असेल. आधीचे प्रकरण ७ हे आता प्रकरण ६ असेल, ज्याचा रोख 'दोन देशांतील स्थलांतर : परिणाम आणि अनुभव' यातील महत्त्वाचे साम्य आणि फरक यावर असेल. नवीन प्रकरण ७ हे संशोधनाअंती आलेल्या अशा शोध मुद्यांवर असेल ज्यामध्ये स्थलांतराचे परिणाम अधिक व्यापकपणे चर्चिले जातील आणि ऑस्ट्रिया व डचांच्या अनुभवावरून युरोपमध्ये स्थलांतरासंदर्भात काय भविष्यकालीन उपाययोजना–विकास–तरतुदी करता येतील यावर भाष्य असेल. मग तुमचे पुस्तक काहीसे असे दिसेल.

प्रकरण १ : स्थलांतराच्या कारणे व परिणामांचा शोध.
प्रकरण २ : युद्धोत्तर स्थलांतराचा त्रोटक इतिहास.
प्रकरण ३ : खरी हकीकत? युरोपातील स्थलांतरावर माहिती गोळा करताना आलेल्या समस्या.
प्रकरण ४ : 'वसाहती'नंतरचा वारसा : नेदरलँड्समधील स्थलांतर १९७५–१९९०,

प्रकरण ५ : पाहुणे कामगार आणि आश्रयार्थी : ऑस्ट्रियातील स्थलांतर १९७५–१९९०,

प्रकरण ६ : स्थलांतरासंबंधीच्या अनुभवांची तुलना.

प्रकरण ७ : भूतकाळातून शिकताना, भविष्यकाळाकडे पाहताना : नवीन युरोपमधील स्थलांतराबाबतचा संभाव्य आकृतिबंध.

संदर्भ परिशिष्ट

तुमचा प्रबंध पुस्तकात रूपांतरित करताना तुम्हाला जी पुनर्बांधणी करायची आहे त्याची जाणीव देणे आणि आवश्यक तो कल्पक तरीही व्यवहारी दृष्टिकोन देणे हे यावरील काहीशा स्थूल परंतु पुन्हा नव्याने काम करून तयार झालेल्या साहित्याचे उद्दिष्ट आहे. काल्पनिक कारण तुम्हाला जो तुमचा प्रबंध आहे त्या चौकटीबाहेरचे लेखन करायचे आहे. आणि व्यावहारिक, कारण आपण आधीच चर्चा केल्याप्रमाणे तुम्हाला तुमचे लेखन जलदगतीने प्रकाशित करायचे असेल, तर किती नवीन संशोधन तुम्ही करू शकणार आणि पुस्तकात समाविष्टही करू शकणार यावर बंधने पडतात. प्रत्येक प्रकरणाच्या शीर्षकात कळीचे, महत्त्वाचे शब्द वापरून आणि विषय संदर्भात मोठा आवाका देऊन (प्रकरण २ ते ७) तसेच दोन मर्यादित स्वरूपाच्या 'केस स्टडीज' देऊन (प्रकरण ४ व ५) मी संशोधनासाठी एक व्यापक अंगण कसे असेल, त्याचा अंदाज दिला आहे. याऐवजी वर चर्चा केल्याप्रमाणे तुम्ही संशोधनाची कालमर्यादा वाढवू शकता, ज्यायोगे तुम्ही युद्धोत्तर काळातील स्थलांतरावरील प्रयोगावर व निरीक्षणावर आधारित प्रकरणावर अधिक लक्ष केंदित करू शकता; आणि ऑस्ट्रियावरील मजकूर विरुद्ध बाजू किंवा तुलना म्हणून युद्धोत्तर काळावरील संपूर्ण मजकुरात मिसळू शकता. किंवा याउलटही करू शकता. किंवा अधिक देशांचा समावेश करू शकता. पण मर्यादित काळाच्या चौकटीत राहून. वरील आराखड्याकडे पुन्हा एकदा नजर टाकली,तर मला तो आराखडा तुम्ही आणखी सुधारू शकाल याच्या शक्यता दिसतात. उदाहरणार्थ प्रकरण १ आणि २ यामधील मजकुराची अदलाबदल करू शकता. महत्त्वाची गोष्ट ही की जोपर्यंत तुम्ही नवीन समाधानकारक रचना – आराखडा बनवत नाही आणि जोपर्यंत तुम्ही तो पुढे लेखनात तारून नेऊ शकाल असा आत्मविश्वास तुम्हाला वाटत नाही, तोपर्यंत प्रयत्न करीत राहायला हवे.

शैली

तुम्ही तुमच्या प्रबंधाची पुनर्रचना/आराखडा कसा ठरवता हे काही अंशी तुमच्या प्रतिपाद्य विषयावर आणि कोणत्या विद्याशाखेत काम करीत आहात त्यावर अवलंबून असेल. पण शैली संदर्भात आणखी काही सर्वसाधारण मुद्दे आहेत. जे तुमचा विषय आणि विद्याशाखेची पार्श्वभूमी कोणतीही असो, सर्वच लेखनाला लागू पडतात. पण सर्वसाधारण असे बरेचसे मुद्दे असतात ज्याबाबतीत विषय कोणता आहे आणि विशिष्ट विद्याशाखीय पार्श्वभूमी काय आहे त्याप्रमाणे लिखाणाची शैली बदलते.

सामयिक समस्यांपैकी एक म्हणजे इतरांच्या मतांवर जास्त विसंबून राहणे – दुसऱ्या शब्दांत सांगायचे म्हणजे इतर टीकाकार/सैद्धांती/अभ्यासक यांचे प्रत्यक्ष उद्गार, उद्धृते समाविष्ट करणे. जरी हे अगदी समजून घेतलं, की तुम्हाला तुमचे काम तुमच्या आधी ज्यांनी काम केले आहे त्यांच्या कामाच्या पुढच्या स्थानावर न्यायचे आहे, आणि तुमचे काम त्याच्या कामावर उभे राहिले आहे, तरीही उद्धृतांचा (उद्गारांचा) अति थेट वापर हा तुमच्या युक्तिवादाला भरकटवतो आणि कमकुवत करतो, तसेच संदर्भहीन बनवून गोंधळात टाकतो. आणि त्याच त्याच लोकांचे संदर्भ जर तुम्ही वापरत असाल, तर ते लेखन व त्याचे वाचन अगदी कंटाळवाणे होते आणि अशी छाप पडते की तुमचे वाचन खूपच कमी आहे, जे प्रत्यक्षात तसे नसते. (असा निष्कर्ष निघणे योग्य नव्हे) ही अडचण टाळण्यासाठी तुमची कच्ची प्रत पूर्ण वाचून घ्या आणि जेथे जेथे उद्धृते कमी करता येतील तेथे करा. जर खूप उद्धृते देणे अत्यावश्यक वाटलेच तर भिन्न शब्दात मांडा किंवा त्याचा एकत्र गोषवारा लिहा. शब्दशः लिहू नका किंवा ते अत्यावश्यक नसतील तर सगळेच काढून टाका. तुम्ही तुमची स्वतःची नसलेली कल्पना मांडत असाल तर त्याचा संदर्भ द्या. वाङ्मय चौर्याला बळी पडू नये अशीच तुमची इच्छा असेल ना?

बौद्धिक नम्रतेच्या बरोब्बर उलट आहे तरुण आणि अननुभवी लेखकांचा उद्दामपणा. ज्यांना वाटते की त्यांना वर्तमानातून आणि भूतकाळातूनही काहीही शिकायची गरज नाही. हा निदर्शनास येणारा उद्दामपणा मुद्दामहून ते दाखवत नसतील तो सहेतुक नसेल, पण तो खरा असो वा नसो तो त्रासदायक होतो आणि तो तुम्हाला मित्रही मिळवून देत नाही. तुम्हाला जर तुम्ही अति आत्मविश्वासू दिसायला नको असेल, तर तुम्ही इतरांच्या कामावर कशी टीका–टिप्पणी करता, त्याबाबत काळजी घ्या. एखाद्या प्रसंगी इतरांच्या युक्तिवादातील किंवा संशोधनातील त्रुटी दर्शविणे हे समजू शकते (ते खरेतर आवश्यकही असते) पण ते तुम्ही कोणत्या पद्धतीने दर्शविता हे महत्त्वाचे आहे. तुमच्या क्षेत्रातील सर्वच काम जुने पुराणे, फालतू किंवा 'मजबूत सैद्धांतिक पाया नसलेले' आहे असे म्हणून दूर सारल्याने तुमच्या युक्तिवादाला बळ मिळत नाही, तर उलट तुम्हालाच दुसऱ्यांचे काम समजत नाही असा अर्थ होतो. मी नुकत्याच वाचलेल्या एका दुसऱ्या प्रस्तावासंदर्भात असे वाईटपणे म्हटले होते की, 'माझ्या मताप्रमाणे हे सर्व दृष्टिकोन कालबाह्य झालेले आहेत.' यावरून अतिआत्मविश्वासाचे दर्शन होते आणि तुमचे स्वतःचे काम होणे अवघड होते. मग हे काम कितीही गांभीर्याने अथवा वस्तुनिष्ठपणे केलेले असो. यातील उपरोध असा आहे की, तुम्ही इतरांवर जितकी टीका कराल, तितके तुमचे वाचक तुमचे टीकाकार होतील. तेव्हा लक्षात ठेवा : 'सूर' (टोन) सर्वात महत्त्वाचा. प्रश्न विचारणे, शंका उपस्थित करणे, विधानातील मर्यादा शोधणे हे ठीक. टर उडवणे, नाकारणे, कमी लेखणे योग्य नाही.

शैलीबाबतचा शेवटचा मुद्दा म्हणजे शैली साधी सरळ सोपी ठेवा. कोणत्याही प्रकारचे चांगले शैक्षणिक लेखन हे स्पष्ट आणि नेमके असते आणि जेव्हा सामान्यपणे वापरल्या जाणाऱ्या शब्दांमधून आवश्यक त्या अर्थ छटा व अचूकपणा व्यक्त होत नसेल तेव्हाच फक्त तांत्रिक परिभाषा वापरली जाते.

जरी बरेचसे शिक्षणतज्ज्ञ आणि तांत्रिक भाषातज्ज्ञ मला खात्री आहे माझ्याशी सहमत होणार नाहीत, पण मला व्यक्तिशः वाटते की उत्तम शैक्षणिक लेखन तंत्र ते, जे स्वतःकडे नाही, तर आशयाकडे लक्ष

वेधून घेते. शब्द आणि कल्पनांच्या शैली आणि आशय यांचे सहजीवन, नाते याबद्दल अनेक आकर्षक युक्तिवाद मांडले जातात. पण तुमच्या पुस्तकासाठी, तुमच्या पहिल्या गांभीर्याने लिहिलेल्या शैक्षणिक प्रकाशनासाठी तुम्हाला जे म्हणायचे आहे, ते जितक्या थेटपणे मांडता येईल तेवढे मांडण्यावर तुम्ही लक्ष केंद्रित करायला हवे. पीएचडी प्रबंधावर सर्वात जास्त वेळ जी टीका ऐकायला मिळते ती म्हणजे पीएचडी प्रबंध जास्तच प्रभावी भाषेत असतात, नको इतके तंत्रजड शब्द आणि क्लिष्ट शब्दसमूह. जर तुम्ही तुम्हाला जे म्हणायचे आहे ते सोप्यात सोप्या पद्धतीने मांडण्यावर लक्ष केंद्रित केलेत तर तुमचा युक्तिवाद अधिक जोमदार होईल आणि तुमच्या दृष्टिकोनाच्या बाजूने वाचकाचे मन वळवायची शक्यता जास्त वाढेल. डावी बाजू ही आहे की तुमच्या युक्तिवादामध्ये जर काही त्रुटी असतील, युक्तिवाद कमकुवत असेल, तर तो लगेच नजरेस येईल. आत्ता नाही तर मग, त्रुटी या सापडतातच. तुम्ही जर वर दिल्याप्रमाणे लेखन केलेत, तर तुमच्या त्रुटी तुम्हालाच लक्षात येणे आणि दुसऱ्या कोणाला दिसण्याआधी तुम्हालाच दिसून त्या दूर करणे तुम्हाला सोपे जाते.

एम. आय. टी. येथील समाजशास्त्र आणि मानववंशशास्त्र विभागाच्या प्रमुख आणि प्रोफेसर सुझान सिलबे यांची एक रंजक कथा आहे. आपल्या कल्पना परिणामकारकतेने पुढे मांडायला शिकण्याच्या महत्त्वाबद्दल आणि त्यांची स्वत:ची लेखन शैली सुधारण्यासाठी त्यांनी वेळेपूर्वीच घेतलेल्या खबरदारी संदर्भात ही कथा आहे.

> मी माझा अभ्यास – प्रबंध पूर्ण केला, आणि माझी पहिली कच्ची प्रत (मॅन्युस्क्रिप्ट) *'द लॉ अँड सोसायटी रीव्ह्यू'* या माझ्या कायद्याचे समाजशास्त्र या क्षेत्रातील खूप मान्यताप्राप्त जर्नलकडे पाठवून दिली. मी बेचैन होतो आणि जेव्हा संपादकाचे पत्र आले की त्यांना तो लेख मसुदा खूप आवडला आहे आणि ते तो लेख डिसप्यूट प्रोसेसिंग या तेव्हाच्या ज्वलंत विषयावरील विशेष अंकामध्ये समाविष्ट करतील तेव्हा मी खूप रोमांचित झाले. परंतु ते म्हणाले की त्यांना माझ्या लेखातील आशय आवडला असला तरी त्यांना माझ्या लिखाणाबाबत गंभीर समस्या जाणवताहेत. त्यांनी मला एक मोठे परीक्षण पाठवले, ज्यामध्ये पुढे दिल्याप्रमाणे एक परिच्छेद होता. 'तुमच्या मॅन्युस्क्रिप्टमध्ये जे म्हणायचे आहे त्याबद्दल ही परीक्षणे चांगला अभिप्राय देत असली तरी ज्या रचनेमध्ये तो आत्ता लिहिला आहे. त्या स्वरूपात मी तो प्रकाशित करू शकत नाही. तुमचे लेखन सध्या सर्वत्र आढळतात अशा लेखन त्रुटींनी भरलेले आहे. जसे काळाचा असुसंगत वापर, एकवचन/अनेकवचनाच्या समस्या, समांतरतेचा अभाव, अयोग्य शब्दांची निवड, गरजेपेक्षा जास्त शब्दात लिहिणे आणि कोणताही स्पष्ट अर्थ न सांगणारी वाक्ये. तुम्ही थोडी मदत शोधावी व घ्यावीच आणि मी तुम्ही पाठवलेले लेखन निर्मिती प्रक्रियेला पाठविण्यापूर्वीचे तुमचे लेखनासंबंधीचे प्रश्न मार्गी लावावेत.'

त्या पत्राने मला धक्का बसला आणि आश्चर्य वाटले. माझ्या परीक्षण मंडळाने मला सांगितले होते की हा एक छान अभ्यास – प्रबंध आहे. पूर्णपणे कल्पक आणि स्वतंत्र. 'अमेरिकन पोलिटिकल सायन्स असोसिएशन'ला त्यांनी या प्रबंधाला बक्षीस मिळावे म्हणून शिफारसही केली होती.त्यामुळे ते संपादक काय म्हणत होते किंवा समस्या नेमक्या काय होत्या ते मला कळत नव्हते. माझे लेखन मला एकदम छान दिसत होते आणि माझ्या कोणत्याही प्राध्यापकांनी त्या अर्थाने माझ्या लिखाणावर टिप्पणी केली नव्हती. माहिती आणि युक्तिवादावरच केली होती.

वेलस्ली कॉलेजमधील (मी तेव्हा जेथे समाजशास्त्र विभागात असिस्टंट प्रोफेसर म्हणून काम करत होते.) इंग्रजी विभागातील माझ्या मैत्रिणींकडे जायचे ठरवले. त्या मैत्रिणीने माझा लेख घेतला आणि कित्येक दिवसांनी तो परत केला. त्यातील पहिल्या तीन–चार कागदावर पूर्ण कागदभर लाल शाईत खुणा केलेल्या होत्या. पांढरा कागद दिसतच नव्हता. माझी मैत्रीण म्हणाली की तिला यासाठी जास्त वेळ देता आला नाही आणि तिने मला ती जुनी म्हण सांगितली. 'भुकेल्या माणसाला एक मासा दिलात, तर त्याचे एक जेवण होईल, पण त्या माणसाला जर मासे पकडायला शिकवलेत, तर तो आयुष्यभर जेवू शकेल.' तर माझ्या या इंग्रजी विभागातल्या मैत्रिणीने 'कसे लिहावे' हे शिकवण्याची तयारी दर्शविली. मी तिला माझी 'लेखन शिक्षिका' म्हणून नेमूनच टाकले. पुढचे कित्येक आठवडे मी या मैत्रिणीला वारंवार भेटत होते – एका वेळेस कित्येक तास – आणि माझ्या त्या लिखाणातील ओळी ओळीतील खटकणाऱ्या बाबींवर काम केले. 'अ‍ॅक्टिव्ह व्हॉइस', 'पॅरलल कन्स्ट्रक्शन' यांचे अर्थ शिकले. 'ओन्ली', 'द', 'विच' या शब्दांचे योग्य जागी कसे उपयोग करावेत ते शिकले. मी ज्या लेखनावर काम करीत होते. त्यामधील ज्या समस्यांबद्दल संपादक बोलत होते, त्या समस्यांच्या स्वरूपाबद्दल आणि त्या समस्यांचे निराकरण करण्याबाबत आणि पुढे भविष्यकाळात मी जे लेखन करेन त्यात कोणत्या बाबतीत मी जागरूक राहायला हवे, याबाबत या अनुभवावरून समजले.

मी या मैत्रिणी (सहकारी) बरोबर एका लेखन परिषदेत नाव घातले आणि इंग्रजी भाषेतील मी एक सजग लेखक बनले. 'स्टंक अँड व्हाइट' मी मुखोद्गत केले आणि त्यानंतर मी ते माझे 'बायबल' म्हणून वापरले. (मी त्याच्या अनेक प्रती माझ्या कचेरीत ठेवते आणि माझ्याबरोबर संशोधन करायचे आहे म्हणणाऱ्या सर्व पदवी विद्यार्थ्यांना देऊ करते. अर्थात सामाजिक सिद्धांत आणि संशोधन पद्धती यांचे धडे मी त्यांना देतेच.) माझ्या त्या पहिल्या लेखनानंतर (मॅन्युस्क्रिप्ट) माझ्या लेखनाबद्दल कोणत्याच संपादकाने नकारार्थी उद्गार काढले नाहीत, आणि मलाही माझे लेखन प्रकाशित करून घेण्यात अडचण आली नाही. कालांतराने मी *'लॉ अँड सोसायटी रिव्ह्यू'*ची (हेच ते जर्नल ज्याकडे मी माझे पहिले लिखाण पाठवले होते व ज्याने मला लिहावे कसे हे शिकवले) संपादक झाले; एका पुस्तकांच्या मालिकेची (केंब्रिज युनिव्हर्सिटी प्रेस स्टडीज इन लॉ अँड सोसायटी) संपादक झाले, माझ्या स्वतःच्या पुस्तकांची लेखक आणि संपादकही झाले.

प्रोफेसर शिलबे यांच्याबरोबर बराच काळ मी काम केले आहे. गद्य लिखाणाच्या शैलीबाबत काही समस्या होत्या याची आता कल्पनाही करणे कठीण आहे. . त्यांच्या ह्या कथेतून बोध घेण्यासारखा आहे. यावरून एक बहुमोल गोष्ट लक्षात ठेवण्यासारखी आहे की लेखनाची/लेखन शैलीची देणगी असलेल्यांना आणि अनुभवी शैक्षणिक लेखकांना सुद्धा त्यांच्या लेखनावर काम करावे लागते आणि सुरुवातीला अत्यंत नकारात्मक असलेला अभिप्राय, जर त्यावर काम केले तर अतिशय सकारात्मक फलित देतो.

शेवटी, जर तुमचे काम अशा एखाद्या विद्याशाखेत येत असेल, जिथल्या अग्रगण्य प्रभावशाली लोकांची लिखाणाची शैली फारच असाधारण व विशेष आहे, तरीही काळजी करू नका. तुमची दूरदृष्टी आणि विषयाची तुमची समज जेवढी सखोल होत जाईल, तेवढा तुम्ही तुमचा आवाज विकसित करू शकाल. (तुमचे मत–समज–लिखाण विकसित होईल.) ही अशी गोष्ट नाही की जी अचानक प्राप्त करून घेता येते किंवा एखाद्याची नक्कल करून मिळवता येते. ती जबरदस्तीनेही आणता येत नाही. तुम्ही ज्यांची (त्यांच्या लेखनाबाबत) प्रशंसा करता त्यांच्या लेखनाचा अभ्यास करा. तुमचा युक्तीवाद स्पष्टपणे मांडण्याच्या रचना तंत्रावर लक्ष केंद्रित करा तसेच तुम्हाला जे प्रामाणिकपणे आणि सोपेपणाने म्हणायचे आहे ते म्हणण्यावर लक्ष केंद्रित करा. योग्य वेळी तुमचा स्वत:चा आवाज नक्की उमटेल.

सारांश :

- **शैक्षणिक लेखनाच्या विविध वर्गवारींमधील (प्रकारांमधील) शैली आणि रचना यातील फरकांबाबत जागरूक राहा.**
- **तुमच्या प्रबंधासाठीची मूलभूत/स्वतंत्र वैशिष्ट्ये आणि त्या लेखनप्रकारात सर्वसामान्यपणे (सर्वसाधारण) असणारी वैशिष्ट्येही ओळखा. यामुळे मूलभूत वैशिष्ट्ये तुम्ही वाढवू शकाल आणि सर्वसाधारण असणारी कमी करू शकाल.**
- **नक्की लक्षात ठेवा की जर्नलमधील लेख हा 'फोकस्ड',मोजक्या शब्दांतला आणि असाधारण अशा विशिष्ट वाचकवर्गाला उद्देशून लिहिलेला असतो. म्हणून सर्व विशद करून सांगण्याची आवश्यकता नसते.**
- **सिद्धांत, माहिती आणि कार्यपद्धती एकजीव होऊन मूळ मजकुरामध्ये सामावली जायला हवी. त्यांचे नुसते वर्णन नको.**
- **तुमच्या पुस्तकाचा आवाका व संभाव्य वाचक वाढविण्यासाठी जास्तीची माहिती/साहित्य गोळा करायची किंवा जास्तीचे संशोधन करायची तयारी ठेवा.**
- **असे गृहीत धरू नका की तुमचा प्रबंध आहे तसा सादर केलात तरी तो पुस्तकासाठी स्वीकारला जाईल.**

- प्रकाशकाला तुमच्या पुस्तकात रस आहे आणि त्याच्याबरोबर पुस्तकासाठी करार होण्याची चांगली शक्यता आहे याबाबत पुरेशी खात्री वाटल्याशिवाय तुमच्या प्रबंधावर पुनर्निर्मितीसाठी जास्त काम करू नका आणि त्याचा आवाका वाढवू नका.
- इतर टीकाकार आणि शैक्षणिक क्षेत्रातील लोक (अध्यापक) यांच्या मतांवर फार मोठ्या प्रमाणात अवलंबून राहू नका. त्यांची थेट वक्तव्ये (कोटेशन्स) (उद्‌गार) गोंधळात टाकू शकतात आणि तुमचा युक्तिवाद संदिग्ध बनवू शकतात.
- अनेक तंत्रजड शब्द आणि किचकट शब्दरचना वापरून छाप पाडण्याचा प्रयत्न करू नका.
- याचे दुसरे टोक म्हणजे दुसऱ्यांच्या कामाबद्दल तुमचे दुमत असले तरी त्यांचे काम नाकारून त्याला कमी लेखून उद्धट बनण्याचा धोका पत्करू नका.

४

प्रकाशक निवडताना

आपल्या पुस्तकासाठी उत्कृष्ट, परिपूर्ण आणि सुयोग्य (परफेक्ट) प्रकाशक कसा शोधावा आणि 'उत्कृष्ट असं काही अस्तित्वातच नसतं.', असं म्हणायचं असेल तर तुमचे पुस्तक छापायला तयार असलेला प्रकाशक कसा निवडावा याबाबत हे प्रकरण सल्ला देऊ करते. तुमच्या पसंतीच्या प्रकाशकाशी/प्रकाशकांशी संपर्क करण्यापूर्वी त्याबाबत थोडे संशोधन करण्याने 'तातडीने तुमचे काम नाकारले जाणे वा तुमचा प्रस्ताव परीक्षणासाठी पाठवला जाणे' इतका फरक पडतो. या संशोधनामध्ये, प्रकाशक आणि छपाई करणारे जाणून घेणे, इतरांच्या अनुभवांचा फायदा घेणे, तुमच्या पुस्तकासाठी योग्य बाजारपेठेची उपलब्धता असणे आणि प्रकाशनाचा वेग, प्रकाशनाची गुणवत्ता जाणून घेणे इत्यादी गोष्टी येतात. एका वेळेला एकापेक्षा जास्त प्रकाशकांशी संपर्क साधावा का हा काटेरी प्रश्न येथे चर्चिला जाईल.

जर पुस्तक व्यवसायाच्या एखाद्या अंगाशी ते परिचित नसतील, तर बहुतेक लोकांना कोणते प्रकाशक कोणती पुस्तके छापतात याबाबत कोणतीही कल्पना नसते. किंवा त्यात स्वारस्यही नसते आणि का माहीत असावं त्यांना...? सतत विलीनीकरण आणि संपादन (मर्जर अँड ॲक्विझीशन) होणाऱ्या व स्वतःला सतत नव्याने प्रस्थापित करणाऱ्या उद्योगाचे स्पष्ट चित्र पहिल्या प्रकरणात दिले आहे. मोठ्या कंपन्या छोट्या कंपन्यांना गिळंकृत करतात, मग कंपन्यांचे भाग पडतात, अजून उपभाग पडतात – ज्यांचे अंतहीन विभाजन होत राहते आणि आणखी तशाच संस्था निर्माण होत राहतात. प्रतिनिधी (एजंट) प्रकाशक होतात आणि प्रकाशक एजंट. नवीन प्रकाशन आणि पॅकेजिंग कंपन्या सदैव उगवत असतात. विशिष्ट विषयाला वाहिलेले असंख्य प्रेस (छापखाने), सामाजिक संस्थांचे प्रेस, विद्यापीठांचे प्रेस..., उल्लेख करू तेवढे थोडेच. यातील बहुतेक सारे इतर संस्थांसाठी पुस्तके व जर्नल्स प्रकाशित करत असतात. अंतिम परिणाम काय तर या उद्योगातील सरावलेले विश्लेषक आणि या उद्योगाच्या अलीकडच्या पुनर्बांधणीचा हिस्सा झालेले लोक सोडले, तर इतरांना या बदलाबरोबर राहणे, बदल समजून घेणे अवघड पडते.

कदाचित हे जरा जास्तीच आश्चर्यकारक आहे की अगदी आत्ताआत्तापर्यंत शिक्षण क्षेत्रातील अनेक लोकांनाही याबाबत फारच थोडी कल्पना होती. एक गट म्हणून या लोकांचे या उद्योगाला समजून घेण्याशी लागेबांधे असूनही, ते एकमेकांवर अवलंबून असूनही त्यांना फारशी कल्पना नव्हती. गेल्या काही वर्षांत

प्रकाशनाचे बहुपेडी पर्याय – ज्यातील बरेचसे प्रकरण १ मध्ये चर्चा केल्याप्रमाणे इलेक्ट्रॉनिक आहेत, – त्यांना उपलब्ध झाल्यामुळे या लोकांना त्यांच्या प्रकाशन व्यवसायाशी संबंध असण्याबद्दल विचार करणे भाग पडले. जेव्हा छापील पुस्तके आणि छापील जर्नल्स ही फक्त नाव मिळावे म्हणून छापली जायची त्या काळात हेच दोन मूलभूत पर्याय असण्याच्या काळात प्रकाशक जितका जास्त ख्यातनाम तितका चांगला असे समजले जायचे. आता फक्त नाव/ख्याती मिळविणे हीच साधीसुधी गोष्ट राहिलेली नाही तर तुमच्या विशिष्ट अभ्यास क्षेत्रात कोणते प्रकाशक प्रकाशन करताहेत हे महत्त्वाचे आहे; नुसती प्रकाशन व्यवसायात हजेरी लावणे नव्हे. तुम्ही निवडलेले प्रकाशक तुमच्या पुस्तकाच्या फक्त छापील प्रतीच प्रकाशित करणार की इलेक्ट्रॉनिक प्रतही देऊ करणार, बाजारात आणणार? ऑन लाइन रिसोर्स म्हणून हे पुस्तक समाविष्ट होणार का? प्रकाशकांकडे विक्री आणि विपणनाची कोणती साधने उपलब्ध आहेत? या सर्व बाबींची माहिती तसेच तुमच्या संभाव्य प्रकाशकांचा प्रकाशन आराखडा/रचना, त्याची महत्त्वाची बाजारपेठ याचे प्राथमिक ज्ञान तुम्हाला योग्य प्रकाशक निवडण्याच्या कामी येईल. तसे प्रकाशक निवडल्यावर तुम्हाला तुमचा प्रस्ताव व तुमचा दृष्टिकोन अशा प्रकारे तयार करता येईल की निदान प्रकाशक तुम्हाला गांभीर्याने घेण्याच्या संधी जास्तीत जास्त प्रमाणात निर्माण होतील. तुम्हाला प्रकाशनातील तज्ज्ञ होण्याची गरज नाही, पण वेळीच थोडा गृहपाठ केलात, तर पुढे जाऊन उपयोगी पडेल.

तुमच्या क्षेत्रातील महत्त्वाचे प्रकाशक शोधणे

निवडक संभाव्य प्रकाशकांची यादी बनवण्यासाठी तुमच्या क्षेत्रात सातत्याने कोण प्रकाशने काढत आहे त्यांचा शोध घेणे ही पहिली गोष्ट करणे तुम्हाला आवश्यक आहे. जर एखादी व्यक्ती शिक्षणक्षेत्रातील मानवविद्या किंवा सामाजिक शास्त्रांमध्ये काम करीत असेल तर तिच्याकडे घरी किंवा कार्यालयात मांडणीवर बरीच पुस्तके असण्याची शक्यता आहे. तसेच तुम्ही तुमच्या विषयक्षेत्रातील पुस्तके वाचण्यात आणि मिळवण्यात तुमचा उपलब्ध वेळ बऱ्याच प्रमाणातील वेळ पुस्तकांच्या दुकानात आणि ग्रंथालयात घालवीत असाल. पुस्तकाचा कणा (मुखपृष्ठ व मलपृष्ठाला जोडणारा पुस्तकाचा डाव्या बाजूचा भाग) आणि इम्प्रिंट पाने (पुस्तकाच्या पहिल्या एकदोन पानात प्रकाशक व पुस्तकाबद्दलची माहिती) याकडे बारकाईने बघा. ही पुस्तके कोण प्रकाशित करतो? कोण छापतो? एखादा पुस्तकात काय प्रकाशित करतो हे नुसते माहीत असून उपयोग नाही. उदाहरणार्थ 'टेलर अँड फ्रॉन्सिस. (अनेक प्रकाशनसंस्थांना सतत विकत घेऊन – अॅक्विझिशन गेल्या दहा वर्षात प्रचंड मोठी झालेली कंपनी). तुम्हाला हेही माहीत असायला हवे की ते Routledge Bookआहे की Routledge Curzen की Routledge Falmer की Psychology Press टेलर अँड फ्रॉन्सिसची पुस्तके बहुतेकवेळा स्पष्टपणे ब्रँडेड असतात पण इतर इम्प्रिंट्स इतके निष्ठावान नसतात. कोण काय प्रकाशित करते आहे याची चांगली कल्पना आल्यावरच, ज्याला तुमच्या प्रस्तावात रस असेल अशा एखाद्याच्या हातात तुमचा प्रस्ताव सोपविण्याची संधी तुम्ही घेऊ शकाल.

तुम्ही सातत्याने जी पुस्तके हाताळता त्या पुस्तकांच्या प्रकाशन आणि इम्प्रिंट्सची नावे तुमच्या लक्षात येऊ लागल्यावर तुम्हाला आश्चर्य वाटेल की तुम्ही वापरता ती जवळजवळ सर्व पुस्तके प्रकाशकांच्या एका गटाकडून प्रकाशित केली जातात. कारण अगदी सोपे आहे, प्रकाशक ही एक पुराणमतवादी (एकदम सुधारणा घडवून आणण्यास विरोध करणारी) जमात आहे. एकदा का त्यांना यश मिळवून देणारे सूत्र (फॉर्म्युला) गवसले, की ते जन्मांतापर्यंत तेच वापरणार. तुम्हाला जर यात अतिशयोक्ती वाटत असेल, तर सातत्याने लोकप्रिय असलेली मानसशास्त्रीय पुस्तके आठवून पाहा. ऑलिव्हर सॅक्शच्या *'द मॅन हू मिस्टूक हिज वाइफ फॉर हॅट'* वर (१९८५) किंवा जॉन ग्रिबनच्या *इन सर्च ऑफ श्रॉडिंगर'स कॅट* या सैद्धांतिक वास्तवशास्त्रावर आधारित प्रचंड संख्येने आलेली पुस्तके होती. अनेकांनी ही पुस्तके विकत घेतली, फार थोड्यांनी ती वाचली, आणि त्याहून फार थोड्यांना ती समजली. नुकतेच काही काळापूर्वी 'इकॉनॉमिक्स आणि 'द वर्ल्ड फिनान्शिअल ऑर्डर' यांची चलती होती. आणि कुणी सांगावं? कदाचित पुढील काही वर्षांत चक्र पुन्हा पूर्वपदावर येईल आणि पूर्वी होती तशी पर्यावरणावरील पुस्तके पुन्हा एकदा फॅशनमध्ये येतील. शैक्षणिक प्रकाशक सर्वसाधारणपणे प्रकाशनाच्या नव्या क्षेत्रात उडी घ्यायला फारसे उत्सुक नसतात. अधूनमधून 'लेटेस्ट इंटलेक्च्युअल'च्या ताफ्यात सामील होण्याची येणारी हुक्की सोडली तर शैक्षणिक प्रकाशक कुठल्याही नव्या क्षेत्रात शिरण्यास फारसे उत्सुक नाहीत. खरंतर गेल्या काही वर्षात प्रकाशन व्यवसायात कपात होत आहे. एरवी व्यवसायात आघाडीवर असलेले कित्येक छापखाने स्वत:हून आपल्या प्रकाशन कामातून माघार घेताहेत. किंवा ते जर चतुर असतील तर शांतपणे व्यवसाय कमी कमी करताहेत. (ज्याला एरवी 'मॅनेज्ड डिक्लाइन' असे म्हणतात.) मानववंशशास्त्र, भूगोल आणि समाजशास्त्रात प्रकाशन करणे हे फायदेशीर आणि लोकप्रिय क्षेत्र राहिलेले नाही अशी बड्या बड्या प्रकाशकांचीही समजूत झालेली आहे. हे अंदाज खरे आहेत का आणि ते उचित आहेत का ही वेगळी गोष्ट. जे चालतं नाणं आहे, त्यात आणि त्यांच्या सध्या चालू असलेल्या बिझनेस मॉडेलमध्ये प्रकाशक रस घेतात ही वस्तुस्थिती आहे. याचा अर्थ असा की *'केंब्रिज स्टडीज इन क्रिमिनॉलॉजी'* सारख्या खूप काळ चालणाऱ्या क्रमश: प्रसिद्ध होणाऱ्या लेखनावर व्यवसाय टिकवणे, वाढवणे किंवा मिडीएव्हल हिस्टरी (मध्ययुगीन इतिहास) किंवा रेफ्यूजी स्टडीज (आश्रयार्थीचा अभ्यास) सारखी पुस्तके प्रकाशित करून बाजारपेठेत एक निश्चित असे स्थान विकसित करणे. यशाचे सूत्र म्हणून एल्सवीयर नॉर्थ हॉलंड ब्लॅकवेल स्टुडन्टस् कम्पॅनियन्स यासारखी महागडी, अत्यंत पराकोटीची व्यावसायिक हॅंडबुक्स प्रकाशित करून संतुलन साधतात. तुमच्या क्षेत्रात अग्रभागी असलेल्या प्रकाशकाने कोणतेही प्रकाशनाचे मॉडेल स्वीकारलेले असो, तुम्हाला हे माहीत हवे की हे प्रकाशक कोण आहेत आणि त्यांनी कोणती मॉडेल्स स्वीकारली आहेत; ज्यायोगे तुम्ही जेव्हा एखाद्या संभाव्य प्रकाशकाशी संपर्क कराल, तेव्हा तुम्हाला त्या प्रकाशकाच्या आणि तुमच्या गरजेशी मिळताजुळता प्रस्ताव बनविण्याची संधी मिळेल.

इतरांच्या अनुभवांचा फायदा करून घेताना

एकदा का तुम्ही कोण काय प्रकाशित करतो या संदर्भाचा पुस्तकांचा विचार करायला लागलात – फक्त पुस्तकात काय दिलंय याचा नाही – की मग तुमच्या सहकाऱ्यांशी विशेषत: ज्यांनी आपले लेखन आधी प्रकाशित केले आहे अशा वरिष्ठ सहकाऱ्यांशी बोला आणि विविध प्रकाशकांबाबतचे त्यांचे मत आणि विविध संपादकांबरोबर काम करताना त्यांना आलेल्या अनुभव याबाबत विचारा. माझे लेखक जेव्हा त्यांच्या संपादकांबरोबरच्या अनुभवाबद्दल बोलतात तेव्हा एकाच उद्योग व्यवसायातील लोक किती वेगवेगळ्या पद्धतीने व्यवसाय करतात. हे ऐकताना मला अनेकदा भुरळ पडते. म्हणजे असं म्हणायचं नाहीये की एकजण दुसऱ्यापेक्षा चांगला आहे. पण प्रकरण एकमध्ये चर्चिले आहे, त्याप्रमाणे प्रकाशन संस्थांच्या कार्यपद्धतींमध्ये, अपेक्षा आहे, त्याप्रमाणे प्रकाशन संस्थांच्या कार्यपद्धतींमध्ये, अपेक्षांमध्ये आणि कंपनी संस्कृतींमध्ये फरक आहेत. आणि तुम्ही जेव्हा तुमचा संपादक निवडाल, तेव्हा तुम्हाला याची जाणीव असल्याचा उपयोग होईल.

ज्यांचं लेखन प्रकाशित झालं आहे, अशा सहकाऱ्यांशी, तुमच्या मार्गदर्शकांशी, तुमचा प्रबंध ज्यांनी तपासला आहे अशांशी तुम्ही बोललात, तर ते तुम्हाला एका लेखनाच्या दृष्टिकोनातून प्रकाशनाच्या प्रक्रियेबद्दल काही महत्त्वपूर्ण सूक्ष्मदृष्टी (ज्ञान) देतील. वर दर्शविल्याप्रमाणे विविध प्रकाशकांचा आपला आपला वेगळा दृष्टिकोन असतो. (कामाची पद्धत असते) आणि तुमच्याशी एकदा करार झाला की तुम्ही त्या दृष्टिकोनाशी मिळतेजुळते घ्यावे अशी काही प्रकाशकांची/संपादकांची अपेक्षा असते. इतर प्रकाशक/संपादक – अलंकारिक भाषेत सांगायचे तर हातात हात घालून काम करायला तयार होतील, पण ते तुमच्या पुस्तकाची किती क्षमता आहे, ते किती कार्यमग्न आहेत आणि तुमचे त्यांच्याशी किती चांगले वर्तन आहे यावर अवलंबून असेल.

युनिव्हर्सिटी ऑफ न्यू हँपशायर येथील समाजशास्त्राचे मिशेल डिलॉन यांच्या पुढील टिपणीवरून दिसून येते की वरिष्ठ सहकाऱ्यांचा सल्ला घेतल्याने प्रकाशक/संपादक यांच्याकडून काय अपेक्षा करावी आणि तुमचा प्रबंध प्रकाशित करण्यासाठी किती काम करावे लागेल.

> एकाच वर्षी, १९८४ मध्ये जर्नलमध्ये माझे दोन लेख छापून आले. मी नशीबवान ठरलो. एक माझ्या पदव्युत्तर प्रबंधावर (यूथ सबकल्चरवर) होता आणि दुसरा माझ्या वरिष्ठ सहकाऱ्यांबरोबर संशोधन करायला मला बोलावले होते (फर्टिलिटीवर) त्यावर होता. मी हे शिकलो की जेव्हा तुम्ही एकट्याने स्वत: सर्व गोष्टी करता, त्यापेक्षा तुम्हाला जेव्हा निष्णात संशोधकाचा सल्ला मिळालेला असतो, तेव्हा प्रकाशनाची प्रक्रिया अधिक सुरळीतपणे पार पडते. परंतु तरुण संशोधक विद्यार्थ्यांना इतरांचा सल्ला आणि सूचना मागण्यासाठी धैर्य गोळा करणे आणि आत्मविश्वास असणे सोपे नसते. माझ्या पदवी विद्यार्थ्यांना मी सदैव सांगत असते

की लेखन हे एक कष्टाचे काम आहे, आणि तुम्ही टिप्पणी आणि सूचनांवर आधारित जितके अधिकाधिक वेळा लिखाणात सुधारणा कराल तितके फळ चांगले मिळेल.

तुम्ही ज्यांना ओळखता/रोज संपर्कात असता, त्या लोकांकडे त्यांचे काही वैयक्तिक संपर्क किंवा किमान नावे असतील जी ते तुम्हाला सांगायला तयार असतील, तर त्याचे फायदे उघड आहेत. एखाद्या प्रथितयश अध्यापकांनी तुमची एखाद्या प्रकाशकाकडे/संपादकाकडे शिफारस केली आणि ते संपादक त्या अध्यापकांना व्यक्तिशः नाही, नुसते नावाने ओळखत असतील तरी तुमचे काम ते प्रकाशक/संपादक त्वरित त्या संदर्भात लक्षात ठेवू शकतात आणि त्यांनी तुमचा प्रस्ताव गांभीर्याने घेण्याची शक्यता नक्कीच वाढते. अर्थात नुसती शिफारस मिळणे म्हणजे प्रकाशनाची खात्री मिळणे नव्हे, हे आपण पुढील प्रकरणात पाहणार आहोत.

प्रकाशकांच्या वेबसाईट्स

प्रकाशकांविषयी, म्हणजे ते कोणता विषय क्षेत्रात प्रकाशन विशेषज्ञ आहेत, अशी माहिती मिळण्याचा साधा सोपा स्रोत म्हणजे स्वतः प्रकाशकच. आजकाल सर्वच प्रकाशकांच्या आपापल्या वेबसाईट्स असतात. ज्याद्वारे तुम्ही त्यांचे चालू असलेले प्रकाशन प्रकल्प/कामे, पूर्वीची कामे, संस्थेची रचना, प्रस्ताव पाठविण्याबाबत सूचना (ज्याबद्दल आपण प्रकरण ५ मध्ये पाहणार आहोत.) इ.ची माहिती मिळवू शकतो. जरी माहितीची अचूकता आणि वेबसाइटवरून माहिती मिळविण्यात अपेक्षित असलेली सहजता या वेबसाइट्समध्ये दरवेळेस चांगली नसते, तरी तुमच्या क्षेत्रातील महत्त्वाच्या प्रकाशकांच्या वेबसाइट्स ब्राउझ करण्यात (संगणकावर माहिती मिळवण्यात), विशेषतः त्यांचे कॅटलॉग्ज पाहण्यात थोडा वेळ घालवलात, तर तुम्हाला त्यांच्या ते सध्या हातात घेणार असलेल्या कार्यक्रमांबद्दल आवश्यक ती माहिती मिळेल आणि त्यामध्ये पुस्तक नेमके कसे बसवावे यावर तुम्हाला विचार करता येईल. याऐवजी तुम्ही अशाही निष्कर्षाला येऊ शकता की तुमच्या पुस्तकाला एखादा प्रकाशक योग्य न्याय देऊ शकणार नाही कारण त्याची नजीकच्या काळातील बरीचशी पुस्तके ही क्रमिक पुस्तके आहेत आणि पूर्वी ते प्रकाशक प्रकाशनाच्या ज्या विशिष्ट पुस्तक प्रकारात बलस्थानी होते, त्यापासून ते आता बरेच दूर गेले आहेत. लक्षात घेण्याजोगी महत्त्वाची गोष्ट ही आहे की जरी (वर चर्चा केल्याप्रमाणे) प्रकाशकांची सहजप्रवृत्ती पुराणमतवादी असली, तरीही, शैक्षणिक प्रकाशकांना सातत्याने बदलत राहणे भाग पडते (म्हणून ते बदलतात) प्रकरण एकमध्ये बघितल्याप्रमाणे नवीन तंत्रज्ञानाचा शैक्षणिक काम प्रकाशित आणि वितरित करण्यावर परिणाम झाल्यामुळे प्रकाशकांना जर त्या मर्यादित बाजारपेठेत टिकून राहायचे असेल, तर 'जैसे थे' राहणे परवडणारे नाही. याचा परिणाम म्हणून – अगदी अनुदानित युनिव्हर्सिटी प्रेससुद्धा विषय क्षेत्रांचे आणि ते प्रकाशित करू शकणाऱ्या पुस्तकांच्या प्रकारांचे सातत्याने विश्लेषण

आणि पुनर्मूल्यमापन करीत असतात. याचा अर्थ असा की काही वर्षांपूर्वी एखादा प्रकाशक जर अँग्लो–सॅक्सन साहित्यात किंवा एन्व्हायरॉनमेंटल स्टडीजमध्ये भरभराट मिळविलेल्यांच्या यादीत असेल, तरी आता तो फक्त उरलेले करार संपवत असेल आणि त्या विशिष्ट क्षेत्रात नवीन प्रकल्प अजिबात घेणार नाही.

परिषदा आणि प्रदर्शने

तुमच्या अभ्यास क्षेत्रात कोणते प्रकाशक सक्रिय आहेत याचा अंदाज घेण्याचा आणखी एक चांगला मार्ग म्हणजे तुम्ही ज्या शैक्षणिक परिषदांना जाता, तेथील प्रकाशकांनी लावलेल्या प्रदर्शनांना भेट देणे, परिषदांना हजेरी लावणे ही एक महागडी आणि वेळखाऊ गोष्ट आहे. आणि प्रकाशक अशाच परिषदांना प्रदर्शन भरवतील आणि तेथे आपली माणसे तैनात करतील जेथे त्या परिषदा त्याच्या विषय क्षेत्राला वाहिलेल्या आहेत, किंवा वाहून घेणार आहेत. अर्धा तास प्रदर्शनातून हिंडणे आणि विविध 'कॅटलॉग्ज' (सूची) आणि फ्लायर्स गोळा करणे यामध्ये घालवलेला वेळ कामी येतो कारण पुस्तक दुकाने किंवा ग्रंथालयांमध्ये दिसणार नाही इतकी विषयांची व पुस्तकांच्या शीर्षकांची विविधता तुम्हाला एकाच ठिकाणी बघायला मिळते. तुम्हाला हेही समजेल की ते कोणत्या शीर्षकांना (कोणत्या पुस्तकाच्या विक्रीला) अधिक सक्रियतेने प्रोत्साहन देत आहेत. प्रदर्शनात स्टॉलवर उभ्या असलेल्या उगीच कोणाही व्यक्तीकडे जाऊ नका आणि विचारू नका की त्यांना तुमची पीएचडी प्रकाशित करण्यात रस आहे का? कारण तेथील व्यक्तीचा पुस्तक प्रकाशन प्रक्रियेशी काही संबंध नसू शकतो. असे विचारल्यास तुम्ही स्वत:साठी नम्र नकार घेण्याची तयारी करत आहात, असा अर्थ होतो. पुढे कोणती पुस्तके ते प्रकाशित करणार आहेत, कोणते विषय क्षेत्र ते सक्रियतेने विकसित करणार आहेत हे अवश्य विचारा. ते संपादक नाहीत हे नक्की समजलं, की त्यांना विचारा की पुस्तकासाठीचा प्रस्ताव कोणाकडे पाठवायचा असतो.

प्रकाशक निवडताना

वर सुचविलेल्या सगळ्या गोष्टी तुमच्याकडून करून झाल्या म्हणजे तुम्ही वारंवार वापरता ती पुस्तके कोण प्रकाशित करतात त्याचे टिपण, सहकाऱ्यांशी बोलणे, परिषदांमधील प्रकाशकांच्या प्रदर्शनांमधून हिंडणे, काही प्रकाशकांच्या वेबसाइट्स पाहणे, की संभाव्य प्रकाशकांची अंतिम यादी बनविण्याच्या तुम्ही चांगले जवळ जाता. तुमच्या विषयक्षेत्रात सक्रियपणे कोण प्रकाशने करीत आहेत आणि ते मोनोग्रांफ, संदर्भसाहित्य की पाठ्यपुस्तके यापैकी कशावर अधिक जोरदारपणे लक्ष केंद्रित करताहेत हेही तुम्हाला समजेल. ते आपली पुस्तके किती चांगल्या (अगर वाईट) पद्धतीने बाजारात आणतात आणि खपवतात याची तुम्हाला चांगली कल्पना येईल. शैक्षणिक समाजात/विश्वात त्यांच्याबद्दल काय मत आहे तेही समजेल. पण बाजारपेठेतील कीर्ती/नाव (यावर आपण परत येणार/बोलणार आहोत.) याहून दुसरे कोणते घटक विचारात घ्यायला हवेत.

प्रकरण एकमध्ये पाहिल्याप्रमाणे शैक्षणिक प्रकाशनांच्या व्यवसायात हरएक प्रकारचा प्रकाशक येतो. अवाढव्य बहुराष्ट्रीय प्रकाशकांपासून छोट्या (प्रेस) छापखान्यांपर्यंत. मोठे व्यावसायिक छापखाने आहेत, युनिव्हर्सिटी प्रेस आहेत. बुद्धिमंतांच्या सोसायट्या आणि छोट्या खाजगी लोकांचेही प्रेस आहेत; ते वर्षाकाठी काही मोजक्याच गोष्टी प्रकाशित करतात. या प्रत्येक प्रकारच्या प्रेसची वेगवेगळी प्रकाशनाची व्यावसायिक मॉडेल्स (प्रतिमा) आहेत, वेगळ्या प्रकारचे वाचक आहेत आणि वेगवेगळ्या बाजारपेठाही. त्यामुळे त्या प्रत्येकाची आपापली बलस्थाने आहेत आणि कमकुवत बाजूही, ज्या तुम्ही तुमची अंतिम यादी बनवताना विचारात घ्यायला हव्यात. दुर्दैवाने शैक्षणिक प्रकाशक संख्येने इतके जास्त आहेत की प्रत्येकाबद्दल व्यक्तिशः चर्चा करणे शक्य नाही पण काही सर्वसाधारणपणे लागू पडतील असे मुद्दे लक्षात घेण्यासारखे आहेत.

योग्य बाजारपेठेत पोहोचताना

सरतेशेवटी सर्वात महत्त्वाची गोष्ट आहे योग्य बाजारपेठेची पकड (मार्केटिंग फिट) मिळणे. मार्केटिंग फिट म्हणजे तुमच्या पुस्तकाची संभाव्य बाजारपेठ ही तुम्ही निवडलेल्या प्रकाशकाच्या आवाक्यात आहे याची खात्री पटणे. प्रकरण तीनमध्ये चर्चा केल्याप्रमाणे, तुम्ही जेव्हा तुमचा प्रबंध प्रकाशित करण्यासाठी सुधारण्याची प्रक्रिया करीत असता, तेव्हा तुम्ही तुमच्या पुस्तकासाठीच्या मुख्य बाजारपेठेचाही आधीच विचार केलेला असतो. या बाजारपेठा तीन भागात विभागलेल्या आहेत. भौगोलिक, विद्याशाखीय आणि अंतिम उपभोक्ता. शैक्षणिक प्रकाशनांसाठी भौगोलिक बाजारपेठ ही युरोप, उत्तर अमेरिका आणि उरलेले जग (रेस्ट ऑफ दि वर्ल्ड – ROW) अशी विभागली जाते. ROW पुढे स्पष्टपणे मोठ्या प्रचंड संख्येच्या बाजारपेठेत विभागले जाते.जसे फार ईस्ट, लॅटिन अमेरिका, ऑस्ट्रेलिया इ. पण एखादे पुस्तक जर विशेषतः यापैकी विशिष्ट विभागाला उद्देशून नसेल तर मोठी विक्री होण्याची शक्यता कमी. म्हणूनच रेस्ट ऑफ द वर्ल्ड किंवा त्याहून संदिग्ध असा 'इंटरनॅशनल मार्केट्स' हा शब्दप्रयोग वापरला जातो. वेबसाइट्स आणि कॅटलॉग्ज पाहून तुम्हाला चांगली कल्पना येऊ शकते की तुमच्या निवडलेल्या प्रकाशकाच्या मुख्य कचेरीबरोबरच जगातील इतर भागात शाखा आहेत किंवा नाहीत. उदाहरणार्थ 'सेज पब्लिकेशन'च्या कॅलिफोर्निया, लंडन, नवी दिल्ली आणि सिंगापूर येथे शाखा आहेत. केंब्रिज युनिव्हर्सिटी प्रेसच्या शैक्षणिक पुस्तके प्रकाशनाच्या केंब्रिज, न्यूयॉर्क आणि ऑस्ट्रेलिया येथे शाखा आहेत. पण (इतर अनेक ठिकाणे धरून) त्यांच्या साउथ आफ्रिका, सिंगापूर, ब्राझिल येथे कचेऱ्या आहेत. त्यांचे मूलगामी लक्ष व्यवसायाच्या इतर क्षेत्रात आहे. (जसे इंग्लिश लँग्वेज टीचिंग मटेरियल्स) परंतु अजूनही त्या संदर्भातील शैक्षणिक पुस्तकांचे ठरवलेले प्रमोशन (प्रसिद्धी) त्यांच्या क्षेत्रात ते करत असतात व यासाठीचे एक महत्त्वाचे केंद्र म्हणून काम करतात. ऑक्सफर्ड आणि न्यूयॉर्कमधील कचेऱ्यांबरोबरच, ऑक्सफर्ड येथील कचेऱ्यांमधून सुरू झालेले सक्रिय शैक्षणिक उपक्रम असतात. तसेच त्याच्या आफ्रिका, युरोप, लॅटिन अमेरिका आणि फार ईस्ट येथेही कचेऱ्या आहेत.

वायली ब्लॅकवेल (Wiley Blackwell) टेलर अँड फ्रॉन्सिस (Taylor & Fransis) एल्सविअर (Elsevier) पॉलग्रेव्ह मॅक्मिलन (Palgruve Macmillan) (ऑक्सफर्ड युनिव्हर्सिटी प्रेस, केंब्रिज युनिव्हर्सिटी प्रेस व सेज यासुद्धा मोठ्या आंतरराष्ट्रीय कंपन्या आहेत, ज्यांना संपर्क करायचा तुम्ही प्रयत्न करू शकता. त्यांच्या युरोप आणि यूएसमध्ये असलेल्या कचेऱ्या आणि त्यांच्याकडील साधनसामुग्री यामुळे ते एखादे पुस्तक आंतरराष्ट्रीय बाजारपेठेत परिणामकारकतेने मार्केट करू शकतात. (यांच्याइतकेच मोठे असलेले इतरही प्रकाशक आहेत पण मी आधीच उल्लेख केल्याप्रमाणे माझ्याकडे त्यांच्या प्रत्येकाबद्दल नावानिशी लिहायला जागा नाही आणि वेळही नाही) अशा आकाराने मोठ्या आणि बाजारपेठेत वर्चस्व असलेल्या कंपनीबरोबर प्रकाशन करण्याचे फायदे स्पष्ट आहेत. वेगवेगळ्या बाजारपेठांमध्ये पुस्तकाचे विपणन करता येण्याबरोबरच त्यांच्याकडे त्यासाठी आवश्यक असलेली उच्च दर्जाची साधनसामुग्री आणि हुशारी त्यांच्याजवळ असते आणि प्रकाशन व विपणनासाठी प्रस्थापित व्यवस्थाही (सिस्टीम्स) असतात. तोटा म्हणजे तुम्ही एका अजस्त्र चाकाचा/यंत्राचा एक दाता (कॉग) असता. जी व्यवस्था तुम्हाला संपादन, निर्मिती आणि विपणनाच्या एका विशिष्ट दर्जाची खात्री देते, ती व्यवस्था तुम्हाला त्यांच्या मॉडेलपासून थोडेही आजूबाजूला विचलित होऊ देत नाही आणि तुमच्याकडे खूप वैयक्तिक लक्ष दिले जाईल याची शक्यता कमी असते. याचा अर्थ असा नव्हे की तुमची वैयक्तिक काळजी घेतली जाणार नाही. तुम्हाला अत्युत्कृष्ट अनुभव येऊ शकतो, पण वर्षाकाठी शेकडो पुस्तके छापणाऱ्या मोठ्या कंपनीचा अनुभव आणि वर्षाकाठी ५० पुस्तके प्रकाशित करणाऱ्या संस्थेचा अनुभव यामध्ये गुणात्मक फरक पडणारच.

छोटे पण अधिक वैशिष्ट्यपूर्ण प्रकाशक ज्याचे विक्री आणि विपणन प्रयत्न त्यांच्या विशिष्ट बाजारपेठेवर घट्टपणे केंद्रीभूत झालेले असतात. त्याच्याकडे प्रकाशन करण्यात एक वेगळाच फायदा असतो. तुमच्या पुस्तकाला अधिक उठाव दिला जातो, कारण तो प्रकाशक वर्षाला सगळी मिळून ३०–४० पुस्तके काढत असतो आणि त्यामुळे तुमची व्यक्तिगत काळजी घेतली जाते आणि मोठ्या प्रकाशकांपेक्षा तुमच्याकडे बारकाईने लक्ष पुरवले जाते. डावी बाजू ही की बऱ्याचशा छोट्या शैक्षणिक आणि युनिव्हर्सिटी प्रेसकडे आपला स्वतःचा विक्री विभाग/यंत्रणा/विक्री दल नसते; आणि त्यामुळे युरोप आणि किंवा यु.एस.मधील बाजारपेठेत पोहोचायला त्यांना विशेष वितरकांवर अवलंबून राहावे लागते. जर तुमचा प्रबंध, उदाहरणार्थ, 'इकॉनॉमिक इंपॅक्ट ऑफ द डिक्लाइन ऑफ द फिशिंग इंडस्ट्री इन द नॉर्थ स्कॉटलंड' किंवा 'द इनफ्ल्युअंस ऑफ ट्रॅडिशनल स्टोरी टेलिंग ऑन द डेव्हलपमेंट ऑफ मॉडर्न नेटिव्ह अमेरिकन लिटरेचर' अशा विषयावर असेल, तर तुम्हाला ही समस्या भासणार नाही. कारण तुम्हाला प्रादेशिक किंवा या विषयात विशेष रस असलेला एखादा प्रेस/प्रकाशक सापडेल. पण तुमचे पुस्तक अधिक सर्वसाधारणपणे आवडणारे असेल आणि त्याला युरोप आणि यु.एस. दोन्हीकडे बाजारपेठ असेल, तर कदाचित अधिक मोठ्या, आंतरराष्ट्रीय प्रकाशकांकडे जाण्यात अर्थ आहे.

द अमेरिकन युनिव्हर्सिटी प्रेस

वरील दोन टोकांच्या उदाहरणांमध्ये मोडणाऱ्या एका पर्यायांवर अजून आपण चर्चा केली नाही. हा पर्याय देऊ केला आहे अमेरिकन युनिव्हर्सिटी प्रेसने. याचे काही श्रेय जाते प्रचंड संख्येने असलेली विद्यापीठे आणि अध्यापक, ज्यांचे हे घरच आहे. युनायटेड स्टेट्स् हे शेवटी मोजले तेव्हा जवळजवळ १०० युनिव्हर्सिटी प्रेसचे विशेष वरदान लाभलेला देश आहे. इतक्या संख्येने असल्यामुळे त्यांचे मंडळ आहे – द अमेरिकन असोसिएशन ऑफ युनिव्हर्सिटी प्रेसेस (AAUP) त्याची स्थापना १९३७ मध्ये झाली. AAUP त्यांच्या सदस्यांच्यावतीने प्रतिनिधित्व करते, उद्योगासंबंधी संशोधन व विश्लेषण करते, विविध प्रेसचे एकत्रित उपक्रम राबवते, आणि काही उपयुक्त सेवा पुरवते; उदा. चर्चेत असलेल्या विषयावरील पांडित्यपूर्ण पुस्तकाची यादी 'बुक्स फॉर अंडरस्टँडिंग' या सदराखाली त्यांच्या वेबसाइटवर देणे आणि ९/११ नंतर AAUP कडून बऱ्याच जणांनी सल्ला घेतला. जर तुम्हाला वाटत असेल की तुमचा प्रबंध एखाद्या अमेरिकन बाजारपेठेला आवडेल, तर वरीलपैकी एखाद्या प्रेसला तो प्रकाशनासाठी देणे योग्य ठरेल, तुम्ही यु.एस.मध्ये राहता किंवा नाही त्याचा काही संबंध नाही. हे खरे आहे की पाठ्य/क्रमिक पुस्तकावर पूर्णपणे लक्ष केंद्रित करणाऱ्या बऱ्याचशा शैक्षणिक प्रकाशकांसारखे हे प्रेस धडपडत आहेत. अस्तित्व टिकवून ठेवण्यासाठी झगडताहेत आणि प्रकरण एकमध्ये चर्चा केलेल्या दबावाच्या कारणांमुळे गेल्या काही वर्षात अगदी (रसा) तळाला गेले आहेत. त्यातील काहींना खूप मोठ्या देणग्यांमुळे आणि त्यांच्या पालक युनिव्हर्सिटीजच्या अर्थसाहाय्यामुळे फायदा होतो. तरीही बाकीचे इतर विविध विषयांवरही प्रकाशने करतात, जसे प्रादेशिक वनस्पती व प्राणीसृष्टी पारंपरिक पाककृति आणि प्रादेशिक इतिहास ज्यामुळे त्यांच्या शैक्षणिक प्रकाशन उपक्रमांना हातभार/संरक्षण लाभते. यापेक्षा मोठ्या, मान्यता पावलेल्या युनिव्हर्सिटी प्रेसचीही सर्वमान्य नावे आहेत. हार्वर्ड, येल, प्रिन्सटन, शिकागो, युनिव्हर्सिटी ऑफ कॅलिफॉर्निया – पण अजून मध्यम पल्ल्याची, मध्यम व्यवसाय करणारीही नावे आहेत, जसे जॉन्स हॉपकिन्स, ड्यूक, कॉर्नेल, न्यूयॉर्क युनिव्हर्सिटी प्रेस, ज्यांनी अनेक क्षेत्रांमध्ये हेवा वाटावा अशी ख्याती मिळवली आहे आणि तुमचे पुस्तक त्यांनी प्रकाशित केले, तर तुमच्या सी. व्ही.मध्ये बहुमोल भर पडेल.

आकारमानाच्या बाबतीत थोडे खाली आलो, पण गुणवत्तेच्या बाबतीत नाही तर त्यांच्या त्यांच्याविशेष क्षेत्रामध्ये अनेकदा सक्रिय संपादक किंवा अनेक संपादक असल्यामुळे चांगले नाव असलेले आणि आदर असलेले अनेक युनिव्हर्सिटी प्रेस आहेत. उदाहरणार्थ, युनिव्हर्सिटी ऑफ मिनेसोटा प्रेस हे फार पूर्वीपासून सामाजिक चळवळींमध्ये प्रकाशन करताहेत. इंडियाना युनिव्हर्सिटी प्रेस 'गे अँड लेस्बियन' स्टडीजसारख्या हटके विषयावर प्रकाशने काढण्यात प्रसिद्ध आहेत. टेंपल युनिव्हर्सिटी प्रेस (इतर क्षेत्रातील प्रकाशनांबरोबरच) एशियन –अमेरिकन स्टडीज आणि स्पोर्ट्स अँड सोसायटी यावर पुस्तके प्रकाशित करतात. ही यादी पुढेही वाढवता येईल. अमेरिकन युनिव्हर्सिटी प्रेसपैकी एखाद्या प्रेसने ज्याने तुमच्या क्षेत्रात आपले अस्तित्व सिद्ध केले आहे, त्यांच्याकडे पुस्तक प्रकाशित करणे हे एक हुशारीने

टाकलेले पाऊल ठरेल. याची कारणे आपण याआधीच पाहिली आहेत. छोट्या संस्थेमुळे तुमच्याकडे अधिक लक्ष दिले जाणे. प्रकाशनाच्या प्रक्रियेमध्ये तुम्हाला व्यक्तिगत स्वरूपाचा सल्ला मिळणे इ. तुमच्या पहिल्यावहिल्या प्रकाशन अनुभवासाठी हवीहवीशी वाटणारी गोष्ट आहे ही. याबरोबरच प्रेसच्या इतक्या निव्वळ संख्येमुळे तुमचे पुस्तक करायला तयार आणि इच्छुक असलेला संपादक मिळण्यातले अडथळे दूर झाले तर नशीब एकदा तरी तुम्हाला अनुकूल झाले असे म्हणता येईल.

अनेकविध बाजारपेठांचा विचार करताना : विषय आणि अंतिम उपभोक्ता (वाचक)

तुमच्या पुस्तकासाठी संभाव्य उत्तम बाजारपेठ मिळवून देईल असा प्रकाशक शोधण्याचा प्रयत्न करणे, या प्रश्नाकडे आपण पाहिले. परंतु जर तुमचे पुस्तक बहुविद्याशाखीय असेल,आणि उदाहरणार्थ 'इंटरसेक्शन बिटविन पोलिटिकल थिअरी आणि सोशल थिअरी' अशा विषयाला वाहिलेले असेल तर? तर मग तुम्ही जी अंतिम संभाव्य यादी बनवली होती त्यामधून राजकीय सिद्धांतावर विशेष काम करणारे आणि त्याचबरोबर समाजशास्त्रांमध्येही काम झालेले प्रकाशक शोधणे उचित ठरेल. आंतरविद्याशाखीय किंवा बहुविद्याशाखीय काम असलेल्या पुस्तकांबाबत प्रकाशक जरी सावधगिरीचे धोरण अवलंबत असतात, तरी एखादे पुस्तक एकापेक्षा जास्त विद्याशाखांना आवडावे असे त्यांनी ठरवले. तर ते दोन्हींचे एकत्रित लाभ मिळविण्यासाठी त्याची युती करतात आणि त्या विद्याशाखांच्या सर्व कॅटलॉग्ज आणि वेबसाइट्सवर आणि ते सर्व योग्य त्या परिषदांमध्ये ते पुस्तक जावे म्हणून खरे प्रयत्न करतात.

तुमचे पुस्तक प्रकाशनासाठी सुधारित करताना अंतिम उपभोक्त्याचा म्हणजेच वाचकाचा विचार करणे आवश्यक आहेच, पण प्रकाशकाचा विचार करणेही महत्त्वाचे आहे. त्यांच्या त्यांच्या विद्याशाखीय पार्श्वभूमीवरून तर ओळखले जातातच, पण शैक्षणिक पुस्तकांचे बरेचसे वाचक पुढील तीन प्रकारात विभागता येतात. विद्यार्थी (पदव्युत्तर आणि पदवीचे) अध्यापक आणि व्यावसायिक (प्रोफेशनल). शक्यता अशी आहे की तुमचे पुस्तक विद्यार्थी आणि अध्यापकांना रस असणारे असेल, परंतु काही ज्ञानक्षेत्रे अशी आहेत, जसे 'डेव्हलपमेंटल सायकॉलॉजी, क्लिनिकल सायकॉलॉजी, क्रिमिनॉलॉजी, बिझनेस स्टडीज आणि सोशल वर्क ज्यामध्ये अनेकदा वरील सीमारेषा ओलांडून प्रोफेशनल (व्यावसायिक) बाजारपेठ मिळविण्याची स्पष्ट क्षमता असते. सर्वच शैक्षणिक प्रकाशकांकडे प्रोफेशनल (व्यावसायिक) बाजारपेठेला लक्ष्य करण्याइतकी हुशारी आणि साधनसामुग्री नसते. त्यामुळे जर तुमच्या लेखनाबाबतीत अशी संभाव्यता असेल (विद्यार्थी अध्यापक व प्रोफेशनल्सना रुची वाटेल असे.) तर तुम्ही निवडलेला प्रकाशक हे करू शकेल का हे तपासणे योग्य होईल. फक्त काही मिनिटांचे संशोधन त्यांच्या वेबसाइटवर केले किंवा त्यांचे कॅटलॉग्ज (तालिका) बघितले, तरी तुम्हाला चटकन अंदाज येईल की तुमचा निवडलेला प्रकाशक प्रोफेशनल्ससाठी पुस्तके प्रकाशित करतो का? फक्त त्यांचा प्रसिद्धी आणि विपणनातील लेखांमध्ये एक गट म्हणून उल्लेख केलेला असतो म्हणून नव्हे तर

प्रोफेशनल पुस्तकांची पण सहज ओळखू येतील अशी अनेक वैशिष्ट्येही असतात. ही पुस्तके महाग असतात, ती बरेचदा 'हार्डबॅक किंवा हाय प्राइस्ड पेपरबॅकच्या स्वरूपात असतात, त्यांची मुखपृष्ठे साधी असतात, शीर्षकामध्ये चलाखी, हुशारी, काव्यात्मकता टाळली जाते आणि त्यांच्या प्रकाशकांना ही पुस्तके खूप पैसा मिळवून देतात. प्रोफेशनल पुस्तके त्यांच्या वाचकांना सत्य माहिती आणि चांगल्या व्यवहारासाठी मार्गदर्शन पुरवतात. त्यामध्ये जर काही सैद्धांतिक मजकूर असेल तर ती फक्त त्या माहितीचे आणि व्यवहाराचे आकलन आणि संदर्भीकरण व्हावे यासाठी एक चौकट पुरविण्याचे काम करतात. अधिक तपशिलात त्याबद्दल चर्चा करीत नाही. त्यामुळे तुमच्या प्रबंधावर आधारित पुस्तक हे व्यावसायिक (प्रोफेशनल) प्रकारात मोडणार नाही. तरीही ही एक बाजारपेठ असते याची तुम्हाला जाणीव असावी. विशेषत: जर तुम्ही कधी मेडिकल अँड अलाइड हेल्थ प्रोफेशन्स, मॅनेजमेंट किंवा लॉ यामध्ये काम करण्याची शक्यता असेल तर.

निर्मिती मूल्ये

तुमचा प्रकाशक निवडताना तुम्ही विचारात घ्यावा असा शेवटचा मुद्दा तुम्हाला जरासा क्षुल्लक आणि कमी महत्त्वाचा वाटेल विशेषतः जेव्हा तुम्ही एक प्रकाशक शोधण्याचे जोरदार प्रयत्न करीत आहात आणि एखाद्यावेळी जो कोणी तुमच्या या कामात रस दाखवण्यात वेळ देईल त्यांचे तुम्ही ऋणी राहाल. परंतु चांगली निर्मितीमूल्ये ही तुमच्या पुस्तकाच्या यशापयशात फार महत्त्वपूर्ण भूमिका पार पाडतात. चांगली निर्मितीमूल्ये म्हणजे अशा अनेकविध पण निगडित गोष्टी मला म्हणायच्या आहेत. आणि पुस्तकांकडे बघितल्यावर – स्वतः च्या, पुस्तकांच्या दुकानातल्या आणि ग्रंथालयातल्या एकंदरीत सर्व – तुम्हाला निर्मितीमूल्ये म्हणजे काय हे कळायला फायद्याचे जाईल. प्रत्यक्ष पुस्तक आणि पुस्तकाबद्दल मनात होणारी संवेदना/भावना या त्यातील आशयाइतक्याच महत्त्वाच्या असतात. व्हर्जिनिया वुल्फची सारी पुस्तके आणि जागतिकीकरणावरची पुस्तके ... तुलना करून पाहा!

कोणतेही पुस्तक बघताक्षणी जो ठसा उमटवतात, तो त्याच्या मुखपृष्ठाच्या साहाय्याने. हे इथे लक्षात घेतले पाहिजे की चार रंगाच्या मुखपृष्ठाची तुम्ही अपेक्षा करू शकत नाही कारण ते निर्मितीच्या दृष्टीने खर्चिक असते आणि प्रकाशकाला असे वाटू शकते की तुमच्या पुस्तकाची संभाव्य बाजारपेठ पाहू जाता त्यासाठी चार रंगाच्या मुखपृष्ठाची गरज नाही. तरीही तुम्ही एक आकर्षक आणि चांगल्या प्रकारे रचना (डिझाइन) केलेले, वर तुमचे नाव व पुस्तकाचे शीर्षक स्पष्टपणे लिहिलेले मुखपृष्ठ असावे अशी अपेक्षा करू शकता. कागदाची गुणवत्ता, छपाईची स्पष्टता, बांधणीची मजबुती, कागदावर जागा तर सुटलेली नाही ना, पानांवरील मजकुराची मांडणी व आराखडा या गोष्टींचे त्यांचे त्यांचे महत्त्व असते आणि तुमचे पुस्तक हवीहवीशी वस्तू वाटावी का यावर या गोष्टी परिणाम करतात. प्रकरण एकमध्ये चर्चा केल्याप्रमाणे, ऑनलाईन खूपसे संशोधन उपलब्ध असणाऱ्या जगात चांगले पैसे मोजून पुस्तक विकत घ्यावे आणि बाळगावे यासाठी सबळ कारण असायला हवे. पुस्तक उचलणे, स्पर्श करणे, पुस्तकाकडे

बघणे, हातात ठेवणे, वाचणे, पुन्हा वाचणे आणि स्वत:कडे (विकत घेऊन ठेवणे) यासाठी सबळ कारण हवे. विशेषत: जेव्हा अनेकदा फुकट किंवा तुलनेने कमी खर्चात केवळ माहिती मिळवणे इतके सोपे झाले आहे की पुन्हा त्या माहितीत दीर्घकालीन रस नसेल किंवा उपयोग नसेल,तरती माहिती पचवून बाजूला केली जाते.

चांगल्या निर्मितीमूल्यांमध्ये संपादन (कॉपी एडिटिंग) आणि मुद्रिताचे वाचन यांची गुणवत्ताही समाविष्ट होते आणि या दोन्ही गोष्टी गांभीर्याने घेणारा संपादक मिळविण्यात तुम्ही नशिबवान असलात (आश्चर्य वाटेल कदाचित, पण ही गोष्ट अशी आहे की जी नेहमी गृहीत धरता येत नाही.) तर तुम्हाला आणि तुमच्या पुस्तकाला खूपच फायदा होईल. तुम्ही जरी 'शैली' (शिकणारे) विद्यार्थी नसाल किंवा तुम्हाला व्याकरणात विशेष रस नसेल किंवा इंग्रजी ही तुमची पहिली भाषा (मातृभाषा) नसेल तर तुम्हाला चांगला कॉपी एडिटर मिळाला तर निश्चिंत राहा की तुम्हाला अडचणीत यावे लागणार नाही आणि वाचक स्पेलिंगमधील चुकांनी, विचित्र वाक्यरचनांनी आणि अर्थ न लागणाऱ्या वाक्यांनी विचलित होणार नाही. त्याचबरोबर चांगले मुद्रित वाचन याची खात्री देते की प्रत संपादकाने (कॉपी एडिटर) सुचवलेल्या सर्व सुधारणा करून झाल्या आहेत आणि त्रासदायक अशा सर्व मुद्रित चुका दुरुस्त केल्या गेल्या आहेत. चांगले प्रत संपादन, टाईपसेटिंग आणि मुद्रितवाचन हे विशेषत: तेव्हा महत्त्वाचे असते, जेव्हा खूप माहिती ही आकडेवारीच्या, आलेखाच्या आणि तालिकांच्या स्वरूपात असते किंवा त्यात बरीच समीकरणे असतात. आता निर्मिती प्रक्रिया बाहेरून करून घेण्याच्या सध्याच्या पद्धतीमुळे असे सहज होऊ शकते की तुमच्या लेखनावर काम करणाऱ्या माणसाकडे तुमच्या विषयक्षेत्रातला अनुभव नसेल, तो मूळचा इंग्लिश भाषिक नसेल. या दोन्ही गोष्टींमुळे तुमच्या मजकुरात नवीन चुका अंतर्भूत होऊ लागतात, जे होणं तुम्हाला शक्यतो टाळायचं असतं. तुम्ही मूलत: नेऊन दिलेले तुमचे लेखन (मॅन्युस्क्रिप्ट) आणि आता तुमच्याकडे परत आलेले मुद्रित शोध झालेले वाईट अवस्थेतील लेखन तुम्हाला क्लेश देतेच, पण आता त्यात दुरुस्त्या करणे आणि तुम्ही केलेल्या दुरुस्त्या तुमच्या अंतिम मुद्रितामध्ये लेखनात अंतर्भूत केल्या जातील याची खात्री करून घेणे ही एक लांबलचक आणि वेळखाऊ प्रक्रिया आहे. त्यामुळे खराब निर्मितीमूल्ये एखाद्या चांगल्या पुस्तकाचे वाईट पुस्तकात रूपांतर करू शकतात व त्याचबरोबर काळजीपूर्वक केलेले प्रत संपादन, मुद्रित वाचन फारशा चांगल्या नसलेल्या पुस्तकाला बरे पुस्तक बनवतात आणि पहिल्यांदाच लेखन करणाऱ्या लेखकाच्या लेखांबाबत पहिल्यांदाच लिहितो आहे ही जाणीव होऊ देत नाहीत.

काही प्रकाशक इतरांपेक्षा अधिक प्रतिष्ठित असतात का?

या शेवटच्या प्रश्नाचे उत्तर एखाद्या परिमाणामध्ये किंवा वस्तुनिष्ठ मोजदाद करून देणे फारच अवघड आहे. परंतु हे नि:संशय खरे आहे की काही प्रकाशक इतरांपेक्षा उच्च स्थानी असल्याचा आनंद उपभोगतात. हे खरे आहे फारच थोडे प्रकाशक हे ते ज्या ज्या विषय क्षेत्रात काम करतात त्या त्या

विषयक्षेत्रात जागतिक नेते म्हणून ओळखले जातात. त्यामुळे याची नोंद तुम्ही घ्यायला हवी. हे फरक आणि प्रसिद्धीमधील उच्च–नीच स्थान असणे हे योग्य आहे असे नव्हे, पण ही जीवनातील वस्तुस्थिती आहे. मला आठवतंय, कित्येक वर्षांपूर्वी सीरिज संपादक आणि 'युनिव्हर्सिटी ॲडमिनिस्ट्रेटर' (विद्यापीठ कारभारी/व्यवस्थापक) असलेल्या एका प्राध्यापकांना मी सांगितले होते की, 'मी आता केंब्रिज युनिव्हर्सिटी प्रेसला नोकरीसाठी जाते आहे. त्यांना त्याबद्दल आनंद झाला आणि त्यांनी माझे अभिनंदन केले ते याचमुळे की मला आता कोणाचीही शैक्षणिक कारकीर्द (करिअर) घडवण्याचे किंवा बिघडवण्याचे अधिकार मिळतील. ''नक्कीच नाही!'' मी थोडे बेचैन होऊन उत्तर दिले.''पण नक्कीच'' ते गांभीर्याने म्हणाले, ''एखादा तरुण अध्यापक, ज्याचे लेखन केंब्रिजमध्ये प्रकाशित झाले आहे त्याला, कमी प्रतिष्ठेच्या प्रकाशकाकडे प्रकाशित झालेल्या लेखनाच्या लेखकापेक्षा विशिष्ट पद मिळण्यास किंवा संशोधन निधी मिळण्यास जास्त संधी असते.'' काही काळापूर्वी, काही विशिष्ट विषयक्षेत्रात हे जरी खरे असले, तरी सध्याच्या काळात वैयक्तिक कारकीर्द घडवण्याची शक्ती संपादकांमध्ये नाही आणि त्यांची तशी इच्छाही नाही. आर्थिकदृष्ट्या यशस्वी होऊ शकेल आणि शैक्षणिकदृष्ट्या आदराला पात्र होईल अशा लेखनाची व्यवस्था लावणारे आणि ते विकसित करण्यासाठी प्रयत्न करावे लागणारे काम बऱ्याचशा संपादकांना पुरून उरणारे आहे.. आणि शैक्षणिक संपादक बनणे म्हणजे अंशतःच करिअरची एकमेव अंतिम निवड असे म्हणणे म्हणजे स्वतःबद्दलची भ्रामक कल्पना असणे! पराकोटीचा अहंमन्यपणा! पण यात एक गंभीर मुद्दासुद्धा आहे. तुमची पीएचडी प्रकाशित करून घेणे हे चांगले आहेच पण तुमच्या स्वतःच्या शैक्षणिक संप्रदायात उच्च ख्याती असलेल्या संपादकाकडून ती प्रकाशित करून घेणे अधिकच चांगले आहे. अग्रगण्य प्रकाशन संस्थेकडून आपले लेखन प्रकाशित होण्याचे फायदे युनिव्हर्सिटी कॉलेज, लंडन, येथील इंग्लिश साहित्याचे प्राध्यापक जॉन म्यूलन स्पष्ट सांगतात.

> माझे पहिले प्रकाशन ऑक्सफर्ड युनिव्हर्सिटी प्रेसने केले. त्या प्रक्रियेला खूप वेळ लागला, पण सिंहावलोकन करू गेले असता माझ्या लक्षात आले की एवढ्या ताकदीच्या प्रेसकडून पुस्तक प्रकाशित होणे हा मोठ्ठा फायदा आहे. टीएलएस आणि एलआरबी मध्ये भरीव परीक्षणे आली, सर्व विभागाच्या ग्रंथालयात ते पुस्तक गेले – आणि त्या पुस्तकाची निर्मिती खूपच चांगली होती आणि ते चांगले संपादितही केलेले होते. माझे पीएचडी मार्गदर्शक श्री. टोनी टॅनर यांनी माझ्या पुस्तकाची बाजू मांडण्यात मोठी भूमिका बजावली, ज्यामुळेच मी केलेल्या कामाकडे ऑक्सफर्ड युनिव्हर्सिटी प्रेसने गांभीर्याने पाहिले. सर्वात मोठा फायदा मला झाला तो म्हणजे मला संशोधन अधिछात्रवृत्ती मिळाली.(रिसर्च फेलोशिप) ज्यामुळे मला माझ्या प्रबंधाचे प्रत्येक वाक्य पुन्हा लिहायला वेळ मिळाला (जवळपास एक वर्ष). आता हे मला पाल्हाळिक वाटतं, पण निदान ते लेखन एक पुस्तक म्हणून केलं गेलं, प्रबंध म्हणून नव्हे.

प्रकाशक हे एकमेकांना फायदा व्हावा म्हणून हातमिळवणी करून एकत्र येत नसतात. आपण पूर्वी चर्चा केल्याप्रमाणे याची काही कारणे म्हणजे प्रकाशकांना सातत्याने बदलत, फेरफार करत जुळवून घेत राहावे लागते आणि त्याचा सद्यस्थितीवर त्यांच्या कर्मचारी वर्गामुळे (माहितगार आणि प्रतिष्ठित संपादक सोडून जाणे किंवा त्याला दुसऱ्या प्रकाशकाने आपल्याकडे घेणे). सध्या त्यांनी केलेल्या गुंतवणुकीमुळे आणि शैक्षणिक चालीरीतींच्या लहरींमुळे सतत परिणाम होत असतो. तुम्ही जेव्हा प्रकाशकांची अंतिम संभाव्य यादी करणार आहात आणि जेव्हा तुम्ही शक्य ते बदल, सुधारणा आणि वाटाघाटींमधील गोष्टींबद्दल चर्चा करणार आहात तेव्हा ही सारी समस्या तुम्ही विचारात घेणे फायद्याचे ठरेल. तुमच्या क्षेत्रातील सर्वात प्रतिष्ठेचा प्रकाशक तुम्हाला सर्वात चांगला आर्थिक सौदा देऊ करेलच असे नाही. त्यांच्या स्वत:च्या परीक्षण प्रक्रियेनुसार ते तुम्हाला तुमच्या लेखनात बऱ्याच सुधारणा करायला सांगतील, ज्या करायला तुम्ही नाखूष असाल, कारण तुम्ही आधीच तुमचा प्रबंध पुन्हा लिहिण्याच्या आणि सुधारणा करण्याच्या मोठ्या प्रक्रियेतून गेलेले आहात. दुसरीकडे कमी सिद्धता पावलेले प्रकाशक तुम्हाला जास्त स्वामित्व–शुल्क (रॉयल्टी) देऊ करतील आणि तुमचा प्रबंध जवळजवळ आहे तसा प्रकाशित करायला तयार असतील. तरीही हे अगदी शक्य आहे की अधिक स्वामित्व शुल्क हा प्रत्यक्षात छोट्या केकचा मोठा तुकडा असतो कारण त्यांच्या विपणन व वितरण उलाढाली या खूप व्यापक नसतात आणि प्रत संपादन आणि मुद्रित वाचन यामध्ये त्यांनी काटकसर केलेली असते. यामुळे त्यांचे खर्च कमी असतात आणि त्यामुळेच कमी दर्जाची निर्मिती केलेल्या, छोट्या प्रमाणावरील संभाव्य बाजारपेठेत पोहोचणाऱ्या पुस्तकावर वरवर पाहता त्यांना अधिक पैसे देऊ करणे परवडते. मला कबूल केले पाहिजे की या दुसऱ्या प्रकारच्या प्रकाशनांबद्दल माझे मन कलुषित आहे आणि मला व्यक्तिश: विश्वासपूर्वक असे वाटते, की शैक्षणिक प्रकाशक आपण निर्मिती केलेल्या पुस्तकांची उपयुक्तता (मोल) व गुणवत्ता वाढवण्यासाठी असतात. पण बघायला गेलं तर कमी प्रतीच्या दृष्टिकोनामुळे दीर्घ परीक्षण प्रक्रिया आणि काळजीपूर्वक समन्वय साधणारी विपणन मोहीम राबविण्याऐवजी लवकरात लवकर बाजारपेठेत पोहोचणे याला महत्त्व दिले जात आहे. प्रकरण दोनमध्ये चर्चा केल्याप्रमाणे अल्पकाळामुळे होणारे फायदे आणि दीर्घकालीन विचाराधीन विषयाचे संतुलन तुम्ही कसे साधता हे ठरविताना तुमच्या विषयाला असलेल्या मागणीचा विचार केला पाहिजे. बाजारपेठेचा वेग हा संशोधनावर आधारित समाजशास्त्रावर काम करणाऱ्यांपेक्षा इतिहासकारांसाठी अर्थातच कमी विचारात घेण्याची गोष्ट आहे. तसेच, तुमच्या करिअरच्या कोणत्या टप्प्यावर तुम्ही आहात याचाही तुमच्या निर्णयावर प्रभाव पडेल: नेमकेपणाने सांगायचे तर तुम्हाला शिकविण्याचे काम (कॉंट्रॅक्ट) आधीच मिळाले आहे का, की संशोधकाची जागा की तुमच्या कारकिर्दीसंदर्भात तुम्ही स्वप्न म्हणून पाहिलेली गोष्ट आधीच प्रत्यक्षात उतरलेली आहे? जो कोणी प्रकाशक तुम्ही निवडाल, जी वाट चोखाळाल, तेथे वर सांगितलेल्या गोष्टींचा काळजीपूर्वक विचार करा आणि लक्षात ठेवा की एखाद्या क्षेत्रातील उत्तम प्रकाशकाने आपले स्थान सहजतेने मिळवलेले नसते, तर अनेक वर्षांच्या सातत्यपूर्ण उच्चप्रतींच्या पुस्तकांच्या निर्मितीद्वारे ते मिळवलेले असते.

एकाच वेळेस एकापेक्षा अधिक प्रकाशकांशी संपर्क साधावा का?

विस्तृत प्रमाणावर संशोधन प्रक्रिया केल्यानंतर, एखादा प्रकाशक देऊ करीत असलेल्या सेवांच्या प्रत्येक बाजूवर विचार केल्यानंतर तुम्ही आता ज्या प्रकाशकांकडे प्रकाशन व्हावं असं तुम्हाला वाटतंय, अशांची अंतिम यादी केली असेल, संपर्क कसा करावा याबाबत आपण पुढील प्रकरणात चर्चा करणार आहोत, परंतु या अंतिम प्रश्नाबाबत तुम्हाला विचार करावासा वाटेल, की तुम्ही तुमचा नमुना, मजकूर आणि प्रस्ताव या आशेवर यादीतील सर्व प्रकाशकांना एकाच वेळेस हवा तसा पाठवून द्यावा का, की ज्यामुळे हवेत पुरेशा गोळ्या झाडल्या, तर एक गोळी तरी निशाण्यावर लागेलच? की काळजीपूर्वक लक्ष्य साधून ही गोष्ट हाताळावी? ज्या प्रकाशकांकडून होकार येण्याची, त्यांच्याबरोबर करार होण्याची सर्वात जास्त शक्यता आहे त्यांच्यापासून सुरुवात करावी आणि हा पर्याय पूर्णपणे बाद होईपर्यंत यादीतील पुढच्या प्रकाशकाकडे जाऊ नये? उत्तर आहे, तुम्ही आधीच अंदाज केला असेल, की अशी सोपी उत्तरे कधीच नसतात.

एक पुस्तक प्रकाशक म्हणून मला असे वाटते की तुम्ही दुसरा पर्याय निवडावा. जेव्हा एखाद्या प्रस्तावाबरोबर चिठ्ठीही येते, की हा प्रस्ताव एकाच वेळेस अनेक वेगवेगळ्या प्रकाशकांना पाठवला आहे, तेव्हा मला निरुत्साही आणि निराश वाटते कारण त्यामुळे मुळात त्यांना आमच्या बाजूने मी एक औपचारिक ऑफर पाठवायची आहे किंवा नाही हा निर्णय घेण्यासाठी लागणारे परीक्षण वृत्तांत मिळविण्यासाठी माझ्यावर लगेचच वेळेच्या दृष्टीने दबाव यायला लागतो. आणि जर इतर प्रकाशकांना या कामात रस असेल, तर किमान त्या तोडीची किंवा अधिक चांगली ऑफर देण्याच्या दबावाखाली मी असते. दबावाखाली असणे हा अर्थात कोणत्याही कामाचा भाग आहे आणि जर तो प्रकल्प दबाव घेण्याच्या योग्यतेचा असेल, तर त्यासाठी ही वेळेची मारामारी करणे फायद्याचेच असते. अर्थात हे त्या त्या प्रकल्पावर अवलंबून असते. जर ते एक व्यावहारिक दृष्टीने मोठे पुस्तक असेल किंवा पाठ्य/क्रमिक पुस्तक किंवा एखाद्या अग्रगण्य व्यक्तीचा नवीन आणि मूलगामी संशोधन मांडणारा मोनोग्राफ असेल, तर अशा स्पर्धात्मक परिस्थितीसाठी मी अगदी तयार असते. जर तो सुधारित प्रबंध असेल तर आणि शेवटी तो प्रकल्प आम्हाला मिळण्याची शक्यता नसेल तर – जरी त्यावरचे परीक्षण सकारात्मक आले तरी – मी त्यामध्ये त्याच्या परीक्षण प्रक्रियेमध्ये वेळ आणि पैसे गुंतवायचा दोनदा विचार करेन. हे योग्य नाही असे वाटेल, पण वस्तुस्थिती अशी आहे की जर मला परतावा दिसत असेल, खूप जास्त परतावा मिळेल असे वाटत असेल तर मी तोच वेळ आणि पैसा एखादा प्रकल्प विकसित करण्यात घालवेन. दुसऱ्या शब्दांत सांगायचे तर, अर्थशास्त्रज्ञ म्हणतात त्याप्रमाणे 'ऑपॉर्च्युनिटी कॉस्ट' ही खूपच जास्त आहे. (सर्वात उत्तम पर्याय घालवल्याचे मूल्य जेथे उत्तम पर्यायाचा खर्च न परवडण्याजोगा असतो.) मी नेहमी अशीही बुचकळ्यात पडलेली असते की त्या संभाव्य लेखकाला माझ्या कंपनीमधून प्रकाशन खरंच करून घ्यायचं आहे का? जर त्यांना बाकीच्या मूठभर प्रकाशकांऐवजी खरंच आमच्याकडून प्रकाशित करून घ्यायचं असेल, तर लेखकाने त्याचे संशोधन चांगले केले आहे, आणि आमची यादी आणि त्यांचा प्रकल्प हे बाजारपेठेचे चांगले समीकरण असेल, हेच यातून सूचित होते. जर केवळ

प्रकाशित करायचं आहे,पण कोणाकडे प्रकाशित करायचं आहे, याच्याशी काही संबंध नाही असं त्यांचं असेल, तर मग हा सौदा कमी आकर्षक राहतो.

तरीही या दुसऱ्या प्रकारच्या म्हणजेच फारसा संघटित विचार न केलेल्या, हव्या त्या प्रकाशकांना लेखन पाठवून देण्याच्या पर्यायाच्या बाजूने युक्तिवादाचे अनेक मुद्दे मांडता येतील. सत्य हे आहे की मी आजपर्यंत मला खरोखर रस असलेल्या एकाही प्रकल्पाचे परीक्षण केलेले नाही, कारण असे प्रकल्प दुसऱ्या प्रकाशकांना सादर केले गेले. तुमचं संशोधन कालबाह्य होणार असेल किंवा दुसरे कोणी मागे टाकणार असेल, तर एका प्रकाशकाचे मत बनविण्यासाठी तुम्ही कित्येक महिने वाट पाहणार नाही. विशेषत: जेव्हा अंतिम उत्तर 'नाही'च असणार आहे, तेव्हा तुम्ही उत्तर मिळण्याआधीच दुसऱ्या प्रकाशकाकडे जाणार. जरी असं नसेल, तरी तुम्हाला नक्कीच असं वाटेल की 'सर्व अंडी एकाच टोपलीत' न ठेवण्यातच शहाणपण आहे. ज्यांनी आपली प्रकाशन कारकीर्द नुकतीच सुरू केली आहे, अशा तरुण अध्यापकांना मदत व मार्गदर्शन करण्यासाठी आपली सत्ता/हुद्दा आणि प्रभाव वापरलेल्या एका अमेरिकन प्राध्यापकांशी मी अगदी याच विषयावर काही काळापूर्वीच चर्चा करीत होते. त्यांनी असा दृष्टिकोन मांडला, की प्रथमच लेखन केलेल्या लेखकांनी एकाच वेळेस विविध प्रकाशकांशी संपर्क साधणे हे सयुक्तिक आहे, परंतु हेही अत्यावश्यक आहे, की त्यांनी याबाबतीत उघड असावे आणि एकदा का त्यांना एका प्रकाशकाकडून 'त्यांना तुमच्या प्रकाशनात रस आहे' असे समजले की त्यांनी त्याचा पाठपुरावा करावा, नेहमी प्रामाणिक राहावे आणि समजुतीच्या दृष्टिकोनाबाबत वाद असण्याचे काहीच कारण नाही. म्हणूनच कदाचित उत्तर, जे अनेक गोष्टींबाबत असते. ते म्हणजे, 'अवलंबून आहे.'(इट डिपेंड्स) एखाद्या विशिष्ट प्रकाशकाला उद्देशून तुमच्या एखाद्या वरिष्ठ अध्यापकानेही तुमच्यासाठी केलेली व्यक्तिगत शिफारस तुमच्याकडे आहे का यावर अवलंबून आहे. जर अशी शिफारस तुमच्याकडे असेल, तर तुम्ही दुसऱ्या कोठे प्रयत्न करण्याआधी त्या प्रकाशकाकडे पाठपुरावा करावा. तुमचे लेखन किती वेळ – संवेदनशील (टाइम सेन्सिटिव्ह) आहे आणि वाट पाहणे तुम्हाला परवडणारे आहे का (केवळ अतिउत्सुक नसल्यामुळे वाट पाहणे वेगळे) यावरही ते अवलंबून आहे. तसेच तुमच्या विशिष्ट विद्याशाखेची सर्वमान्य प्रमाणे काय आहेत यावरही ते अवलंबून आहे. याबद्दल तुम्ही तुमच्या वरिष्ठ सहकाऱ्यांकडून सल्ला घेऊ शकता. तसेच तुम्ही हे कसे हाताळता, तुमच्याकडे वेळ, उत्साह आणि एकाच वेळेस अनेक चेंडू हवेत खेळवण्याची जादुई कौशल्ये आहेत का, एका पेक्षा जास्त प्रकाशकांनी रस दाखवल्यास – तुम्ही तेवढे नशीबवान असाल तर – त्यांचा पाठपुरावा करण्याची चतुराई आणि कार्यक्षमता आहे का यावरही अवलंबून आहे. तुम्हीच तुमची परीक्षा करू शकता.

सारांश :

- **थोडे संशोधन करा. ग्रंथालयात आणि जवळच्या आवारातील पुस्तकांच्या दुकानात जा. तुमच्या ज्ञान क्षेत्रातील पुस्तकांकडे काळजीपूर्वक बघा. तुम्हाला विविध इम्प्रिंट्स आणि प्रकाशक आणि ते त्यांची पुस्तके कशी प्रकाशित करतात, याबद्दल माहिती मिळेल.**

- प्रकाशकांच्या वेबसाइट्स, कॅटलॉग्ज आणि परिषदांमधील प्रदर्शने या गोष्टींचा उपयोग करून घ्या. मित्र आणि सहकाऱ्यांशी त्यांच्या स्वतःच्या विविध प्रकाशकांबरोबरील अनुभव व आकलनाविषयी बोला.
- बाजारपेठेच्या समीकरणाबाबत विचार करा. तुमचा प्रकल्प विविध प्रकाशकांच्या यादीत किती योग्य तऱ्हेने बसतो? तुम्हाला ज्या बाजारपेठेत तुमचे लेखन पोहोचवायचे आहे, त्या विद्याशाखीय आणि भौगोलिक बाजारपेठेत पोहोचायला ते किती परिणामकारक आहेत?
- निर्मिती गुणवत्ता आणि मूल्यवर्धन याबाबत विचार करा. जर चटकन लेखन करार होण्यासाठी एखादे चांगले कारण असेल, तर एकापेक्षा जास्त प्रकाशकांशी एकाच वेळेस संपर्क करा. पण तो कसा करता याबाबत काळजी घ्या आणि नेहमी त्याबाबत प्रामाणिक राहा.
- केवळ मनात पहिल्यांदा आलेल्या (मनात आले म्हणून) काही प्रकाशकांकडे तुमचा प्रस्ताव पाठवू नका.
- लोक तुम्हाला सांगतात त्या प्रत्येक गोष्टींवर विश्वास ठेवू नका : कधीकधी एखाद्या विशिष्ट प्रकाशकावर टीका करण्याची त्यांची त्यांची विशिष्ट कारणे असतात.
- संभाव्य प्रकाशक देऊ करीत असलेल्या सेवेच्या सर्व बाजू विचारात घ्यायला विसरू नका. ज्यामध्ये इलेक्ट्रॉनिक प्रकाशन, विपणन, विक्री आणि त्यांची स्वतःची ख्याती या गोष्टी समाविष्ट होतात.
- प्रकाशकांना एकमेकांविरुद्ध खेळवण्याचा प्रयत्न करू नका. त्यांना असे खेळायला नको असते. आणि शैक्षणिक प्रकाशनांचे जग खूप छोटे आहे.
- प्रयत्न सोडू नका.

५

प्रस्ताव बनविणे आणि सादर करणे

हे प्रकरण प्रस्ताव बनविण्यासंबंधी मूलभूत मार्गदर्शन देऊ करेल. योग्य प्रकारचा कागद आणि फाँट (टंक) वापरण्यापासून ते सर्व महत्त्वाची माहिती योग्य त्या तपशिलासह दिली आहे ना याची खात्री करण्यापर्यंत सर्व गोष्टींचा त्यात समावेश राहील. केव्हा, कोणाशी, कसा संपर्क साधावा तसेच पहिल्या संपर्कानंतर पाठपुरावा कसा करावा या सर्व गोष्टींची चर्चा यात आहे. एखाद्या विशिष्ट प्रकाशकासाठी योग्य असा प्रस्ताव कसा बनवावा आणि त्याचे आदर्श प्रावरण पत्र (कव्हरिंग लेटर) कसे असावे याचा अंतर्भावही यात केला आहे.

आमच्यातील ज्यांचा सातत्याने फक्त लिहिण्या आणि वाचण्याकडे कल असतो ,त्यांना निर्दोष शैक्षणिक पुस्तकाचा प्रस्ताव लिहिणे ही एक कला आहे असे म्हणणे म्हणजे थोडीशी अतिशयोक्ती वाटेल. खरं म्हणजे, जेव्हा मी या पुस्तकात अंतर्भूत करण्यासाठी एका निर्दोष प्रस्तावाचा विचार करण्याचा प्रयत्न करीत होते. तेव्हा मी हरले. आणि मी जेव्हा माझ्या प्रत्येक सहकाऱ्याला विचारले की ते मला असा निर्दोष प्रस्तावाचा नमुना देऊ शकतील का, तर तेही हरले. प्रत्येकाने सुचवले की मी दुसऱ्या विद्याशाखेतल्या एखाद्या संपादकाला विचारावे. जणू काही असा प्रस्ताव कुठेतरी अस्तित्वात असावा पण प्रत्यक्षात त्यांचा त्याच्याशी कधी संबंध आला नसावा. दुसऱ्या वेगळ्या प्रकारे सांगायचे तर निर्दोष आदर्श असा प्रस्तावाचा नमुना असेलही पण आपल्या कामासाठी एक चांगला आणि संपादकाचे लक्ष वेधून घेणारा प्रस्ताव असला म्हणजे झालं. ते करण्यासाठी तुम्हाला फक्त एवढेच लक्षात ठेवायचे आहे की प्रस्ताव हा कोणत्याही साहित्यिक प्रकारासारखा असतो आणि तो लिहिण्याचे काही विशिष्ट नियम आणि संकेत असतात.ते पाळले तर यश मिळण्याची तुमची शक्यता खूपच वाढते आणि न पाळल्यास तुम्ही संकटात सापडता.

पुस्तकाचा प्रस्ताव ही एक जाहिरात असते. एक कथा असते. वाचकाचे लक्ष गुंतवून ठेवणे आणि अधिकार आणि नियंत्रणाचा भाग लगेचच जाणवून देणे हा त्याचा उद्देश असतो. वाचकाला चित्राकर्षक आणि मूळ विषयाकडे, स्पष्टता आणि अभिरूची असलेल्या शैलीकडे आणि सर्वात महत्त्वाचे म्हणजे, विद्वत्तेच्या गुणवत्तेकडे वळण्यास तो भाग पाडतो. हे गुणधर्म वाढवणारे आणि बळकट करणारे जे जे काही असेल त्याला प्रोत्साहित केले पाहिजे. जे जे काही हे गुणधर्म कमी करते, ते टाळले पाहिजे.

आता तुमच्याकडे अंतिम संभाव्य यादी असेल आणि कदाचित तुम्ही पहिली पसंती ठरवली असेल, तर हे प्रकरण तुम्हाला प्रस्ताव एकत्रित करण्याच्या प्रक्रियेबाबत आणि प्रस्तावाबरोबर पाठविण्याच्या साहित्याबद्दल आणि प्रकाशकाबरोबर तुम्ही करायच्या पहिल्या संपर्काबद्दल सल्ला देईल. एक यशस्वी प्रस्ताव पाठवताना कोणते मूलभूत नियम पाळावेत ते पाहण्यापासून आपण सुरुवात करू. यातील बरेचसे नियम सादरीकरणाच्या संदर्भात आहेत, पण त्यांचा संबंध आशय, पातळी, शैली यांच्याशीही आहे. वेगवेगळ्या प्रकाशकांच्या गरजांची आणि अभिरुचीची पूर्तता करण्यासाठी तुमच्या प्रस्तावात कसे विविध पद्धतीने बदल करावेत याचाही शोध आपण घेऊ. तुमच्या प्रावरण पत्रात काय काय गोष्टी असायला पाहिजेत आणि तुमचा प्रस्ताव सादर करण्याची आदर्श वेळ कोणती हेही आपण बघणार आहोत.

प्रस्ताव बनविणे

प्रस्ताव लिहायला लागण्यापूर्वी तुम्हाला तुमचे लेखन आणि प्रस्ताव सादर करण्यासंबंधी तुमच्या पसंतीच्या प्रकाशकाचा अग्रक्रम काय आहे ते जाणून घेण्यासाठी त्यांची वेबसाईट पाहणे हे पहिले काम. तुम्हाला करायला हवे. ते करून झाल्यावर काही दुसऱ्या शैक्षणिक प्रकाशकाच्या वेबसाईटवरून तुम्ही जर नजर फिरवायला हवी ज्यायोगे तम्हालाही अंदाज येईल की ही मार्गदर्शक तत्त्वे आणि आवश्यकता ही प्रत्येक प्रकाशकाबाबत कशी बदलत असतात. तुमच्या लवकरच लक्षात येईल की बराच फरक आहे, आणि तुम्ही एकाच वेळेला एकापेक्षा अधिक प्रकाशकांकडे आपला प्रस्ताव पाठवणार असाल, तर तुम्ही हे जाणून असणे गरजेचे आहे – की पहिल्यांदा प्रकाशकाला सादर केलेला प्रस्ताव यशस्वी झालेला नाहीये आणि तुम्हाला दुसऱ्या प्रकाशकाशी संपर्क साधणे आवश्यक आहे. काही प्रकाशकांना तीन–चार पानांपेक्षा जास्त पानांचा प्रस्ताव चालत नाही. तर काहींनी ही मर्यादा 'दहा पाने' इतकी ठेवलेली असते. काही प्रकाशक तुम्ही पाठवाल तितके मसुदा साहित्य मिळाल्यावर खूष होतात, तर काही जण 'नो मॅन्युस्क्रिप्टस् प्लीज' असे ठामपणे नमूद करतात. काहीजण प्रस्तावाची इलेक्ट्रॉनिक प्रत स्वीकारतात. तर इतर जण फक्त छापील प्रतच स्वीकारतात. जरी या प्रकाशकांच्या व्यक्त करण्याच्या आणि वापरण्यात येणाऱ्या शब्दप्रयोगात थोडाफार फरक असला तरी त्यांना प्रस्तावामध्ये काय अंतर्भूत असायला हवे आहे याबाबत ते अतिशय संगतवार किंवा सुसंगत असतात. सगळ्यातून एकच निष्पन्न होते, की कोणत्याही प्रस्तावामध्ये खालील गोष्टी अंतर्भूत असाव्यात.

१. *तार्किकता/आढावा/ध्येय निवेदन*

प्रस्तावाच्या या भागाला वरीलपैकी काहीही म्हणा तुम्ही, हा भाग संपूर्ण प्रस्तावाचा सर्वात महत्त्वाचा भाग आहे. ज्याद्वारेच तुम्ही तुमच्या संभाव्य संपादकाला जिंकून घेऊ शकता किंवा गमावू शकता. पुस्तकातील आशयाच्या संक्षिप्त वर्णनाप्रमाणे या भागाने वाचकाला आपल्याकडे ओढून घेतले पाहिजे आणि 'अजून जाणून घेऊया' असे त्याला वाटले पाहिजे. तुमच्या आशयाबाबत माहिती असलेल्या किंवा नसलेल्या मित्रांना तुमचा प्रस्ताव वाचायला देऊन बघा. त्या मित्रांना तुम्हाला

हे सांगता यायला हवे की प्रस्तावामध्ये काही अर्थ आहे का आणि प्रस्तावातील भाषेचा ओघ पुढे जाणारा अलगद आणि तर्कशुद्ध आहे ना?अतिजवळीक साधणारा आणि अनौपचारिक सूर नको, परंतु त्याचवेळेस तोरा दाखवणारा आणि बढाई मारणाराही नको. साधेपणा महत्त्वाचा आणि आक्रमकतेने आगाऊपणे तुमचा प्रकल्प विकायचा या पायरीवर प्रयत्न केलात तर तुम्हीच पुढे जाऊन स्वतःला माफ करणार नाही. तुम्हाला स्पष्टपणे पुस्तकाची ध्येये आणि उद्दिष्टे नमूद करावी लागतील. तुमच्या प्रस्तावाबद्दल वाचकांना थोडे उलगडून सांगावे लागेल. तुम्ही कोणत्या पद्धतीने या लेखनाची हाताळणी केली आहे आणि का, आणि हे पुस्तक तुम्ही आता का लिहिता आहात याची कारणे हेही मांडावे लागेल. तसेच हेही स्पष्ट करावे लागेल की तुमच्या पुस्तकाचे सध्याचे उपलब्ध वाङ्मयाशी काय नाते आहे आणि त्या वाङ्मयामध्ये तुम्ही काय भर घालून योगदान देणार आहात. या शेवटच्या गोष्टीमुळे संपादकाला तुमच्या प्रस्तावाचा लगेच संदर्भ लागेल. (संदर्भपोषण होईल) आणि ते एकाच दृष्टिक्षेपात सांगू शकतात की तुमच्या पुस्तकाचा विषय मसुदा काय आहे आणि त्यांच्या प्रकाशन प्रकारांच्या यादीत तुमचे पुस्तक बरोब्बर बसू शकते का? प्रस्तावामध्ये कुठेतरी एकतर तार्किकता (रॅशनल) लिहिताना त्याच्या शेवटी शेवटी किंवा तुमच्या प्रावरण पत्रात तुम्हाला निर्देश करावा लागेल की तुमच्या प्रबंधाचे पुस्तकात रूपांतर करताना जी सुधारणां किंवा जो बदल केला जाणार आहे त्याचे स्वरूप काय असेल आणि ही बदल/सुधारणा प्रकिया तुम्ही सुरू केली आहे का आणि तशी केली असेल, तर यात तुमची किती प्रगती झाली आहे/काम कोणत्या टप्प्यापर्यंत आले आहे. तार्किकता हा प्रस्तावाचा (वि)भाग नेमका किती लिहावा हे सांगणे अवघड आहे, पण मी असे म्हणेन की तुमच्या प्रकल्पाला न्याय देण्यासाठी त्याला कमीत कमी दोन पाने लागतील आणि वर उल्लेख केलेले सर्व मुद्दे अंतर्भूत करण्यासाठी पाचपेक्षा जास्त पाने लागता कामा नयेत, अन्यथा संपादकाचा संयम सुटेल आणि त्याचे लक्ष विचलित होऊन दुसऱ्या गोष्टीकडे वळेल.

२. *अनुक्रमणिका*

यामध्ये प्रकरणाच्या शीर्षकांच्या यादीचा आणि प्रत्येक प्रकरणावर महत्त्वाच्या कल्पना आणि लेखन विषय अंतर्भूत असलेल्या एक किंवा दोन परिच्छेदांचा समावेश असावा. सविस्तर तपशिलानिशी हे सारांश लिहिण्यात अडकून पडू नका. त्याऐवजी तुम्ही ज्या मजकुराचा अंतर्भाव पुस्तकात करणार आहात त्याचा आवाका आणि पल्ला दर्शविण्यावर लक्ष केंद्रित करा आणि मूळ मुद्दा, लेखन काय आहे आणि त्याची हाताळणी तुम्ही कशी केली आहे यावर भर द्या. जर तुम्ही प्रस्तावना आणि ऋणनिर्देश सुरुवातीला लिहायचे आणि उल्लेखसूची (इंडेक्स) आणि ग्रंथसूची/संदर्भ शेवटी लिहायचे लक्षात ठेवलेत, तर ते अधिक व्यावसायिक दिसेल.

३. *वाचक/बाजारपेठ*

वाटतो त्यापेक्षा हा विभाग प्रत्यक्षात मांडणे अधिक अवघड आहे. तुम्ही दावा करत असाल की तुमचं पुस्तक तुमच्या विद्याशाखेतील प्रत्येकाला आणि तुमच्या विद्याशाखेशी साधर्म्य असणाऱ्या

विद्याशाखांतील प्रत्येकाला तसेच 'रस असलेल्या वाचक नावाच्या तथाकथित प्राण्याला' आवडेल. तर तुम्ही संपादकाची नक्की अशी समजूत करून द्याल की तुम्ही काय बोलताय हे तुम्हालाच कळत नाहीये. याउलट जर तुम्ही फारच सावध असाल (इतर लोक याला प्रामाणिकपणा म्हणतात) आणि असे सुचविलेत की या पुस्तकामध्ये फक्त मूठभर संशोधन करणाऱ्या विद्यार्थ्यांना रस आहे (रेल्वे ॲज सोशल अँड इकॉनॉमिक मेटॅफर इन द नाइनटिन्थ सेंच्युरी अमेरिकन नॉव्हेल या विषयात विशेष अभ्यास करणाऱ्या) तर तुम्ही संपादकाला त्याच्या जन्मजात आशावादापासून परिणामकारकतेने दूर नेले आहे आणि मग पुस्तकाच्या २०० पेक्षा जास्त प्रती त्या पुस्तकाच्या संपूर्ण आयुष्यात विकल्या जाणार नाहीत यावर विश्वास ठेवा. अशा बाबतीत तुम्ही पुस्तकाच्या केंद्रीभूत बाजारपेठेवर लक्ष केंद्रित केले पाहिजेच पण ढोबळमानाने व्याख्या करता ती बाजारपेठ म्हणजे जसे – एकोणिसाव्या शतकातील अमेरिकन कादंबरीचा अभ्यास करणारे संशोधक विद्यार्थी तसेच शक्य असेल तेवढी जास्तीची किंवा पुरवणी बाजारपेठ – कदाचित अर्थशास्त्र आणि सामाजिक इतिहासकार. क्वचित प्रसंगी जेव्हा 'जेंडर स्टडीज' सारखा मूलत:च बहुविध विद्या शाखांशी संबंधित विषय तुमचे संशोधन क्षेत्र असेल किंवा तुम्ही भाषेचा उत्क्रांतीवादी विकास असा महत्त्वाकांक्षी विषय घेतला असेल तेव्हा तुम्हाला महत्त्वाची आणि अतिरिक्त बाजारपेठ कोणती हे स्पष्टपणे ओळखून त्यातला फरक समजणे आवश्यक होईल. भाषेचा उत्क्रांतीवादी विकास हे एक असे विस्तृत आणि महत्त्वाचे संशोधन क्षेत्र आहे की ते तुमची महत्त्वाची बाजारपेठ आहे असे सहजपणे म्हणू शकता आणि नंतर तुमच्या विद्याशाखेची पार्श्वभूमी आणि तुमचा दृष्टिकोन यानुसार उत्क्रांतीवादी मानसशास्त्र, बोधात्मक विज्ञान, भाषाशास्त्र, न्यूरॉबायॉलॉजी यांचे वेगवेगळ्या प्रकारे संयोग करता येतात. तुमच्या स्वत:च्या विद्याशाखेची पार्श्वभूमी आणि विषयांची हाताळणी यावर एव्होल्युशनरी सायकॉलॉजी, कॉग्निटिव्ह सायन्स, लिंग्विस्टिक्स आणि न्यूरोबायॉलॉजी यांची वेगवेगळी जोडणी करून तुम्हाला इतर बाजारपेठ मिळण्याची संभाव्यता दाखवता येते. जर तुमचे संशोधन मूलत: एथनोग्राफिक संशोधन (संस्कृति वर्णन करणारे) असेल, ज्यामध्ये तुम्ही (उदाहरणार्थ आशिया खंडातील १८ तरुण महिलांचे काम(कार्य) आणि भेदभाव यावर अभ्यास केला असेल, तर या पुस्तकात तांत्रिकदृष्ट्या जेंडर स्टडीज, एशियन स्टडीज, एथनोग्राफिक स्टडीज, कल्चरल आंथ्रपॉलॉजी, सोशॉलॉजी ऑफ वर्क, एम्प्लॉयमेंट स्टडीज, रेस (वंश) आणि एथनिसिटी स्टडीज आणि यूथ स्टडीज या विषयांत संशोधन करणाऱ्या विद्यार्थ्यांना तांत्रिकदृष्ट्या रस वाटेल. पण मला आशा आहे की तरीही आत्तापर्यंत तुमच्या हे स्पष्टपणे लक्षात आले असेल की अशी भलीमोठी भेदाभेद न करणारी यादी काहीच उपयोगाची ठरत नाही आणि 'तुमच्या पुस्तकाला खूप मोठी संभाव्य बाजारपेठ आहे असे संपादकाला पटवण्यापेक्षा त्यांना याची भीती वाटण्याची जास्त शक्यता आहे की इतक्या दगडांवर पाय ठेवण्याने हाती काहीच लागणार नाही. यासारख्या पुस्तकांच्या बाबतीत, तुमच्या कामात वैशिष्ट्यपूर्ण आणि मूलगामी काय आहे हे तुम्ही एकदा नीट बारकाईने बघितले पाहिजे आणि सर्वांना न आवडण्यामुळे नक्कीच अयशस्वी होण्यापेक्षा एक किंवा दोन कळीच्या बाजारपेठांना

तुम्ही लक्ष्य करणे चांगले. वाचकवर्ग आणि बाजारपेठ यातील फरकाबाबत शेवटचा मुद्दा जरी या दोन्ही शब्दरचना एकमेकांसाठीही वापरल्या जात असल्या तरी – वाचकवर्ग म्हणजे मुख्यत्वे वाचकांचा प्रकार आणि पातळी – संशोधक, पदवीधर, व्याख्याने – आणि बाजारपेठ म्हणजे, विद्याशाखा आणि भौगोलिक क्षेत्रास सयुक्तिक.

४. *स्पर्धा*

जरी तुमची खरोखर खात्री असली, अगदी मनापासून, – तुमचे पुस्तक एकमेवद्वितीय आहे, आणि याच्या तोडीचे पुस्तक पुन्हा कधीही येणार नाही, तरी 'स्पर्धा' या शीर्षकाखाली 'कोणाचीही नाही' असे लिहिणे म्हणजे तुम्ही एकतर स्पर्धा कोणाशी असेल ते शोधत नाही आहात, (त्यावर विचार करत नाही आहात) किंवा अधिक वाईट म्हणजे तुम्ही वाङ्मयाशी परिचित नाही आहात असा अर्थ होतो. तुम्ही आणि तुमच्या मार्गदर्शकांनी कदाचित तुमच्या पीएचडीच्या सुरुवातीच्या टप्प्यांवर असा वैशिष्ट्यपूर्ण आणि मूलगामी विषय निवडण्यात खूप मोठा वेळ व्यतीत केला असेल, तर शक्यता आहे की अगदी तंतोतंत त्या विषयावर एकही पुस्तक नसेल. पण विरोधाभास असा आहे की ही नक्कीच चांगली गोष्ट तुमचे काम पुस्तक करण्याइतके मोठे नाही कारण ते अति मर्यादित क्षेत्रातील मर्यादित दृष्टिकोन असलेले/मर्यादित हाताळणी असलेले असते आणि दीर्घकाळ टिकणारे नसते. आशा आहे की तुम्ही प्रकरण दोन आणि तीन वाचताना यावर विचार केला आहे आणि पुस्तक हाच तुमचे काम प्रकाशित करण्याचा योग्य आकृतिबंध आहे हे ठरवले आहे. तर आता तुमचे काम आहे प्रकाशकाची आणि परीक्षण करणाऱ्याची खात्री पटवून देणे की तुमचे पुस्तक वाङ्मयातील रिकामी जागा भरून काढेल. ही खात्री पटवण्यासाठी तुम्हाला प्रस्तावात पुस्तक कशाबद्दल आहे याचे फक्त वर्णन करून पुरणार नाही. तुम्ही ते तार्किकता या विभागात केले असेल पण तुम्हाला प्रस्तावाच्या स्पर्धा या विभागात हे सांगावे लागेल की हे ही पुस्तक कशाबद्दल नाही. त्यामुळे तुमचा निवडलेला विषय पुरेसा विस्तृत नसेल, आणि (उदाहरणार्थ) जनरल इक्विलिब्रियम थिअरीवर बरीच पुस्तके असतील, तर तुम्ही सुरक्षित राहाल जर तुम्ही असे सांगितले की तुम्हाला थेट स्पर्धा नाही. परंतु तुम्हाला तुमच्या विषयाच्या आवाक्याच्या आणि हाताळणीच्या जवळपास जाणाऱ्या पुस्तकांची यादी द्यावी लागेल आणि स्पष्ट करावे लागेल की तुमचे पुस्तक त्या पुस्तकांपेक्षा कसे वेगळे असेल. कदाचित त्या पुस्तकांमध्ये खूप आकुंचित किंवा अतिविस्तृत पल्ला घेतला असेल किंवा हाताळणी जास्त किंवा कमी सैद्धांतिक असेल किंवा युक्तिवाद काही विशिष्ट तऱ्हेने केलेला असेल. तरीही अशाच पुस्तकांची यादी द्या जी सुसंगत आहेत. तुमच्या विषयावरील गेल्या काही वर्षांतील प्रत्येक पुस्तक या यादीमध्ये लिहिल्यामुळे तुमचे वाचक किंवा संपादक तुमच्यावर खूष होणार नाहीयेत. सर्व इंजिन्सवर तुमची किती पकड आहे हे दाखविल्याने तुमच्या पुस्तकाचा खरा अंदाज तुमच्या वाचकाला/प्रकाशकाला येणार नाहीये. अति माहितीचा भडिमार केलात तर त्याने योग्य ते संदर्भ मिळतात असेही नाही. त्याऐवजी तुम्ही ज्या संपादकाशी संपर्क साधणार आहात त्यांनी प्रकाशित

केलेली काही महत्त्वाची पुस्तके यादीत अंतर्भूत करण्याची नीट काळजी घ्या, ज्यामुळे असे दिसून येईल की तुम्हाला त्यांच्या प्रकाशन कार्यक्रमांबद्दल माहिती आहे आणि तुमचे पुस्तक त्यांच्या प्रकाशनसंस्थेशी कसे मिळतेजुळते असू शकेल हे त्यांना समजेल. जरी तुमचे मत असेल की हे प्रकाशक फार चांगले नाहीयेत, तरी त्याबाबत जास्त उद्धटपणा न दाखवणे चतुराईचे होईल. या विभागात तुम्ही जी पुस्तके अंतर्भूत करणार आहात, त्या पुस्तकांबाबत अति कठोर न होणे (त्यावर टीका न करणे) शहाणपणाचे होईल. एखाद्या प्रथितयश संशोधन विद्यार्थ्याने दुसऱ्याच्या कामावर प्रक्षोभक भाष्य केले तर चालून जाईल, तरुण विद्यार्थी आव्हानात्मक असेलही, परंतु उद्धटपणाने किंवा दुसऱ्याच्या कामाला कमी लेखणे हे त्याला कधीही परवडणारे नाही.

५. प्रस्तावाच्या शेवटी तुमचे लेखन पूर्णावस्थेत सादर करण्याची अपेक्षित तारीख, हजारांच्या स्वरूपात शब्दांची किंवा पानांची अपेक्षित संख्या, अंक/आकडेवारी आणि तक्त्यांची संख्या, तुम्ही वापरणार असलेले लेखाचित्रित साहित्य, याशिवाय छायाचित्रे आणि नकाशे इ. गोष्टी प्रस्तावाच्या शेवटच्या छोट्या विभागात लिहिणे योग्य ठरेल. हे सर्व शक्य तितके अचूक असेल असा प्रयत्न करा पण ही गोष्ट लक्षात असू द्या की जितकी जास्त लेखाचित्रे तुम्ही वापराल आणि जितकी पुस्तकाची लांबी मोठी तितकी पुस्तकाची निर्मिती अधिक खर्चिक असेल. याचा अटळ परिणाम संपादकाच्या निर्णयावर होईल की हा प्रकल्प खर्चाच्या आणि संभाव्य कटकटींच्या दृष्टीने पुढे न्यावा अथवा नाही, जर ते या सुधारित पीएचडी प्रबंधावर पैसे लावायला तयार असतील (बरेचसे तयार नसतात) तर खूप काळ रेंगाळणाऱ्या या प्रकल्पाबाबत धोका पत्करायला तयार नसतात. काही परवानग्या घ्यायला लागणार आहेत का, काही आकडेवारी आणि तक्ते पुन्हा आखावे लागणार आहेत का अशासारख्या निर्मितीच्या बऱ्याचशा बाबी अंतर्भूत आहेत असे जर त्यांना वाटले तर ते त्वरित माघार घेण्याची शक्यता आहे. गेल्या काही वर्षांमध्ये वाढती लोकप्रियता मिळवलेला प्रकार म्हणजे असे साहित्य, त्याची निर्मिती करणे खूप खर्चिक जाते किंवा असे साहित्य जे खास यासाठी निर्माण केलेल्या वेबसाइटवर टाकून अद्ययावत करता येते, ते प्रकाशकाच्या स्वतःच्या वेबपेजेसवर थेट लिंक केले जाते. यासाठी अर्थातच तुमचे स्वतःचे वेबपेज असायला हवे जे तुम्ही या पद्धतीने वापरू शकता आणि/किंवा असे पेज बनविण्यासाठीची आवश्यक कौशल्ये तुमच्यापाशी हवीत (किंवा तुम्हाला मदत करण्यासाठी कोणीतरी तयार हवे) पण या टप्प्यावर तुम्ही याचा तपशिलात जाऊन विचार करण्याची गरज नाही. जर प्रकाशकाला असे त्यांच्या वेबसाइटवर लिंक करणे योग्य वाटत असेल, तर तुम्ही अशी लिंक देण्यास इच्छुक आहात असे त्याला तुम्ही सांगणे महत्त्वाचे आहे. एकदा पुस्तक स्वीकारले की तुम्ही तुमच्या संस्थेच्या वेबसाइटचा कारभार बघणाऱ्यांशी, तुमच्या मित्रमंडळींशी आणि सहकाऱ्यांशी याबाबत चर्चा करू शकता. तुमच्यासाठी कोणीतरी वेबपेज बनवून द्यायला तयार असण्याइतके तुम्ही नशीबवान नसाल तर अशी असंख्य पुस्तके आणि निर्देश पुस्तिका उपलब्ध असतात ज्यायोगे तुम्ही हे काम करू शकाल.

प्रावरण पत्र

माझ्या मते एक उत्तम प्रावरण पत्र छोटे, स्पष्ट आणि मुद्देसूद असावे जरी ई–मेलद्वारे किंवा कागदावर लिहून पाठवले असले तरी वाचून संपादक तुम्हाला एकाच दृष्टिक्षेपात सांगू शकतो की (अ) तुम्ही त्यांना काय करायला सांगत आहात (परीक्षणासाठी तुमच्या प्रस्तावाचा त्यांनी विचार करावा) (ब) ते कशाबद्दल आहे (त्यांना रस वाटेल असा विषय आहे का?) आणि (क) तुम्ही कोण आहात? संपादकाने असे एकाच दृष्टिक्षेपात सांगण्यावर तुमच्या यशाची शक्यता अवलंबून आहे.

हा शेवटचा 'क' कदाचित अनावश्यक वाटेल. शैक्षणिक प्रकाशक हा शैक्षणिक विचारच करणार ना? पण गेल्या इतक्या वर्षांत मला हर प्रकारच्या व्यक्तीकडून ई मेल्स आणि पुस्तक प्रस्ताव आलेले आहेत. उदाहरणार्थ एका ग्रीक प्लंबरकडून त्याच्या 'डायव्होर्स डेटिंग सीन'वर आधारित जनरल थिअरी ऑफ ह्यूमन रिलेशनशिपवर; एका भारतीय भूतपूर्व रेल्वे कामगाराचं 'ए प्लॅन फॉर ट्रान्सफॉर्मिंग द इंडियन इकॉनॉमी' वर; एका निराश गृहिणीचं 'आधुनिक एक्झिक्युटिव्ह हाउसिंग इस्टेटमध्ये' एकाकीपणे राहण्याच्या अनुभवाचं स्पष्ट विस्तृत वर्णनात्मक चित्रण. ही सर्व पत्रे आणि प्रस्ताव वाचावे लागतात, त्यांना पोच द्यावी लागते. इतर काही गोष्टी बघाव्या लागतात आणि त्यांना या, नाहीतर त्या ढिगात ठेवावे लागते. एका सर्वसामान्य संपादकाकडे दिवसाकाठी कुठलीही शिफारस नसलेला किमान एक प्रस्ताव येतो असे गृहीत धरले. (दिवसाकाठी एक हे प्रमाण जास्त वाटणार नाही, पण हे प्रमाण पटापट वाढतच जाते) तर हे अत्यावश्यकच आहे की तुम्ही त्यांना आपला प्रकल्प नीट ओळखायला मदत करण्यासाठी करता येईल ते करावे. प्रतिष्ठापूर्वक पण ठामपणे नाकारलेल्या प्रस्तावांच्या ढिगामध्ये टाकण्यापेक्षा ते बरे.

तुमचे पत्र (कोणाला) उद्देशून लिहावे?

हे पुस्तक लिहिताना मला जाणीव आहे की हे पुस्तक सुशिक्षित आणि आधुनिक, संस्कारित वाचकांना उद्देशून लिहिले आहे. यातील काही सल्ला फार साधा–सोपा, किती क्षुल्लक वाटेल पण मी तुम्हाला खात्रीपूर्वक सांगू इच्छिते की माझा स्वतःचा अनुभव असे सांगतो की योग्य व्यक्तीला किंवा योग्य प्रकाशकाला उद्देशून पत्र लिहावे हे अशा लोकांनाही जमत नाही. कॉम्प्युटरवर बनविलेल्या आणि अनेक ठिकाणी एकाच वेळेस पाठवलेल्या पत्रांमध्ये चुका जास्त प्रमाणात होतात, म्हणून तुम्हाला कॉम्प्युटरवर व एकाच वेळेस अनेक ठिकाणी पत्रे पाठवायची असतील, तर पाकिटांवर नाव पत्ता लिहिण्यापूर्वी आणि ती चिकटविण्यापूर्वी पुन्हा पुन्हा तपासून बघा. मला माहीत आहे की मी अशी एकमेव प्रकाशक नाहीये जिला आतल्या पत्रावर नाव पत्ता एक आणि पाकिटावर दुसराच पत्ता असलेली आणि तुमच्या स्पर्धकाची वारेमाप स्तुती आलेली पत्रे मिळाली आहेत. प्रत्येकाला हे समजतं की अपघात होतात आणि माणूस चुकू शकतो, पण अशा चुका दुरुस्त करणे खूपच दुरापास्त. जरी मी या गोष्टीचा माझ्या त्या प्रकल्पाच्या निवडीवर परिणाम होऊ न देण्याचा प्रयत्न केला (त्या संबंधित व्यक्तीबद्दल माझा पूर्वग्रह होणे अटळ

असते) त्याच्या बारकाईने लक्ष न देणे, कुशलतेने एखादी गोष्ट संघटित न करणे याकडे दुर्लक्ष केले तरी. (प्रकाशनाच्या) अवघड आणि स्पर्धात्मक वातावरणात तुमच्या प्रावरण पत्राबाबतीत नवीन अडथळे उत्पन्न करणे तुम्हालाही नको असते. तुम्हाला हवे असते तुमचा प्रकल्प परीक्षणासाठी पाठवला जाणे आणि तुमचा प्रकाशकाबरोबर करार होणे.

म्हणूनच तुमचे पत्र किंवा ई मेल पाठवण्यापूर्वी योग्य त्याच प्रकाशकाला उद्देशून लिहिले आहे ना हे पुन्हा पुन्हा तपासा तसेच संबंधित संपादकाचे नाव शोधण्याचा प्रयत्न करा. आता आजकाल जवळजवळ सर्व प्रकाशकांच्या आपापल्या प्रशस्त वेबसाइट्स आहेत, ज्यावर संपादकांचा संपूर्ण तपशील आणि त्याच्या जबाबदाऱ्या कोणत्या कामासंबंधी आहेत ते दिलेले असते. आपल्याला योग्य त्या संपादकाचे नाव शोधता न येणे हा केवळ आळस आहे जो दूरत्वाची भावना निर्माण करतो आणि तुमचे पूर्ण लक्ष तुमच्या कामात नाही हे दर्शवितो. यामुळे तुमच्या प्रकल्पाचा गांभीर्याने विचार करायला प्रेरणा मिळणे अशक्य होऊन बसते. संपादकाचे किंवा प्रकाशकाचे पूर्ण नाव लिहा (प्रिय सारा कारो) आणि ते नाव पुरुषाचे आहे की स्त्रीचे याचा अंदाज बांधत बसू नका. विशेषत: जेव्हा एखादे नाव स्त्री किंवा पुरुष दोघांचेही असण्याची शक्यता असते (जसे पॅट किवा ख्रिस, सुहास किंवा रश्मी) वेबसाइटवर दिलेली असल्याशिवाय नावामागे कोणतीही उपाधी लावू नये (प्रिय डॉ. कारो).

नाव आणि पत्त्याच्या आश्चर्यकारकरित्या जोखमीच्या असलेल्या कामातून सुखरूप वाट काढल्यावर, आधी चर्चा केल्याप्रमाणे तुमच्या संप्रेषणाच्या अगदी सुरुवातीलाच तुमच्या मान्यता सांगणे/लिहिणे हे आवश्यक आहे. तुम्ही कोणत्या संस्थेशी संलग्न आहात आणि तुमचे पद काय आहे किंवा तुम्ही या विशिष्ट प्रकाशकाला पत्र लिहावे म्हणून शिफारस केलेल्या प्रथितयश अध्यापकाचे/लेखकाचे नाव याने तुम्हाला सुरुवात करता येईल. तर तुम्ही अशी सुरुवात करू शकता :

मी आलबोर्ग विद्यापीठातील राज्यशास्त्राची असिस्टंट प्रोफेसर (सह–प्राध्यापक) आहे...
किंवा
मी येरकेस प्रायमेट रिसर्च सेंटरचा रिसर्च फेलो आहे,
आणि मी प्राध्यापक इझाबेला सूटॉन यांच्या सूचनेवरून, तुम्हाला कदाचित.......... मध्ये स्वारस्य असेल का .... हे विचारायला लिहितोय.

जर तुम्ही पत्राऐवजी ई मेल पाठवत असाल तर हे अधिकच महत्त्वाचं आहे. कारण तुम्हाला दृश्य गोष्टींचे, जसे लेटरहेड किंवा पोस्टमार्कस्‌चे फायदे मिळत नाहीत ज्यायोगे कार्यमग्न संपादकाला हे समजते की हा एक प्रामाणिक प्रकल्प आहे. त्याचबरोबर तुम्हाला स्पॅम आणि शिफारस न केलेल्या मेल्सच्या प्रचंड ओघाला तोंड द्यावं लागतं ज्या मेल्समधील पहिल्या काही ओळी वाचल्या जातात; तेही या मेल्स उघडल्या तरच. एकदा हे सिद्ध केलेत की तुम्ही कोणी तऱ्हेवाईक नाही आहात, तर एक अर्थपूर्ण शैक्षणिक पार्श्वभूमी असलेले आहात की मग पुढचे काम आहे तुमच्या प्रकल्पाचे जेवढे शक्य आहे तेवढे

थोडक्यात आणि संक्षिप्त स्वरूपात वर्णन करणे, पण त्याचवेळेस संपादकाला तुमचे पत्र वाचण्यात रस वाटेल इतके पुरेसे तपशील पुरवणे ज्यायोगे त्यांना अधिक जाणून घेण्यासाठी तुमचा प्रस्ताव वाचावासा वाटला पाहिजे. संपादकाला वाटले पाहिजे, की हा खूप चांगला चित्तवेधक विषय आहे. तुम्हाला काय म्हणायचे आहे हे तुम्हाला नीट कळलेले आहे आणि सध्या चालू असलेल्या प्रकाशनांच्या उपक्रमात हा प्रकल्प चपखल बसण्याची शक्यता आहे. तरच ते तुमचा प्रस्ताव पूर्ण वाचण्यात आणि परीक्षणासाठी पाठवण्याचा विचार करण्यात त्यांचा वेळ आणि शक्ती घालवतील.

सर्व आवश्यक ती माहिती अंतर्भूत करण्याबरोबरच तुमच्या पत्राचा सूर योग्य असणे, उत्साह आणि भावनातिरेक तसेच वस्तुस्थिती आणि नकारात्मक यामध्ये छान समतोल राखणे महत्त्वाचे असते. एका 'मेजर रिसर्च प्रोजेक्ट' संदर्भात मला एका अमेरिकन प्राध्यापिकेचे पत्र आले. तिला टिपण लिहायचे होते आणि त्याचे पुस्तक करायचे होते. ते काहीसे असे होते :

प्रिय संपादक,

मी गेल्या पाच वर्षांपासून एका अद्‌भुत अशा लोकांच्या गटाबरोबर एका अगदी मूलभूत प्रकल्पामध्ये सहभागी झाले आहे. त्याची खूप प्रचंड फळे मिळाली आणि आम्हाला सर्वांना एक परिपूर्ती मिळवून देणारा सहानुभव मिळाला. आम्ही प्रचंड प्रमाणावर माहिती गोळा केली आहे आणि आता एक पुस्तक लिहायची तयारी केली आहे. आम्हाला खात्री आहे की तुम्हालाही वाटेल की हा एक सुयोग्य प्रयत्न आहे आणि तुम्ही आम्हाला सर्व पातळ्यांवरील आणि व्यापक विद्याशाखांच्या, आमच्या कामाबद्दल जिज्ञासू असलेल्या बहुसंख्य लोकांपर्यंत पोहोचायला साह्य कराल अशी खात्री आहे.

मी एक रागीट चिडखोर माणूस आहे हे खरे असले तरी, सत्य परिस्थिती अशी आहे की तुम्ही तुमचे संशोधन करताना व्यक्तिशः परिपूर्ती मिळवून देणारा अनुभव घेतला की नाही आणि तुम्हाला तुमचे सहकारी आवडतात की नाही यात मला रस असण्याचं काहीच कारण नाही. मला रस वाटणारी गोष्ट म्हणजे प्रकल्प.पण तुमच्या लक्षात आले असेल की संपूर्ण पहिल्या परिच्छेदात हे काम मुळात कोणत्या विद्याशाखेतील आहे, ज्या संस्थेत ते पार पडलं त्या संस्थेचं नाव, ज्यांनी या प्रकल्पात काम केलं त्यांची नावे आणि अनुभव आणि भावी पुस्तकाचा विषय याबद्दल काहीही म्हटलेलं नाही. अशा प्रकारची पत्रे रटाळ कंटाळवाणी असतात. लेखकांना वाटतही असेल की ते उत्साह आणि सर्व प्रकारचे सकारात्मक गुण दर्शवताहेत, परंतु ते काहीसे आत्मसंतुष्ट वाटतात आणि संपादकाचा अमूल्य वेळ वाया घालवतात कारण त्यांना काय म्हणायचंय यावर त्यांनी पुरेसा विचार केलेला नसतो. त्यांना नकार मिळण्याची शक्यता खूपच जास्त असते. अशाच नकाराची खात्री असलेली काही पत्रे असतात, जी त्रस्त करणाऱ्या पत्रांऐवजी दुःख व्यक्त करणारी असतात. ही पत्रे पुढे असणाऱ्या कामाबद्दल अति निराशाजनक चित्र रंगवतात. करार मिळण्याच्या शोधात असलेल्या एका तरुण अध्यापकाकडून आलेले हे पत्र असे होते.

प्रिय संपादक,

मी हे विचारायला हे पत्र लिहित आहे की तुम्ही माझ्या पीएचडीचे प्रकाशन करण्याचा विचार कराल का? मला लक्षात आलंय की माझ्या प्रबंधाचे पुस्तकात रूपांतर करायला एक दीर्घ आणि अवघड प्रक्रिया करायला लागेल, परंतु याबाबत काय करावे यावर तुमचा सल्ला घ्यायची माझी इच्छा आहे. हे आह्वानात्मक उद्दिष्ट गाठण्यासाठी कठोर परिश्रम करण्याचीही माझी तयारी आहे.

हे पत्र वाचून तो भावी प्रकल्प काय आहे हे वाचण्यापूर्वीच त्या कामाबाबतीत तुम्ही थकून आणि सद्गदित होऊन जाता. असे पत्र लिहिण्यामागे त्या लेखकाचे हेतू चांगले असतात, की प्रबंध म्हणजे पुस्तक नव्हे याची त्यांना कल्पना आहे आणि प्रकाशनापूर्वी त्यात त्यांना खूपच सुधारणा कराव्या लागतील. तरीसुद्धा ते असंही सूचित करतात की त्यांनी यातील कोणतंही काम अजून सुरू केलेलं नाही आणि त्यांना यासाठी प्रचंड प्रमाणावर आणखी माहिती लागेल आणि संपादकाची मदतही. कदाचित संपादक वेळ आणि पुरेशी प्रोत्साहन रक्कम देऊ शकणार नाहीत. परिणामत: पहिल्याच परिच्छेदाद्वारे हे लेखन कोणत्याही संपादकाला हा प्रकल्प हाती घेण्यापासून परावृत्त करतो. ही दोनही उदाहरणे असे स्पष्टपणे दर्शवतात की तुम्ही न ओळखणाऱ्या एखाद्या व्यक्तीकडून तुम्हाला जर अशी पत्रे आली तर तुम्ही कसा प्रतिसाद द्याल त्याची नेहमी कल्पना करण्याचा प्रयत्न करीत जा. संपादकांची वृत्ती ही संशयाचा फायदा देणारी असते, पण शेवटी ते माणूसच असतात ना?

तुम्ही जर एखाद्या संपादकाला एखाद्या प्रथितयश अध्यापकाच्या शिफारशीसह (लिखित किंवा तोंडी) लिहीत असाल, तर तुम्ही त्या शिफारशीला ओळख करून देणारे पत्र समजले पाहिजे. प्रकाशनासाठीची खात्री नव्हे. एकदा मला मिळालेले दुसरं एक पत्र हे अशा शिफारशीचा उपयोग कसा करू नये याचे एक चांगले उदाहरण आहे.

प्रिय सारा कारो,

मी हे पत्र तुम्हाला लिहिते आहे कारण प्राध्यापक अल्वारेझ यांना वाटले की तुम्हाला 'आयडेंटिटी अँड जेंडर इन अ पोस्ट फाउकाल्डियन वर्ल्ड' या माझ्या प्रबंध प्रकाशनात स्वारस्य असेल. तर हा आहे प्रबंध. तुम्ही प्रकाशित करायचे ठरवले की कृपया मला सांगा

तुमची प्रामाणिक,
अॅन ऑटर

मला आशा आहे की या पत्रामध्ये काय चुकले आहे ते तुमच्या लगेच लक्षात आले असेल. प्राध्यापक अल्वारेझ यांची शिफरस ही प्रकल्प विचारात घेण्यासाठी पुरेशी आहे हे यामागे गृहीत धरले आहे. प्रकल्पाबाबत माहिती देणे जेणेकरून मला त्यात स्वारस्य निर्माण होईल असा कोणताही प्रयत्न यात

नाही. (फक्त प्राध्यापकांचे नाव नमूद करण्यापलीकडे काही नाही) किंवा असेही म्हटलेले नाही, की पुस्तकात रूपांतर करण्यासाठी जे काम करावे लागते त्याची लेखकाला कल्पना आहे आणि तशी कल्पना असल्यामुळे सुधारणा करण्याचे काम हाती घेतले आहे किंवा नाही. स्पष्टपणे सांगायचे तर त्यात स्वारस्य वाटण्याची शक्यता नसताना पूर्ण मॅन्युस्क्रिप्ट (लेखन) वाचायला मला वेळ नाही. एकतर मी ते तिथल्या तिथे ठेवून देणार किंवा त्या शिफारस केलेल्या अध्यापकाप्रति आदर आणि आस्था दर्शविण्यासाठी त्यांच्याशी संपर्क करणार आणि त्यांना पूर्ण प्रस्ताव पाठवायला नाखुषीनेच सांगणार. नाखुषीने; कारण यातील व्यक्तीने पूर्ण प्रक्रियेचा काळजीपूर्वक विचार केलेला नाहीये हे या पत्रावरून दिसते आहे आणि अशातच जर प्रकल्प त्यावर काम करण्याच्या योग्यतेचा असला तर ते एक दुःस्वप्न बनून जाते.

त्यांनी लिहिलेल्या पत्राची सुरुवात काहीशी अशी असायला हवी होती.

प्रिय सारा कारो,

प्राध्यापक अल्वारेझ यांच्या सूचनेवरून तुम्हाला हे विचारायला मी हे पत्र लिहीत आहे की तुम्हाला कदाचित माझ्या 'आयडेंटिटी अँड जेंडर इन पोस्ट फाऊकाल्डियन वर्ल्ड' या पुस्तकाबाबत विचार करण्यात स्वारस्य असेल. हे माझ्या पीएचडी प्रबंधावर आधारित पुस्तक आहे. मला माझी डॉक्टरेट युनिव्हर्सिटी ऑफ कॅलिफोर्निया, डेव्हिस यांच्याकडून २००७ साली प्रदान करण्यात आली, (जेथे मी सध्या असिस्टंट प्रोफेसर म्हणून काम करते.) आणि प्राध्यापक अल्वारेझ माझे बाह्य (एक्सटर्नल) परीक्षकांपैकी एक होते.मी या पत्राला माझा थोडक्यात प्रस्ताव आणि अनुक्रमणिका जोडलेली आहे आणि तुम्हाला याबद्दल पुढील चर्चा करण्यात रस असल्यास मला जर तसे कळवलेत तर मी आपली आभारी होईन.

लक्षात घ्या की मी असे सुचविले आहे की लेखकाने त्यांचे पुस्तक म्हणून उल्लेख करावा, पीएचडी म्हणून नव्हे. अर्थात पुस्तक हे प्रबंधाचेच सुधारित रूपापेक्षा वेगळे आहे असे ढोंग करू नये. पण जर तुम्ही तुमच्या लेखनाचा उल्लेख फक्त पीएचडी म्हणून केलात तर संभाव्य संपादकाच्या डोक्यात लगेच धोक्याची घंटा वाजायला लागते की प्रबंधाचे पुस्तकात रूपांतर करण्याच्या प्रक्रियेचा आणि त्यातून प्रकाशनयोग्य काहीतरी बाहेर निघण्यासाठी खूप वेळ आणि कष्ट लागतील याचा तुम्ही विचार केलेला नाहीये. तुम्हाला मी पुन्हा नम्रपणे आठवण करून देते की प्रबंध आणि पुस्तक या दोन्ही वेगळ्या गोष्टी आहेत. त्या वेगवेगळ्या हेतूंसाठी लिहिल्या जातात आणि विषय कोणताही असो, संशोधन कितीही स्वारस्यपूर्ण आणि मूलगामी असो, प्रकाशक संशोधन आहे तसे कधीही छापत नाहीत. कृपया परत जा आणि पुनर्लेखन केल्याशिवाय परत येऊ नका. अर्थात, हे जर तुम्ही नशीबवान असाल, तुम्ही संपर्क केलेला प्रकाशक वेळ घेऊन बारकाईने काम करणारा, चांगली मनःस्थिती असलेला आणि या क्षेत्रात काहीतरी करावे असा संदिग्ध तरी स्वारस्य असलेला असेल तर. तुम्ही

जर नशीबवान नसाल तर तुम्हाला एक नेहमीचे ठराविक छापाचे 'माफ करा आम्ही पीएचडी प्रकाशित करीत नाही' यासारखे उत्तर मिळेल. तुमच्या 'पीएचडी संशोधनावर आधारलेले' किंवा 'तुम्ही करीत असलेल्या संशोधनातून संपन्न झालेले' असा जरी उल्लेख केलात तर संपादकाच्या हे लक्षात येते की तुम्हाला दोन्हींमधील फरक माहीत आहे. तुम्ही तुमची मूक समज दर्शविता की त्यांना असुधारित पीएचडी बाबत विचार करण्यात स्वारस्य नसेल परंतु ते अशाच प्रकल्पाचा विचार करतील ज्यात मूलगामी किंवा सैद्धांतिक काम आहे आणि ते पुनर्रचित, पुनर्संघटित आणि वाढलेले आणि विकसित केलेले आहे ज्यामुळे त्या क्षेत्रातील संशोधन करणाऱ्या विद्यार्थ्यांना आणि अध्यापकांना स्वारस्य वाटेल असे आहे.

शेवटी तुमचे पत्र हे नमूद करून संपवा, की तुम्ही या विशिष्ट संपादकाला अंदाजे निवडून हे पत्र लिहिले नसून तुम्ही त्यांच्या प्रकाशनांशी परिचित आहात. त्यांचे प्रशंसक आहात, आणि तुमचे पुस्तक त्यांच्या सध्याच्या प्रकाशन कार्यक्रमांना परिपूरक आहे. नको इतकी स्तुती आणि खुषामत नक्कीच नको, पण थोडे प्रशंसोद्गार किंवा कौतुकाचा शब्द कधीही हानिकारक होत नाही. असे जाणवून देण्यानेही काही बिघडणार नाही की तुम्ही इतर प्रकाशक निवडू शकला असतात पण हाच प्रकाशक मुद्दाम निवडला आहे (याबद्दल अधिक काही क्षणातच).

सही झाल्यावर तुम्ही तुमचा ई–मेल ॲड्रेस समाविष्ट केला आहे याची खात्री करून घ्या, आणि पत्रावर कुठेतरी – नेमके कुठे हे अर्थातच तुमचे पत्र कागदी प्रत आहे की ई–मेल यावर अवलंबून असेल – तुमच्या सर्व संपर्कांची सविस्तर माहिती सहज लक्ष जाईल अशा ठिकाणी लिहा.

जेवढे कमी तेवढे जास्त

तुमच्या हे लक्षात आले असेल, की आत्तापर्यंत मी जो सल्ला तुम्हाला दिला आहे, तो तुमच्या प्रकल्पाला विश्वासार्हता मिळण्यास मदत व्हावी आणि तुमची शैक्षणिक मान्यता उठून दिसावी यासाठी आखणी करून दिला आहे. आपला प्रस्ताव वैशिष्ट्यपूर्ण बनविण्याच्या प्रयत्नात आणि वेडगळ लिखाणांच्या ढिगाऱ्यातून उठून दिसण्याकरिता बौद्धिक गुणवत्ता आणि अस्सल काम या दोन मुद्द्यांपेक्षा वेगळे काहीही प्रयत्न करून चांगले काम खराब करण्याला प्रवृत्त होऊ नका. रंगीत कागद, विविधरंगी अक्षरे (मजकूर, विचित्र मांडणी सवयीचे नसलेले फॉंट्स (अक्षरांची लिपी/प्रकार) अजिबात नको. संपादकाला तुमच्या 'वर्ड प्रोसेसिंग' कौशल्यामध्ये अजिबात स्वारस्य नसते आणि वरीलप्रमाणे रंगीबेरंगी, चित्रविचित्र मांडणी म्हणजे शाळेतला सत्रसमाप्तीचा प्रोजेक्ट वाटण्याचा धोका असतो, गंभीर शैक्षणिक काम नव्हे. जर तुमच्या मजकुरात खूप मोठ्या प्रमाणात संख्यात्मक माहिती असेल, तर नमुना आकडेवारी आणि तक्ते असलेला मजकूर तुम्ही कशाप्रमाणे वापरला आहे आणि त्याचे विश्लेषण केले आहे हे संपादकाच्या आणि परीक्षण करणाऱ्याच्या दृष्टीने जास्त महत्त्वाचे असते; फॉरमॅटिंग (मजकुराची विशिष्ट मांडणी) नव्हे (अनेक प्रकाशक तुमची आकडेवारी त्यांना हव्या त्या पद्धतीने व्यावसायिकतेत पुन्हा मांडत

असतात.) तुम्ही जर कागदी प्रत सादर करणार असाल, तर कोरा कागद (आखलेला नको), काळ्या रंगाचा टाईप वापरा. टाईम्स न्यू रोमन किंवा एरियल यांसारखा स्पष्ट फाँट कागदी प्रत किंवा इलेक्ट्रॉनिक प्रतीसाठी वापरा कारण हे फाँट्स स्पष्ट असतात. वाचायला सोपे जातात आणि आशयावरून लक्ष विचलित होऊ देत नाहीत.

वेगवेगळ्या प्रकाशकांसाठी तुमच्या प्रस्तावात बदल करणे

या आणि चौथ्या प्रकरणात मी आधीच उल्लेख केल्याप्रमाणे तुम्ही ज्या प्रकाशकांशी संपर्क करणार आहात त्या विविध प्रकाशकांच्या गरजा आणि स्वारस्याप्रमाणे तुमच्या प्रस्तावात आणि प्रावरण पत्रात आवश्यक असतील ते बदल करणे अत्यावश्यक आहे. जरी यासाठी काही जास्तीचे काम तुम्हाला करायला लागणार असले आणि अर्थातच या व्यवसायात तुमच्या कष्टाचे फळ म्हणून संपादक खूप गांभीर्याने आणि रस घेऊन तुमचा प्रकल्प बघेल याची शाश्वती नसली तरी शक्यता आहे.. तर मग ही बदल करण्याची प्रक्रिया तुम्ही कशी कराल? महत्त्वाची लक्षात ठेवण्याजोगी गोष्ट म्हणजे तुम्हाला कोणतीही नाट्यमय आणि जालिम प्रक्रिया करायला लागणार नाहीये. थोडे या बाजूने मजकूर संक्षिप्त करायचा,थोडी जास्तीची वाक्ये टाकायची. संपादकाला वाटावे की तुम्ही काळजीपूर्वक नियोजन आणि अंमलबजावणी करत हाताळणी केली आहे आणि त्याने सहानुभूतीने तुमचे लेखन वाचावे यासाठी कदाचित एवढेच करावे लागेल. आधीच चर्चा केल्याप्रमाणे प्रावरण पत्रावर योग्य पत्ता टाकणे, योग्य संपादकाचे नाव शोधणे व लिहिणे या गोष्टींमुळे तुम्ही त्यांच्या प्रकाशन कार्यक्रमांशी परिचित आहात ही खूण पटते. तुमचा प्रस्तावातला तार्किकता हा विभागही तुमचे पुस्तक संपादकाच्या सध्याच्या प्रकाशनांना किती पूरक आहे हे स्पष्ट करण्याची उत्तम संधी देतो, आणि तुमचे लेखन त्यांच्या कोणत्या तुलनात्मक प्रकाशनाच्या मथळ्यामध्ये आणि क्रमशः प्रसिद्ध होणाऱ्या शीर्षकांमध्ये सामावले जाऊ शकेल हे तुम्ही नमूद केले, तर संपादकाला हे ठरवणे सोपे जाते की तुमचा प्रकल्प कोणती रिकामी जागा भरून काढेल किंवा कोणते नवीन क्षेत्र तुमच्या लेखनाद्वारे पुढे आणता येईल. प्रकाशनाच्या कोणत्याही प्रक्रियेप्रमाणे प्रस्तावात बदल करणे म्हणजे तुमच्या 'बाळाकडे' तुमच्या विशेष प्रकल्पाकडे, ज्यामध्ये तुम्ही इतका वेळ आणि शक्ती घालविली आहे, त्याकडे एखाद्या बाहेरील व्यक्तिच्या दृष्टिकोनातून बघणे. हा वस्तुनिष्ठ दृष्टिकोन नाही, पण वेगवेगळ्या दबावांमुळे आणि पूर्वधारणांमुळे तो येतोच. तुम्हाला या दबावांबद्दल माहिती आहे हे दर्शविणारी कोणतीही गोष्ट तुमचे लिखाण प्रकाशित होण्याची शक्यता वाढवते आणि प्रकाशक व संपादकाने तुमच्या बाजूने विचार करण्याची जास्तीत जास्त शक्यता निर्माण होण्यासाठी तुमचा सुरुवातीचा संपर्क आणि पाठपुरावा तुम्हाला साहाय्यभूत होतो.

संपर्क साधणे आणि पाठपुरावा करणे

तुमचा प्रस्ताव आणि प्रावरण पत्र पूर्ण झाल्यावर आणि योग्य त्या संपादकाचे नाव /संपादकांची नावे शोधून झाल्यावर तुम्ही तुमचा पहिला संपर्क साधायला तयार असता, पण प्रत्येक गोष्टीला जसा थोडा विचार आणि आगाऊ नियोजन लागते, तसेच संपर्कासाठीही लागते. वर्षातील काही काळ असा असतो की ज्या वेळेस संपादक यांच्या कचेरीत असण्याची शक्यता कमी असते आणि त्यामुळे तुमचा प्रस्ताव भराभर भरणाऱ्या 'इन ट्रे'मध्ये किंवा 'इन बॉक्स'मध्ये तळाशी खितपत पडण्याची शक्यताही जास्त असते. तुम्ही कित्येक नैराश्यपूर्ण आठवडे तुमच्या प्रकल्पाबद्दल काहीच बातमी न मिळाल्यामुळे वैतागता असे नाही तर एक सकारात्मक तोटाही आहे, आणि तो म्हणजे संपादकालाही याबाबतीत तातडीची भावना जागृत होत नाही. ते कामानिमित्त किंवा सुट्टीनिमित्त बाहेरगावी असताना जर त्यांच्या कचेरीत किंवा ई मेल वर प्रकल्प आला आणि तो पुरेसा तातडीचा नसल्यामुळे साहजिकच त्यांच्या मदतनीसाने त्याकडे लक्ष दिले नाही किंवा संपादकांचे त्याकडे लक्ष वेधले नाही, तर मी असे सुचवेन की आणखी काही दिवस गेल्याने फारसा फरक पडणार नाहीये. आणि मग संपादक बाहेरगावी असताना साठलेली आणि आता तातडीने लक्ष घालण्याची गरज असलेली प्रशासकीय कामे हातावेगळी करण्यासाठी तसेच व्यवसायानिमित्त बाहेरगावी गेल्यास त्या कामांचाही पाठपुरावा करण्यासाठी झगडत असतो. बाहेरून होणाऱ्या मागण्यांसाठीही वेळ काढावा लागतो.तेव्हा अशा दिवसांचे आठवडे होतात आणि ते परत आल्यापासून त्यांच्या इन ट्रे च्या तळापर्यंत किंवा ई मेलच्या शेवटच्या मेसेजपर्यंत पोहोचायला महिना लागतो. ते आता तुमच्या प्रस्तावावर चटकन एक नजर टाकतील, तारखेकडे बघतील आणि प्रतिसाद द्यायला इतका उशीर लागल्याबद्दल थोडे खजील झाल्यामुळे आणि तुमचा प्रस्ताव फारसा ताजा आणि उत्साहवर्धक नसल्यामुळे ते असे गृहीत धरतील की 'इतका चांगला असेल, तर दुसऱ्या प्रकाशकाकडे एव्हाना गेला असेल, आणि चटकन नकाराचे टिपण लिहितील/शेरा मारतील आणि पुढच्या कामाकडे वळतील.

हे अर्थात वाईटात वाईट परिस्थितीतील उदाहरण. परंतु मी हे पैजेवर सांगते की प्रत्येक शैक्षणिक संपादक, मग तो कितीही कार्यक्षम आणि सद्सद्विवेक बुद्धीशी प्रामाणिक असो, या स्थितीला किमान एकदा तरी आलेला असतोच आणि त्याने तुमची वेळ योग्य नसल्यामुळे त्यांच्याकडे नीट लक्ष द्यायला वेळ व शक्ती नसल्यामुळे एकदा तरी घाईघाईत नकार देणारे पत्र लिहिलेले असतेच. म्हणूनच या उदाहरणात वेळ म्हणजे सर्व काही नसले तरी तो एक अत्यंत महत्त्वाचा घटक नक्की आहे. मग प्रश्न येतोच की 'चांगली वेळ' कोणती? लोक आपल्या कुटुंबाबरोबर आणि मित्रमंडळींबरोबर सुट्टीवर जातात तसेच या परदेशातील उन्हाळ्याच्या महिन्यांमध्ये अनेक परिषदा भरविल्या जातात आणि या अशा काळामध्ये कचेरीमध्ये कामाची गती थोडी धीमी झालेली असते; वेळापत्रके आणि कामाच्या पद्धती बदलत असतात, मेल्स सतत पाहिल्या जात असतात. शैक्षणिक वर्षाची सुरुवात असते (या संदर्भात आपल्याकडे हा काळ मे–जून–जुलै असा समजावा) आणि सगळ्यांना हे पक्के माहीत असते की

आता वर्षभर असे रेंगाळत काम करता येणार नाहीये. मग वर्षभर अथक गतीने काम सुरु राहते. ईस्टर हा सुद्धा परिषदांचा धामधुमीचा काळ आणि बरेच प्रकाशक ख्रिसमस आणि नवीन वर्षापर्यंत काहीकाळ आपले काम बंद ठेवतात. (आपल्याकडे दिवाळीच्या सुमारास) मग उरणारा काळ म्हणजे ईस्टरपर्यंतचा वर्षाचा सुरुवातीचा काळ समरच्या (तिकडील उन्हाळ्याच्या) सुरुवातीपासून (मे–जून आणि सप्टेंबर) वर्षाच्या शेवटपर्यंतचा काळ हा प्रस्ताव पाठवण्यासाठीचा मुख्य काळ. तुम्ही असाही विचार करू शकता की तुमच्या शैक्षणिक दिनदर्शिकेत कोणत्या महत्त्वाच्या घटना, इव्हेंट्स आहेत? आणि जर तुम्हाला स्वारस्य असलेल्या परिषदा परिसंवाद, व्याख्यान सत्रे असतील, तर मनात नक्की शक्यता अशी आहे की तुमच्या भागासाठी नेमलेला संपादकही नक्की त्यातच गुंतलेला असेल. मी या पुस्तकात अनेकदा म्हटल्याप्रमाणे जरी तुम्ही येथे सुचवलेली तत्त्वे आणि मार्गदर्शक सूचना पाळल्यात, तरी अर्थातच यशाची कोणतीही खात्री देत नाही.) पण तुम्ही निदान स्पष्ट दिसणारे खड्डे टाळाल. .

पाठपुरावा करताना

तुम्ही सरतेशेवटी एकदा का तुमचा प्रस्ताव या महाकाय दुष्ट जगतात पाठवलात, की मग सर्वात वाईट प्रक्रियेला सुरुवात होते. ती म्हणजे प्रतीक्षा. जर तुम्ही थोडंफार माझ्यासारखे असाल, तर तुम्हाला उत्तर कालच हवे असते. तुम्हाला तुमच्या जवळून परिणाम करणाऱ्या आणि ज्यावर तुमचा प्रभाव किंवा नियंत्रण नाही अशा कोणत्याही प्रकारच्या निर्णयासाठी वाट पाहणे ही निव्वळ छळवणूक वाटते. अतियातनाकारक जवळजवळ असह्य. पण धीर धरा. तुमच्या मनातून हे काम काढून टाका आणि काही आठवडे दुसऱ्या कशावर तरी लक्ष केंद्रित करा. अनुभवाने मला हे माहीत आहे की करण्यापेक्षा हे म्हणणे सोपे आहे, परंतु तुम्ही क्षणातच प्रतिसाद मिळेल अशी अपेक्षा करू शकत नाही, आणि जर प्रतिसाद लगेच मिळाला, तर शक्यता आहे की तो चटकन मिळालेला नकार असेल. खालील शक्यतेपेक्षा हे अशक्य नाही एखाद्या संपादकाने तुमचा प्रस्ताव पाहिला आणि तो लगेच तुमच्याशी अधिक चर्चा करण्यास तयार झाला आणि तुमचा प्रस्ताव परीक्षणासाठी पाठवू इच्छितात हे कळवण्यास तो ताबडतोब प्रेरित झाला. अर्थात हे असंभवनीय आहे. हे मात्र अधिक संभवनीय आहे की एखादा संपादक लगेचच असे प्रकल्प ओळखू शकतो, जे त्यांच्यामते पुरेसे वरच्या दर्जाचे नाहीत, किंवा अशा विषयक्षेत्रातील आहेत की ज्यामध्ये त्यांना स्वारस्य नाही. परंतु अशाच प्रस्तावावर निर्णय घ्यायचा जास्त वेळ लागतो, जे चांगल्या विषयावर आहेत. परंतु अननुभवी लेखकाने लिहिले आहेत किंवा ते मुळातील पीएचडी लेखन आहे हे स्पष्ट दिसते आहे, पण तरीही काहीतरी नवीन देऊ करते आहे. अशा बाबतीत निर्णय घेण्यासाठी संपादकांना अशा सल्लागारांचा सल्लाघ्यावा लागतो, जे बहुशः वरिष्ठ अध्यापक असतात, ज्यांच्याशी या संपादकाचे चांगले नातेसंबंध असतात आणि अनुभवावरून हे माहीत असते की हे सल्लागार चांगला माहितीपूर्ण व त्वरित अभिप्राय देतील, जो संपादकांच्या पहिल्यांदा मनात आलेल्या अंतःप्रेरणेला पुष्टी देणारा ठरेल. सल्लागारांच्या शिफारशीचा आधार घेऊन मग संपादक ठरवेल की हा

प्रकल्प परीक्षणासाठी बाहेर पाठवायचा की चतुराईने नाकारायचा. कदाचित नकाराबरोबर हा प्रकल्प अधिक योग्य प्रकाशकाला सादर करण्यापूर्वी कसा सुधारता येईल यावर प्रतिक्रिया देता येईल.

तर तुम्ही प्रकाशक तुम्हाला उत्तर देईपर्यंत धीराने वाट पाहा पण जर तुमचा प्रस्ताव त्यांना मिळाल्याबद्दल काहीच पोच मिळाली नाही आणि काहीच बातमी न मिळता एक महिन्याच्यावर वेळ गेला, तर तुम्ही काय करावे? संपूर्ण प्रक्रियेमधील हा आणखी एक प्रश्न आहे. ज्याचे नेमके उत्तर देणे कठीण आहे. ती प्रकाशनसंस्था आणि त्यामधील संपादकावरच सर्व अवलंबून आहे. प्रस्ताव बनविण्याच्या विभागामध्ये आपण आधी पाहिल्याप्रमाणे, प्रकाशनसंस्था या आश्चर्यकारकरित्या वेगवेगळ्या अपेक्षा करणाऱ्या असतात. प्रस्तावामध्ये काय अंतर्भूत असावे याबद्दलच्या त्याच्या अपेक्षा (खरोखर ते प्रस्तावावर विचार करतात तरी का की फक्त मॅन्युस्क्रिप्टच पाहतात) आणि प्रस्ताव कसा सादर केलेला त्यांना हवा असतो यामध्ये विविधता असते. त्यामुळे असे गृहीत धरणे सयुक्तिक होईल की त्यांचा दृष्टिकोन वेगवेगळा असणार. पाठपुराव्याला प्रतिसाद देण्याच्या बाबतीतही संपादक खूपच वेगवेगळेपणा दर्शवितात. आणि हे प्रतिसाद त्यांच्यावर असलेल्या कामाच्या ताणामुळेच पूर्वग्रही असतात असे नाही, तर त्यांच्यामागे लागण्याच्या शैलीवर आणि सुरावरही ते अवलंबून असते. सौम्यपणे केलेल्या आठवणीला काही संपादक नीट प्रतिसाद देतील आणि त्यांचे ध्यान अधिक जरूरीच्या आणि तातडीच्या चालू असलेल्या कामावरून हटवून त्यांना तुमच्या बाजूला ठेवलेल्या प्रकल्पावर ओढून घेतल्याबद्दल काही म्हणणार नाहीत. पण बाकीच्यांना हा त्रास वाटेल आणि नकारात्मकतेने प्रतिसाद देतील. जर आपल्याला आतून माहिती मिळालेली नसेल, तर स्वभावातील आणि व्यक्तिमत्त्वातील हा फरक कळण्याजोगा नाही. तुमचे नियंत्रण कशावर आहे, तर तुमच्या पाठपुरावा करण्याच्या शैलीवर आणि पद्धतीवर. दुसरे पत्र लिहिणे हा बहुतेकदा वेळेचा अपव्यय ठरतो कारण संपादकाला लक्ष घालावे लागेल असा हा दुसरा कागदाचा तुकडा ठरतो. आणि ढिगाऱ्यात भर घालतो. फोन करणे एक धोक्याचा डावपेच. काही संपादकांना असा फोन हा अक्षम्य आगंतुकपणा वाटेल. त्यांच्या वेळेमध्ये घातलेला खोडा वाटेल, आणि त्यांच्यावर दबाव टाकला जात आहे, असे वाटून त्यांना चीड येईल. तुम्ही जर नेमकेपणाने बोललात आणि न दरडावता आणि अधीर न होता तुमच्या प्रकल्पाबद्दल बोलू शकलात, तर बाकीचे तुम्हाला अधिक सकारात्मकतेने प्रतिसाद देतील. तुम्ही असे म्हणू शकलात की तुमचा प्रस्ताव त्यांना मिळाला आहे की नाही हेच फक्त विचारायला आणि काही अधिक माहिती हवी आहे का हे जाणून घ्यायला फोन केला आहे तर हे चांगले सुरक्षित ठरेल. ते तुमच्या प्रस्तावाचे परीक्षण करणार आहेत का याबद्दल त्यांनी आत्ताच्या आत्ता सांगावे यासाठी त्यांच्यावर दबाव आणणे इष्ट नाही. कदाचित सर्वात सुरक्षित डावपेच हा राहील की थोडक्यात आणि मैत्रीपूर्ण शैलीत पाठपुरावा करणारी ईमेल पाठविणे. तुमच्याकडे दुर्लक्ष होण्याचा धोका पत्करावा लागेल, पण हा तुमच्याकडे उपलब्ध असलेल्या पर्यायातील कमीतकमी अडथळा आणणारा पर्याय आहे आणि संपादक हे बहुश: त्यांना आलेल्या ईमेल्सचा पाठपुरावा करण्यात आणि तुलनेने तत्परतेने प्रतिसाद देण्याइतपत चांगले असतात.

सारांश :

- तुम्ही ज्या प्रकाशकांना प्रस्ताव पाठविण्याची योजना आखता आहात, त्यांच्या वेबसाईट्स बघा आणि प्रस्तावाबाबत त्यांच्या काय अपेक्षा आहेत, आणि संबंधित संपादक कोण आहे हे जाणून घ्या.
- बाहेर पाठविण्यापूर्वी, तुमचे प्रावरण पत्र व प्रस्ताव स्पष्ट आणि मुद्याला धरून असल्याची खात्री करून घ्या. ते बाहेर पाठवण्यापूर्वी मित्र आणि सहकाऱ्याच्या नजरेखालून जाऊ द्या.
- पत्र आणि प्रस्ताव बाहेर पाठवताना पुन्हा पुन्हा तपासा. एकाचे पत्र दुसऱ्याच्या नावे, म्हणजे चुकीचे पत्र चुकीच्या संपादकाकडे पाठवण्याने प्रथमदर्शनी वाईट मत होते आणि ते बदलणे अवघड होते.
- वेळेबाबत विचार करा. जेव्हा लोक सुट्ट्यांमुळे बाहेरगावी जातात तेव्हा किंवा तुमच्या विषयक्षेत्रातील महत्त्वाच्या परिषदांच्या वेळेला पहिले संपर्क करण्याचे टाळा.
- पाठपुरावा करताना संपादकाशी सकारात्मक, थोडक्यात आणि मैत्रीपूर्ण संप्रेषण साधा. ते तुमचे पहिले पुस्तक छापतील असे नाही, पण दुसरे छापतीलही कदाचित!
- रंगीत कागद, विचित्र फॉंट्स, जास्त वैविध्यपूर्ण मांडणी करू नका. त्यामुळे तमुचे पत्र आणि प्रस्ताव अव्यावसायिक आणि पोरकट दिसण्याचा धोका असतो.
- तुमच्या स्वतःच्याच पुस्तकाबद्दल अतिशयोक्तीच्या बढाया मारू नकाः तुमच्या पुस्तकाच्या संभाव्य बाजारपेठेबाबत खरे मूल्यमापन केलेत, तर त्याचा अधिक जास्त प्रभाव पडेल आणि तुम्ही काय बोलताय हे तुम्हाला कळते आहे अशी छाप पडेल.
- स्पर्धकांबद्दल उद्धटपणे बोलू नका. विधायक टीका आणि तुलना योग्य प्रमाणात केली, तर ठीक आहे, पण तिचा अतिरेक चांगला दिसत नाही आणि मग लोकांना तुमच्याबरोबर काम करावेसे वाटत नाही.
- लगेच प्रतिसाद मिळाला नाही, तर हताश होऊ नका. संपादक जास्त वेळ घेतो आहे म्हणजे तुमच्या प्रस्तावावर गांभीर्याने विचार करतो आहे, असेही असेल.
- जेव्हा पाठपुरावा करायचा विचार कराल तेव्हा अधीर किंवा आक्रमक होऊ नका, किंवा अन्याय झाल्याची भावना आणून अस्वस्थ होऊ नका. आनंदी, सकारात्मक राहून चिकाटी ठेवणे हे तुमच्यासाठी सर्वात चांगले.

६

परीक्षणामधून तरून जाताना

हे प्रकरण पिअर रिव्ह्यू (तज्ज्ञ मंडळींच्या गटाने केलेले परीक्षण) प्रक्रियेच्या फायद्यांबद्दल आणि ही प्रक्रिया अत्यंत विद्वत्ताप्रचुर प्रकाशन संस्थांमध्ये कशी चालते याबद्दल रूपरेषा मांडते. या प्रक्रियेतून तुमचा प्रस्ताव सुरळीत मार्गक्रमण करीत जावा यासाठी तुम्ही काय करावे याची चर्चा पण येथे केली आहे. जेव्हा या प्रक्रियेला विलंब होतो, किंवा ती थांबते, तेव्हा कोणते पर्याय उपलब्ध असतात याचाही विचार या प्रकरणात केला गेला आहे. परीक्षणांचे स्वरूप कसे राहण्याची शक्यता आहे आणि जेव्हा शेवटी परीक्षण होऊन येते, तेव्हा तुम्ही त्याला उत्तम प्रतिसाद कसा द्याल हे देखील येथे दिले आहे. नकार मिळालाच, तर त्याला तोंड देण्यासाठी कोणते धोरण स्वीकारावे हेही यात पाहणार आहोत.

पुस्तक प्रकाशनाच्या सर्व पायऱ्यांमध्ये परीक्षण प्रक्रिया ही लेखकाला आणि संपादकालाही मोठे ओझे वाटणारी आणि विफलतेची, नैराश्याची भावना देणारी प्रक्रिया असते. खूप अनुभवी संपादकालाही प्रस्तावावर योग्य ते परीक्षण करवून घेण्यास कित्येक काम करावे लागते. परीक्षणासाठी वाट पाहणाऱ्या लेखकाची अवस्था काहीशी विद्यापीठामध्ये आपल्याला हव्या त्या ठिकाणी प्रवेश मिळतोय का याची वाट बघणे आणि 'रूट कॅनॉल शस्त्रक्रियेची अपेक्षा करणे' या दोन्ही मधल्या अवस्थांसारखी असते. तरीही परीक्षण प्रक्रिया ही प्रकाशनातील सर्वात महत्त्वाची आणि अंगभूतपणे सर्वात उपयुक्त आणि चांगले फलित मिळवून देणारी प्रक्रिया असते. (आपली नवीन पुस्तके प्रत्यक्षात आपल्या हातात घेण्याच्या अनुभवाशी तुलना करता थोडीशीच कमी) पिअर रिव्ह्यूची पद्धत नसेल तर बहुशः निनावी महत्त्वाच्या शैक्षणिक प्रकाशकांना आपले अस्तित्व सिद्ध करणे आणि राखणे यासाठी झगडावे लागेल.

प्रकरण ४ मध्ये पाहिल्याप्रमाणे, प्रकाशक तुमच्या (कच्च्या लेखनात) मॅन्युस्क्रिप्टमध्ये कुशल संपादकीय आणि निर्मिती मूल्य घालून त्याचे मूल्य वाढवू शकतात. प्रकरण ८ मध्ये पाहू त्याप्रमाणे ते तुम्हाला विस्तृत वाचकवर्गापर्यंत पोहोचायला त्यांच्या विक्री आणि विपणन समूहांच्या ज्ञान व कुशलतेच्या साहाय्याने मदत करतात. परंतु परीक्षण प्रक्रियेचा अभाव असेल, तर आधी मागणीनुसार आणि मग इलेक्ट्रॉनिक आणि ऑनलाइन प्रकाशनामुळे भरमसाठ वाढलेल्या प्रकाशनांच्या दुकानांमध्ये फारसा फरक राहणार नाही. संथ किंवा अन्यायकारक किंवा आपले वर्चस्व पुनर्बलित करण्याबाबत

कधीकधी बदनाम झालेली परीक्षण प्रक्रिया गुणवत्तेच्या विशिष्ट दर्जाची आणि विद्वत्तेची हमी देते. छोट्या पण महत्त्वपूर्ण मार्गांनि विकासाच्या सुरुवातीच्या टप्प्यामध्ये कल्पनांच्या अभिसरणाद्वारे विशिष्ट बुद्धिमंतांच्या समूहामध्ये योगदान देते. हे अनेकविध मार्गांनी घडते. पहिले म्हणजे जो नेमलेला परीक्षक असतो तो हे विशिष्ट संशोधनपर काम वाचतो, जे एरवी त्याने कित्येक महिने वर्ष बघितलेले नसते. यामुळे त्या परीक्षकाच्या स्वत:च्या संशोधनावर चांगला परिणाम होतो. त्यांचा हा विश्वास यायोगे दृढ होऊ शकतो की एखाद्या विशिष्ट विषयाकडे पूर्वी आणि अजूनसुद्धा दुर्लक्ष झालेले आहे, किंवा याउलट म्हणजे या विषयक्षेत्रावर एक पुस्तक लिहिण्याचे त्यांच्या मनात येतच होते आणि आता या पुस्तकामुळे ते आपली ऊर्जा दुसऱ्या गोष्टीकडे अधिक चांगल्या प्रकारे वळवू शकतील. दुसरे म्हणजे, एखाद्या सामान्य अध्यापकाच्या जेवढ्या ओळखी किंवा संपर्क असतील त्यापेक्षा कितीतरी पटीने अधिक शैक्षणिक प्रकाशकांकडे आपल्या कामात चांगले आणि कुशल असलेले, विविध प्रकारचे (विविध क्षेत्रातील) आंतरराष्ट्रीय पातळीवरचेही अनेक संभाव्य परीक्षक परीक्षणासाठी नेमण्यायोग्यतेचे असतात. त्यामुळे यासारख्या विद्वान परीक्षकांसमोर तुमचे काम येते, ज्या कामाबाबत नाहीतर त्यांना कधीच माहिती झाली नसती. तिसरे म्हणजे लेखक आणि परीक्षक या दोहोंमध्ये आलेला ताण आणि संभाव्य अवघडलेपण प्रकाशक एक व्यावसायिक मध्यस्थ या नात्याने दूर करत असतो. जर एखाद्या संपादकाने संभाव्य परीक्षकाशी संपर्क केला आणि मदतीसाठी विनंती केली तर दोघांवरही फारसा दबाव नसतो आणि ते परीक्षक त्या कामात रस असेल, तर 'हो' म्हणतात आणि फारच कार्यमग्न असतील तर नाही म्हणतात. नकार हा वैताग आणणारा असतो, पण संपादकांना यापेक्षा जास्त कसलाही त्रास होत नाही. ते सहजपणे दुसऱ्या परीक्षकाकडे वळतात. एखाद्या अध्यापकाला मात्र एखाद्या जवळच्या मित्राशी किंवा सहकाऱ्याशी या कामासंदर्भात संपर्क साधणे यासाठी बऱ्याच गोष्टी पणाला लावाव्या लागतात. जर मित्र किंवा सहकाऱ्याने नाही म्हटले, तर त्यामुळे उपमर्द झाल्यासारखे वाटते. जरी त्यांनी हो म्हटले तरी त्यामुळेही उपमर्द होऊ शकतो. परीक्षक म्हणून या मित्र किंवा सहकाऱ्यांनी तुमच्या लेखनाबद्दल दुमत व्यक्त केले किंवा खूप कठोरपणे तुमच्या कामावर त्यांनी टीका केली तर तुम्हाला उपमर्द झाल्यासारखे वाटू शकते. या सर्व गोष्टींमुळेच बहुसंख्य शैक्षणिक प्रेस वापरतात त्या निनावी परीक्षण पद्धतीचे गुण पुन्हा अधोरेखित होतात. यामुळे परीक्षकांना आपला दृष्टिकोन, मते प्रामाणिकपणे,भावना दुखावण्याची भीती न बाळगता मोकळेपणाने, कोणत्याही राजकारणात न पडता किंवा मैत्री गमावण्याचा धोका न बाळगता व्यक्त करता येतात. यामुळे विद्वत्तेची उच्च गुणवत्ता राखता येते आणि ज्ञानाचा विकास व प्रसार होतो.

अर्थात, कोणतीही व्यवस्था पूर्णपणे दोषातीत नसते. कधीकधी परीक्षक अनामिकत्वाच्या नावाखाली आपल्या रागाला वाट करून देतात पण खूप अनुभवी असलेल्या संपादकांना तेवढे तारतम्य असते, किंवा काही अपवादात्मक परिस्थितीत, म्हणजे जेव्हा संपादकांना वाटते (विश्वासू सल्लागारांशी सल्लामसलत केल्यावर) की परीक्षक आपले जुने व्यक्तिगत किंवा व्यावसायिक हाडवैर, कलह काही कारण नसताना उकरून काढत आहेत, तेव्हा संपादक परीक्षण पूर्णपणे थांबवूही शकतात.

निनावी पिअर रिव्ह्यू (तज्ज्ञांच्या समितीद्वारे परीक्षण) प्रक्रियेचे अनेक संभाव्य फायदे आपण पाहिले, तरीही हे परीक्षण प्रत्यक्षात कसे होते हा प्रश्न उरतोच. मी असा आव आणणे मूर्खपणाचे होईल, की परीक्षणाचे सारे काम खूपच निर्दोष पद्धतीने चालते, आणि ती नेहमीच एक कार्यक्षम व्यवस्था असते आणि जे अहवाल मिळतात ते नेहमीच प्रामाणिकपणे लिहिलेले असतात आणि एखाद्याला त्याचा जेवढा उपयोग व्हायला हवा असतो तेवढा होतो. परंतु तरीही वर रूपरेषा दिल्याप्रमाणे मला विश्वास आहे की कामाच्या गुणवत्तेचे मूल्यमापन करण्यासाठी आणि शैक्षणिक गुणवत्तेची पातळी राखण्यासाठीची उपलब्ध पद्धतीमधील ही सर्वात चांगली खात्रीशीर पद्धत आहे. हे एकदा स्पष्ट झाल्यावर आणि परीक्षण प्रक्रियेची मध्यवर्ती कल्पना दिल्यावर थोडा वेळ या टप्प्यावर तुमचा प्रबंध शक्य तर प्रकाशित करून घेण्यासाठीच्या या प्रक्रियेच्या व्यवस्थापनावर प्रभाव पाडणाऱ्या काही घटकांचा थोडा वेळ आणि संपादकाच्या परीक्षक पसंतीचा उहापोह करण्यावर घालविणे उचित ठरेल. यामुळे तुम्हाला ही प्रक्रिया नीट समजेल आणि तुमच्या प्रस्ताव परीक्षणासंबंधी काही गडबड झाली, तर तुम्ही त्यात लक्ष घालू शकाल. अर्थात असे मध्ये पडून लक्ष घालणे हा शेवटचा उपाय आहे आणि त्याबरोबर बरीच सावधगिरी बाळगावी लागते, ज्याचा परामर्श आपण नंतर घेऊ या.

आत्तापुरते आपण असे गृहीत धरूया की चालू असलेली प्रक्रिया सुरळीत चालू आहे. ज्या संपादकांशी तुम्ही संपर्क साधलेला आहे, त्यांना तुमचा बारकाईने बनविलेला प्रस्ताव व प्रावरण पत्र आवडलेले आहे आणि त्यांना असे वाटते आहे की तुमचे हे भावी पुस्तक रंजक होऊ शकेल. ('इंटरेस्टिंग' – सगळेच संपादक हा शब्द कठोरपणे अति प्रमाणावर वापरत असतात) ते तुम्हाला सांगतात की ते काही परीक्षणे मिळण्यासाठी आता प्रयत्न करतील आणि मग ती आल्यावर पुढे बघू. हे साधं सरळ वाटतं, पण प्रत्यक्षात समितीकडून परीक्षणे करवून घेणे ही सर्वात वेळखाऊ आणि ज्याबाबत कोणताच अंदाज बांधता येत नाही अशी गोष्ट आहे. क्वचित कधीतरी तुम्ही आणि संपादक नशीबवान ठरता आणि ज्या काही थोड्या लोकांशी पहिल्यांदा संपर्क केला ते ही कामगिरी स्वीकारायला आणि सुचविलेल्या वेळेच्या चौकटीत परीक्षण करून द्यायला होकार देतात. परंतु बरेचदा कित्येक तास, दिवस आणि अगदी आठवडेसुद्धा पात्र परीक्षक शोधण्यात, परीक्षणासाठी त्यांची संमती मिळविण्यास लागतात. हे विशेषतः वर्षाच्या काही ठराविक काळात अधिक आव्हनात्मक बनते. (मागच्या प्रकरणात याबाबत आपण चर्चा केली आहे.)

परंतु कोणाशी संपर्क साधायचा, हे प्रकाशक कसे ठरवतो? हा महत्त्वाचा प्रश्न आहे. कारण या प्रश्नाचे उत्तर देणे सर्वच प्रकाशकांना सर्व प्रकारच्या परिस्थितींमध्ये अवघड जाते. निःसंशयपणे यामध्ये अनुभव, प्रागतिकता, सर्जनशीलता यांचा मेळ घालावा लागतो. सर्वात पहिला मुद्दा म्हणजे एक चांगला संपादक त्याच्या परीक्षकांच्या विषयासंबंधीच्या आणि विद्याशाखेच्या जाणकारीवर विसंबून असतो. ते स्वतः तज्ज्ञ किंवा विद्वान असण्याची गरज नाही, पण त्यांना त्या विशिष्ट विद्याशाखेतील असे महत्त्वाचे लोक माहीत हवेत ज्यांनी त्या विद्याशाखेच्या विकासावर प्रभाव पाडला आहे, आणि जे सध्या त्या

क्षेत्रात कार्यरत आहेत. यामुळे परीक्षण करण्यासाठी योग्य ते पात्र परीक्षक त्यांना निवडता येतील. सर्वात महत्त्वाचे म्हणजे, कित्येक वर्षे अशाप्रकारे परीक्षक नेमून परीक्षणे मिळविल्यामुळे संपादक आधी ज्यांना परीक्षणासाठी नेमलेले होते आणि ज्यांच्याकडून काम करवून घेतले होते अशा परीक्षकांची खूप मोठी यादी (डेटा बेस) विकसित करतो, ज्यामध्ये कोण विवेकबुद्धीने नीट वेळ व मन लावून काम करतात व कोण नाही, तसेच कोणते परीक्षक जरूरीपेक्षा जास्त टीका करणारे आहेत, कोणते परीक्षक लेखकांना संशयाचा फायदा मिळवून देतात, अशी सगळी माहिती येते. या डेटाबेसमध्ये ज्यांचे लेखन प्रकाशकांनी आधी प्रकाशित केलेले आहे त्यांची नावे लोकांना परिचित असलेल्या आणि विश्वासार्ह असलेल्या, स्वत:च्या लेखनासंदर्भात स्वत: परीक्षणप्रक्रियेतून गेलेल्या, आणि संपादकांच्या गरजा आणि प्राधान्यक्रम समजणाऱ्या परीक्षकांची चांगली यादी असते.

प्रस्तावामध्ये समाविष्ट असलेल्या साहित्याबाबत यादीतील कोणत्या संभाव्य लोकांना किती ज्ञान आहे, यावर परीक्षकांची या कामासाठी निवड होते, हे उघड असले, तरी संपादक परिचित आणि विश्वासू लोकांना यासाठी वापरतात हे माहीत झाल्यावर आश्चर्यही वाटायला नको. पण अजून एक घटक आहे जो या टप्प्याला जरूरीचा वाटणार नाही, पण ज्याचा परीक्षण प्रक्रियेवर खूप मोठा परिणाम होतो, तो म्हणजे वेळ. वेळ म्हणजे मागील प्रकरणात चर्चा केलेला बाह्य घटकाच्या स्वरूपातील सुट्ट्या आणि परिषदांचा काळ नव्हे, तर प्रकाशन गृहाच्या अंतर्गत कामामध्ये निर्माण होणारा वेळेचा दबाव (टाइम प्रेशर). बरेचसे संपादक कोणते नवीन प्रस्ताव समोर संमतीसाठी न्यावेत किंवा नेऊ नयेत यासाठीची योजना किंवा वेळापत्रक बनवीत असतात तर दुसरीकडे त्यांच्या वार्षिक कामगिरीच्या लक्ष्यपूर्तीसाठी काय आवश्यकता आहेत यावर काम करत असतात. प्रत्येक प्रकाशन गृहाच्या कार्यपद्धतीचे व्यवस्थापन वेगवेगळे असते. कोणत्या ना कोणत्या प्रकारे बहुतेक सगळी प्रकाशन गृहे आपल्या प्रकाशनासंबंधी अंतर्गत अभिसरण (Circulation) करीत असतात. यामध्ये संपादकाने लिहिलेले प्रकाशनासाठीचे प्रस्ताव, ज्यात परीक्षण केल्या जाणाऱ्या पुस्तकाचे थोडक्यात वर्णन आणि त्यामागचे कारण यांचा अंतर्भाव असतो. तसेच परीक्षणाच्या प्रती आणि आर्थिक आकडेमोड दिलेली असते. काही प्रेसच्या बाबतीत हे पुरेसे असते, कारण संबंधित लोकांना माहीत असते की आज ना उद्या करार होणार आहे आणि त्यामुळे संपादकावर कोणतेही वेळेचे निर्बंध नसतात. पण तरीही अंतर्गत अभिसरण केल्यावरही सर्व कागदपत्रे समितीसमोर आणणे आवश्यक असते.परीक्षक मंडळात प्रेसच्या बाहेरील माणसेही असू शकतात, जी वर्षाकाठी काही ठरावीक वेळाच भेटतात. त्यामुळे संपादकावर परीक्षण प्रक्रिया ठरावीक वेळेच्या चौकटीत पूर्ण करून घेण्याचा ताण असतो, ज्यायोगे ते परीक्षक मंडळाच्या बैठकांमध्ये ही परीक्षणे सादर करू शकतील. हे विशेषत: ऑक्सफर्ड आणि केंब्रिज युनिव्हर्सिटी प्रेस यांच्या बाबतीत खरं आहे. त्यांच्याकडे कमिशनिंग बोर्डस् असतात. (त्यांना अनुक्रमे डेलिगेट्स (प्रतिनिधी) आणि सिंडिक्स (संघ/कार्यकारिणी म्हणतात.) ज्यामध्ये मुख्यत्वे दोन्ही विद्यापीठांतील अध्यापकांचा समावेश असतो. सत्र सुरू असण्याच्या काळात हे बोर्डस् दर दोन आठवड्यांनी भेटतात. या व्यवस्थेचा अर्थ असा की जरी या दोन्ही प्रेसच्या प्रक्रिया विशेष परिस्थितीत खूप वेगाने पाठपुरावा करीत असल्या,

तरी प्रत्यक्षात याचा अर्थ असा होतो की वर्षातले तीन ते चार महिने जे सत्रकाळाला सोडून असतात, तेव्हा करार करण्यासंबंधात बोर्डाची संमती मिळविणे संपादकाला अवघड असते.

त्याचप्रमाणे जर बोर्डाचे अर्थसंकल्पीय वर्ष जानेवारी ते डिसेंबर असेल, तर नोव्हेंबरमध्ये सादर केलेल्या प्रस्तावापेक्षा जानेवारीमध्ये सादर केलेल्या प्रस्तावाचे परीक्षण मिळण्याबाबत कमी दबाव (आणि कमी उत्तेजन) असते. संपादकाकडे प्रक्रिया करण्यासाठी आणि कमाईत भर घालण्यासाठी पूर्ण वर्ष हातात असते म्हणूनच नाही, तर आपले लक्ष्य (टार्गेट) साध्य करण्यासाठी ते कमी चिंतातुर असतात कारण पुन्हा त्यांच्या हातात पूर्ण वर्ष असते.

या दोन्ही प्रकारच्या वेळेच्या निर्बंधाचा प्रत्यक्ष परिणाम परीक्षक निवडण्यावर होतो. प्राध्यापक स्मिथ हे समजा (उदाहरणार्थ) Ovid या विषयावरील जगातील तज्ज्ञ आहेत, पण जर संपादकाला हेही माहीत आहे की ते त्यांच्या कामात अतिशय बांधले गेलेले आहेत आणि तपशीलवार परीक्षण द्यायला त्यांना कित्येक महिने लागू शकतात, तर संपादक अशा दुसऱ्या व्यक्तीला विचारेल, जी कमी सुप्रसिद्ध आहे पण जी उपयुक्त परीक्षण वेळेवर देण्याची अधिक शक्यता आहे. याला पर्यायी डावपेच म्हणजे संपादकाला असा आत्मविश्वास असेल की एखादा विशिष्ट प्रस्ताव जास्त वेळ लागला तरी पाठपुरावा करण्याच्या योग्यतेचा आहे, तर मिळण्यास दुप्पट वेळ लागू शकणाऱ्या दोन लांबलचक अहवालांपेक्षा तीन ते चार परीक्षकांना त्यांची थोडक्यात मते द्यायला सांगून प्रतिसादाचा वेग वाढविता येईल.

परीक्षक कोण असावेत या निवडीवर परिणाम करणारा शेवटचा घटक म्हणजे पुस्तकासाठी संभाव्य बाजारपेठ काय आहे याबद्दलची संपादकाची जाणीव. जर संपादकाला वाटले, की एखाद्या पुस्तकाला अमेरिका आणि युरोप दोन्हीमध्ये बाजारपेठ मिळेल, तर तो या दोन्ही संभाव्य बाजारपेठांमध्ये वास्तव्यास असलेल्या लोकांना प्रतिनिधी म्हणून परीक्षण मंडळावर घेईल. त्यामुळे संपादकाच्या या बाजारपेठेच्या अंदाजाबाबतची अंतःप्रेरणा बरोबर आहे अथवा नाही याची त्याला खात्री करून घेता येईल आणि त्याप्रमाणे पुस्तकाची प्रसिद्धी करता येईल. तसेच त्यांना असा विश्वास असेल की बऱ्याच विद्याशाखांमध्ये या पुस्तकाला बाजारपेठ आहे, तर त्या त्या विद्याशाखांमधून परीक्षक बोलावून त्यांचे मंडळ नेमता येईल. जर तुमचे पुस्तक कित्येक विद्याशाखांना आणि अनेक भौगोलिक बाजारपेठांना आकर्षित करु शकणार असेल, तर मग परीक्षणाची प्रक्रिया लांबलचक आणि किचकट असेल.

संपादकाने एकदा ठरवले की पुस्तक पुढे न्यायचे आणि संभाव्य परीक्षकही मिळवले, तर तुम्हाला आता हे कुतुहल असेल की परीक्षकांनी कोणत्या प्रश्नांच्या आधारे पुस्तकाचा परामर्श घ्यावा असे संपादकांना वाटत असेल? मला संशय आहे की गेल्या काही वर्षात यात बदल झाला असेल आणि पूर्वीच्या बौद्धिक मूलगामित्व आणि तुमच्या प्रकल्पाचे वाङ्मयाला होणारे संभाव्य योगदान या मुख्य गोष्टींमध्ये गढून गेलेल्या परीक्षणाबरोबरच आता सध्याच्या काळात पुस्तकाबाबतीत परीक्षकाने केलेल्या संभाव्य बाजारपेठेच्या मूल्यमापनातही संपादकाला तेवढीच आस्था असते. ऑक्सफर्ड युनिव्हर्सिटी प्रेस येथील माझ्या एका पूर्वाधिकारींनी सारांश रूपाने केलेली काही चांगली मार्गदर्शक तत्त्वे मला मिळाली:

‘ऑक्सफर्ड युनिव्हर्सिटी प्रेसने प्रकाशित करावयाच्या सर्व शैक्षणिक आणि महाविद्यालयीन पुस्तकांबाबतचा विचार प्रेसच्या प्रतिनिधींकडून केला जातो. (विद्यापीठाच्या वरिष्ठ अध्यापकांची एक समिती) या प्रतिनिधींचे प्रस्ताव स्वीकारण्यासंबंधीचे निकष कठोर आहेत; आणि पुस्तकाच्या शैक्षणिक गुणवत्तेबरोबरच पुस्तकाला असू शकणारी मागणी आणि त्याची अंगभूत गुणवत्ताही लक्षात घ्यावी लागेल. म्हणूनच सोबत जोडलेल्या प्रस्तावाचे तज्ज्ञ म्हणून मूल्यमापन करताना आपण ‘आशय आणि संभाव्य वाचकवर्ग’ या दोन निकषांचा विचार केल्यास आम्ही कृतज्ञ असू! ’

त्याच वेळेस संपादक ही खात्रीपण करून घेण्यास जागरूक असतील की हा प्रकल्प पुरेसा नीट लिहिलेला नीट रचना केलेला आहे ना, त्याचे प्रकाशनयोग्य पुस्तकात रूपांतर करताना त्यावर प्रचंड काम तर करावे लागणार नाही ना, आणि हा प्रकल्प बारकाईने विचार करता यशस्वी होऊ शकेल ना. हा मुद्दा सुद्धा मार्गदर्शक तत्त्वांमध्ये संक्षिप्त रूपात (थोडक्यात पण स्पष्टपणे) दिलेला आहे.

जर असे दिसत असेल, की या प्रस्तावातून एक उपयुक्त पुस्तक बनू शकेल, तर तुमची ‘आशय आणि संघटन’ यावरील मते लेखकाला आपल्या कामात सुधारणा करण्यास उपयुक्त ठरतील. त्यानुसार तुमच्या परीक्षणाचे काही भाग आम्ही लेखकाला पाठवू शकू. (तुमची अनामिकता जपून) तुमची मते लेखकाला पाठवू नयेत असे जर तुम्हाला वाटत असेल किंवा (तुमची ओळख) तुम्ही कोण आहात हे लेखकाला समजण्यास काहीच हरकत नाही असे तुम्हाला वाटत असेल तर तुमच्या अहवालाच्या शेवटी तसे नमूद करावे.

परीक्षण करणाऱ्यांना सर्वसाधारणपासून ते विशिष्ट अशा नेमक्या कोणत्या प्रश्नांचा परामर्श घ्यायला सांगितले जाते त्याचे थोडेसे स्वरूप खाली दिले आहे :

१. या प्रस्तावामुळे मूलगामी साहित्य प्रस्तुत करून आणि/किंवा मूलगामी युक्तिवाद करून त्या क्षेत्रामध्ये मोठे योगदान दिले जाण्याची शक्यता आहे का? पुस्तकाशी रचना बुद्धिसंगत आहे का? विषयांची निवड योग्य आहे का? विषयाची निवड आणि त्यांचा समतोल हे योग्य रितीने साधले आहे का? आणि विषय चालू कालमानाला सुसंगत आहे का?
२. पुस्तकाच्या शीर्षकाला अनुसरून आणि अपेक्षित वाचकवर्गाला धरून असे काही विषय किंवा मुद्दे आहेत का जे पुस्तकात असायला हवे आहेत, पण अंतर्भूत केलेले नाहीत? असा काही मजकूर किंवा साहित्य आहे का जे पुस्तकाच्या दृष्टीने कृत्रिम वाटत आहे? पातळीयोग्य आहे का?

३. आधी प्रकाशित झालेल्या किंवा प्रकाशनाच्या तयारीत असलेल्या पुस्तकांच्या ह्या पुस्तकाची विषयाच्या मजकुराच्या दृष्टीने अतिव्याप्त तर होत नाही ना? या पुस्तकामुळे त्या विषय क्षेत्राच्या वाङ्मयात चांगली भर पडेल असे वाटते का?
४. लेखक आणि संपादक त्यांच्या क्षेत्रातील जाणकार आहेत हे तुम्हाला माहीत आहे का? आणि ते सक्षम अहेत असे तुम्हाला वाटते का?
५. या पुस्तकाच्या मुख्य वाचकवर्गाचे मूल्यमापन तुम्ही कसे कराल? आंतरराष्ट्रीय बाजारपेठेला हे पुस्तक आकर्षित करेल का?

जर संपादक संभाव्य बाजारपेठेच्या नेमक्या स्वरूपाबद्दल आणि आकारमानाबद्दल विशेष चिंताग्रस्त असेल, तर तो या प्रकारचा अधिक सविस्तर प्रश्न विचारतो आहे 'मुख्य संभाव्य विक्री ग्रंथालयांना होईल, की व्यक्तिंना?' किंवा 'त्या विषयामध्ये विशेषज्ञ नसलेल्या लोकांना हे पुस्तक उपयुक्त ठरेल का?' किंवा असाही प्रश्न – 'तुम्ही पुस्तकाच्या स्वरूपात हे लेखन खरेदी कराल का किंवा तुमच्या ग्रंथालयाने किंवा विद्यार्थ्यांनी ते खरेदी करावे म्हणून शिफारस कराल? परंतु शैक्षणिक मोनोग्राफच्या परीक्षकांना इतक्या नेमकेपणाने विक्रीच्या प्रकाराबद्दल बहुधा विचारले जात नाही. जर तेच ही माहीती सांगायला विशेष उत्सुक असतील, तर सांगतील की जर पुस्तक प्रकाशित झाले, तर ते स्वतः हे पुस्तक विकत घेतील.

त्या विद्याशाखेत तुम्ही काम करत आहात त्यात बरीच महत्त्वाची तांत्रिक माहिती, समीकरणे, किंवा गणिती ह्या सगळ्याची अचूकता तपासायला सांगितली जाते. या टप्प्यावर ही तपासण्याची प्रक्रिया प्रत्येक प्रकाशकाप्रमाणे, संपादकाप्रमाणे कमी जास्त कडक असते. त्यामुळे परीक्षकाला प्रत्येक समीकरण बारकाईने बघायला सांगितले जाऊ शकते किंवा वापरलेली माहिती आणि पद्धती वरवर तपासायला सांगितली जाते. आणि नंतर जर प्रस्ताव प्रकाशनासाठी स्वीकारला गेला. तर त्याची अधिक तपशीलवार तपासणी होते.

मुद्यांच्या यादीच्या शेवटी परीक्षकांना उद्देशून अगदी स्पष्टपणे असेही सांगितले जाऊ शकते की त्यांनी त्यांच्याकडे परीक्षणासाठी आलेले काम प्रकाशकांनी प्रकाशित करावे की नाही याबाबत शिफारस करावी. उपरोक्त मार्गदर्शक तत्त्वांत त्यांना सांगितले जाते :

> हा प्रस्ताव प्रकाशित करण्यासाठी तो सध्या आहे त्या स्थितीत किंवा तुम्ही सुचविता त्या सुधारणांसहित पुढे न्यावा अशी शिफारस तुम्ही करत आहात का, की आम्ही या प्रस्तावित पुस्तकाचे काम येथेच थांबवावे?

तरीही काही संपादक परीक्षकांपुढे प्रश्न इतक्या सरळपणे पुढे ठेवायला नाखूष असतात. कारण जर संपादकांना परीक्षकांच्या निर्णयाच्या विरुद्ध जायचे असेल, किंवा परीक्षकांना संपूर्ण परीक्षणावर प्रतिक्रिया

म्हणून तपशीलवार कारणे देण्याऐवजी फक्त हो किंवा नाही एवढेच म्हणण्याची भुरळ पडली तर काय, अशा दोन्ही परिस्थितीत नकारात्मक निर्णय घेणे फसवे ठरू शकते.

सरतेशेवटी तुमच्याकडे येणारा अहवाल उपस्थित केलेल्या प्रश्नांना बुलेट पॉईंट्समध्ये दिलेली उत्तरे अशा स्वरूपात असू शकतो, पण जर तुम्ही नशीबवान असाल, तर तुम्हाला अनेकपानी तपशीलवार सांगोपांग परीक्षणही मिळते. जरी असे नेहमी घडत नसले तरी, माझा अनुभव असा आहे की परीक्षक त्यांच्या वयांच्या (वरिष्ठ) अध्यापकांच्या कामाच्या परीक्षणाच्या मानाने कमी वयाच्या अध्यापकांच्या कामाचे परीक्षण अगदी सद्सद्विवेकाने, बारकाईने वेळ घेऊन करतात. म्हणजेच त्यांना नवीन पिढीच्या संशोधकांबद्दल जबाबदारीची जाणीव आहे. त्यांची अंतिम शिफारस 'प्रकाशित करावे वा करू नये' अशी कोणतीही असो ते बलस्थाने आणि दुर्बलता या दोन्ही गोष्टींचे विश्लेषण करताना बहुश: गांभीर्याने विचार करतात. परीक्षणे एकूण किती मिळतात हे विद्याशाखेनुसार बदलत असले तरी बहुतेकदा एक अहवाल/परीक्षण खूप तपशीलवार असतो, उरलेले २–४ त्यापेक्षा छोटे असतात. या मिळालेल्या परीक्षणांना प्रतिसाद (प्रतिक्रिया) कसा द्यायचा ते आपण थोड्याच वेळात बघणार आहोत. जेव्हा काहीतरी गडबड होते, तेव्हा काय करायचे यावर आपण काही क्षणात विचार करू.

जेव्हा सारं काही शांत शांत असतं, तेव्हा काय करावं?

आत्तापर्यंत तुमच्या लक्षात आलं असेल की पीएचडी प्रकाशित करणे ही एक लांबलचक व कष्टमय गोष्ट आहे. त्यासाठी काळजीपूर्वक तयारी करावी लागते, कठोर परिश्रम आणि फार मोठा धीर लागतो. प्रस्ताव लिहिण्यासाठी कठोर परिश्रम केल्यानंतर, ज्यांच्याकडे परीक्षणासाठी तो प्रस्ताव पाठवावा असे कोणीतरी मिळाल्यावर एक महिना, दोन महिने कदाचित अधिक महिने जेव्हा सगळं काही थंड असतं. तेव्हा किती नैराश्य वाटू शकतं, ते सहज समजण्यासारखं आहे तुम्हाला अशी भीती वाटू लागते की तुमच्या प्रस्तावाचा विसर पडलेला आहे आणि त्या संपादकांनी तुमच्या कानावर न घालता त्यांचा विचार बदललेला आहे; कदाचित दुसरे कोणीतरी आपले संशोधन प्रकाशित करेल ज्यामुळे तुमचे स्वत:चे संशोधन कालबाह्य ठरेल किंवा जवळजवळ वाईट ठरेल आणि तुमच्या नोकरीसाठीचा पुढचा कार्यकाल निश्चित होण्यासाठी उपयुक्त ठरणारे हे पुस्तक कधीच प्रकाशित होणार नाही. कदाचित तुम्हाला वरील सगळ्या गोष्टी घडतील की काय अशी भीती वाटते. 'नेमकं चाललंय तरी काय' हे शोधून काढण्यासाठी तुम्ही दूरध्वनी करण्याचे/पत्र लिहिण्याचे/ई–मेल पाठवण्याचे ठरवता आणि त्यांनी काहीतरी निर्णय घ्यावा म्हणून त्यांना भरीला घालता. तुम्हाला असे वाटते की अनंतकाळ वाट पाहण्यापेक्षा आता काहीतरी निर्णय झालेला बरा. तसे वाटून घेऊ नका. तुम्ही आत्तापर्यंत प्रस्ताव सादर करण्याचे काम करताना इतके चिंताग्रस्त झाले आहात की 'वाट पाहण्यापेक्षा कुठलाही निर्णय चांगला' अशा निर्णयाप्रत येऊ नका. संपादकांना खरेच प्रस्तावाचे विस्मरण झालेले असेल किंवा परीक्षक मिळविणे शक्य होत नसल्यामुळे ते निराश झाले असतील आणि त्यामुळे या वैतागवाण्या गोष्टीकडे पुन्हा बघायची त्यांची

इच्छा होत नसेल. त्याऐवजी तुम्ही जेव्हा संपादकाशी संपर्क साधता, तेव्हा लवकरात लवकर आणि (त्यामानाने) ताणरहित पद्धतीने परीक्षण प्रक्रिया होण्यासाठी पार्श्वभूमी तयार करण्याचा प्रयत्न करा. हे तुम्ही या गोष्टींच्या साहाय्याने करू शकता.

१. तुमच्या कामाशी परिचित असलेल्या अनेक वरिष्ठ अध्यापकांची नावे व संपर्क तपशील प्रस्तावाच्या शेवटी किंवा तुमच्या प्रावरण पत्रामध्ये समाविष्ट करा. आदर्श वरिष्ठ अध्यापक म्हणजे ज्यांचं लेखन खूपच व्यापक प्रमाणावर प्रकाशित झालेले आहे आणि जे लोक तुम्ही ज्या संस्थेत काम करता, तेथे काम करत नाहीत.
२. जर तुम्ही अशी कोणतीच नावे तुमच्या प्रस्तावात अंतर्भूत केलेली नसतील, तर जेव्हा संपादक तुम्हाला सांगतात की तुमचा प्रस्ताव परीक्षणासाठी बाहेर पाठवला जाणार आहे, तेव्हा तुम्हाला अशी नावे सुचविण्याबाबत थेट विचारू शकतात. ते असे म्हणण्याची शक्यता असते की त्यांना संभाव्य परीक्षकांची नावे हवी आहेत, किंवा अशा लोकांची ज्यांना तुमच्या कामाची तुमच्या क्षेत्राची माहिती आहे आणि त्यामुळे जे योग्य त्या परीक्षकांची नावे सुचवू शकतील. यातील काहीही असो, तुमच्या पसंतीच्या कमीत कमी तीन–चार लोकांची नावे तयार ठेवा, ज्यातून संपादकाला निवड करता येईल. जर त्या लोकांपैकी एखाद्याचे लेखन या विशिष्ट प्रेसने प्रकाशित केलेले असेल, तर अधिकच चांगले.
३. याउलट जर प्रकाशकाने तुम्हाला सांगितले की तुमचा प्रस्ताव परीक्षणासाठी जाणार आहे. पण प्रकाशकाने तुम्हाला काहीच सूचना विचारल्या नाहीत, तर उत्तर पाठवताना त्यांना विचारा की काही नावे सुचवली तर त्यांना मदत होईल का? ते लवकरच तुम्हाला कळवतील की त्यांना तशी नावे हवी आहेत किंवा कसे आणि नकोही असतील तरी तुमचे काहीच बिघडत नाही, याउलट या प्रक्रियेबद्दलची तुमची समज यातून दिसते.
४. परीक्षण प्रक्रियेला अंदाजे किती कार्यकाल लागतो ते विचारा.

जर संपादक परीक्षणासाठीचा अपेक्षित कार्यकाळ तुम्हाला सांगण्यास इच्छुक नसेल आणि नंतर एक दोन महिने तुम्हाला या परीक्षणासंबंधी काहीच समजले नाही, तर 'परीक्षण प्रक्रिया कशी चालली आहे' हे विचारणारी आणि त्यांच्या प्रेसने तुमचा प्रस्ताव विचारार्थ स्वीकारला आहे याबद्दल तुम्ही किती उत्तेजित/आनंदी झालेले आहात हे सांगणारी एक सौजन्यपूर्ण पाठपुरावा करणारी ई मेल पाठवण्यास काहीच हरकत नाही असे मला वाटते. हा सल्ला देताना मी व्यक्तिनुरूप देते. कारण माझे अनेक सहकारी माझ्याशी असहमत असतील आणि मला आत्ताच माझ्या या सल्ल्यावर त्यांच्या दात ओठ खाण्याचा आवाज येतोय आणि ते डोळे वटारताना मला दिसतायत. कोणालाही आपल्यामागे तगादा लावलेला आणि आपल्याशी हुज्जत घातलेली आवडत नाही. प्रत्येकावर त्याला व्यवस्थापन करता येईल त्यापेक्षा जास्त कामाचा भार असतो. पण नेमकेपणाने सांगायचे तर खूप वाहून घेतलेल्या आणि अपवादात्मकरित्या

अत्यंत सुसंघटित असलेल्या लोकांशिवाय प्रत्येक प्रकल्प कोणत्या टप्प्यावर आहे याचा सतत माग असणे अशक्य आहे. बरेचसे संपादक तुम्ही त्यांच्या मागे जितका जास्त तगादा लावाल तितके आणि प्रकल्प जितके किफायतशीर तितके अधूनमधून विचलित होतात. मला व्यक्तिश: किरकोळ आणि शांतपणे केलेल्या आठवणींमुळे काहीच वाटत नाही/त्रास होत नाही. पण त्याबरोबर दोन अटी मात्र पाळायला हव्यात : भाषा नम्र असावी आणि आठवण देण्यायोग्य असे काम असावे.याचा अर्थ असा की मी एखाद्याचे लेखन परीक्षणाला पाठविण्याचे मान्य केल्यावर केवळ काहीच आठवडे उलटले असतील. दरम्यानच्या काळात उन्हाळ्याचा) मोसम असेल किंवा मोठी सुट्टी असेल किंवा परिषद असेल, तर या दरम्यान मला आठवण करत राहिल्यास, मला तगादा लावल्यासारखेच वाटेल. पण त्याउलट जर काही महिने उलटून गेले असतील तर एखादी ई मेल आठवण म्हणून उपयुक्त ठरू शकेल की ज्यामुळे मला पुन्हा नव्याने परीक्षण नेमण्यासाठी प्रयत्न करावा लागेल किंवा यामध्ये घातलेले परिश्रम खरेच फळ देणारे आहेत की नाही यावर निर्णय घ्यावा लागेल. कारण तुम्ही हे नेहमी लक्षात ठेवायला पाहिजे की कोणत्याही कृतीमध्ये धोका असतोच. जर तुम्ही कार्यमग्न संपादकाला तुमच्या प्रकल्पाबाबत आठवण केली नाही, तर तुमचा प्रकल्प ढिगाच्या तळाशी जाऊ शकतो किंवा फटींमधून निसटून जाऊ शकतो किंवा पूर्णपणे विसरलाही जाऊ शकतो. परंतु संपादकाला तुमच्या प्रकल्पाबाबत आठवण करून द्यायच्या प्रक्रियेमुळे परीक्षक शोधता शोधता त्या संपादकाला तो प्रकल्प बाजूलाच टाकायची चालना न मिळो. हा धोका तुम्ही जमेस धरला पाहिजे आणि तो घेणे योग्य आहे की नाही याचा निर्णय तुमच्या आत्तापर्यंतच्या संपादकाबरोबर झालेल्या वार्तालापावर आणि परिस्थिती तातडीची आहे का यावर तुम्हाला घ्यावा लागेल.

एखाद्या घटनेत (माझ्या मताप्रमाणे) जेथे संभाव्य तोट्यांपेक्षा फायदे जास्त असण्याची शक्यता आहे. तेथे मी शिफारस करेन की जेव्हा तुम्ही अनेक प्रकाशकांकडे प्रस्ताव पाठवला आहे आणि त्यातील काही म्हणाले आहेत की 'ते तुमचा प्रस्ताव परीक्षणासाठी पाठवतील' तेव्हा आठवण करीत राहायला काहीच हरकत नाही. जर एखाद्या संपादकाने खूपच लवकर सकारात्मक प्रतिसाद देत संपर्क साधला (आणि ज्याच्याकडून प्रतिसाद येण्याची शक्यता कमीत कमी वाटली होती, तोच अनेकदा लवकर संपर्क साधतो.) तेव्हा तुम्ही इतर प्रकाशकांना तशी कल्पना द्यायला हवी आणि त्यांची परीक्षण प्रक्रिया कोणत्या टप्प्यावर आहे ते विचारावे जेणेकरून तुम्ही तुम्हाला उपलब्ध असलेल्या पर्यायांचे व्यवहार्य मूल्यमापन करू शकाल. 'झुडुपातील दोन पक्षांपेक्षा हातामध्ये एक पक्षी असणे चांगले'हे जरी खरे असले, तरी संपादकाला स्पर्धेची जाणीव झाली, तर तो दुप्पट वेगाने काम करतो!साहजिकच तुम्हाला तुम्ही आहात त्या विशिष्ट परिस्थितीनुसार निर्णय घ्यावा लागेल की तुम्हाला मिळालेला, देऊ करण्यात आलेला पहिला करारनामा तुम्ही स्वीकारावा का (आणि याचेही फायदे–तोटे असणारच) परंतु तरीही पुन्हा तो कोणत्या प्रकारे स्वीकारावा आणि तुम्ही तेव्हा भाषा कशी वापरता हे अत्यंत महत्त्वाचे आहे. तुम्ही जर अशी जराशा तुटक भाषेतील ई–मेल पाठवलीत,

प्रिय मिस कारो

मी स्वत:शी विचार करतेय की तुम्ही माझ्या 'कल्चरल पॉलिटिक्स ऑफ अ‍ॅडॉप्शन' या माझ्या पुस्तकाच्या परीक्षणासंबंधी काही प्रगती केली आहे का, कारण मला आता दुसऱ्या प्रकाशकाकडूनही संधी मिळते आहे.

तुमची

जेनेट जोन्स

अशा पत्राला तुम्हाला काहीसा असा प्रतिसाद मिळेल:–

प्रिय जोन्स,

अभिनंदन! तुमच्या प्रकाशनाच्या यशस्वितेसाठी माझ्याकडून शुभेच्छा!

सारा

परंतु जर तुम्ही याउलट असे काहीसे लिहिलेत –

प्रिय मिस कारो,

मला आशा आहे की तुम्ही खुशालीत असाल! तुम्हाला कदाचित आठवेल की जेव्हा तुम्ही माझे 'द कल्चरल पॉलिटिक्स ऑफ अ‍ॅडॉप्शन' हे पुस्तक परीक्षणासाठी पाठविण्याचे सह्रदयतेने ठरविलेत, तेव्हा मी असे म्हटले होते की मी हे पुस्तक अजून वेगवेगळ्या प्रकाशकांकडे पाठवीत आहे. त्यापैकी एका प्रकाशकाकडून मला सकारात्मक प्रतिसाद आला आहे आणि त्यांच्याशी पुन्हा संपर्क करण्यापूर्वी मी असा विचार केला की तुम्ही मला माझ्या पुस्तकांच्या तुमच्याकडील परीक्षण प्रक्रियेच्या सद्यस्थितीबद्दल सांगू शकाल. माझ्या या पुस्तकाचे परीक्षण तुमच्याकडे केव्हा येण्याची शक्यता आहे? आणि ते आल्यास तुम्ही त्याबाबतचा निर्णय कधी घेऊ शकाल? जर मला पर्याय आणि संधी मिळाली, तर मी तुमच्याकडे माझे पुस्तक प्रकाशित होण्यास पसंती देईन. याबद्दलची कारणे मी माझ्या प्रावरण पत्रात नमूद केलेली होतीच. म्हणून मी माझ्या त्या दुसऱ्या प्रकाशकाला काही आठवडे थांबायला सांगितले आहे, परंतु अर्थातच मी त्यांना अनिश्चित काळापर्यंत थांबवू शकत नाही. त्यामुळे मला जर तुमच्या निर्णयाबाबत या नजिकच्या काही दिवसात अंदाज कळला तर बरे होईल.

सदिच्छा आणि तुम्ही वेळ दिल्याबद्दल आभार

जेनेट जोन्स

तुम्हाला सकारात्मक प्रतिसाद मिळण्याची शक्यता अधिक आहे. मी या पुस्तकात सगळीकडे म्हटल्याप्रमाणे अर्थातच खात्री कशाचीच देता येत नाही. संपादकाला असेही वाटू शकते की त्यांच्याकडे बाकीचे भरपूर काम आहेच त्यामुळे यात होणारे नुकसान टाळता येईल आणि प्रतिष्ठापूर्वक नकार देता येईल. जास्तीचा फायदा म्हणजे लेखकाला दुसऱ्या संपादकाकडून आधीच होकार आलेला असल्यामुळे यांना अपराधीही वाटायला नको. पण जर यांना तुमच्या प्रस्तावामध्ये पुरेसा रस असेल आणि परीक्षणासाठी ते तो पाठवणारही असतील, तर दुसऱ्या प्रकाशक/संपादकाने लेखकाला संधी देऊ केली आहे, या कारणामुळे ते आता परीक्षण करणाऱ्यांच्या मागे लागायला प्रोत्साहित होतील आणि एरवी निर्णय घ्यायला जेवढा वेळ घेतात त्यापेक्षा कमी वेळ घेतील. अशा परिस्थितीत, तुमचे परीक्षण जर उत्साहवर्धक आले, तर कदाचित तुम्हाला सकारात्मक निर्णयही मिळेल.

तुमचे परीक्षण मिळताना

जेव्हा परीक्षण प्रक्रिया थांबून राहिल्यासारखी असते तेव्हा तुम्ही त्या परिस्थितीचे नियोजन कसे करावे यावर आपण थोडक्यात विचार केला आहे. आपण असे गृहीत धरू की आता पुन्हा सगळं सुरळीत सुरू झालेलं आहे आणि तुमच्या पुस्तकाचे परीक्षण आलेले आहे. अगदी सरावलेल्या शैक्षणिक लेखकांनासुद्धा ज्यांच्या ताज्या नव्या कामाचे परीक्षण जेव्हा मिळते, तेव्हा त्यांच्या पोटात उत्तेजित झाल्यामुळे कळ आली नाही किंवा बेचैनीमुळे पोटाला पीळ पडला नाही यावर विश्वास ठेवणं खूप कठीण आहे. जरी असं असलं तरी तुम्ही जेव्हा तुमचे लेखन परीक्षणापर्यंत पोहोचवे, परीक्षण मिळावे म्हणून खूपच लेखन कष्ट घेतलेले असतात, आणि त्या परीक्षणात काय बरे लिहून येईल म्हणून अचंब्याने स्वत:शीच विचार करण्यात अनेक चिंतातुर क्षण घालवले असतील. पण सरतेशेवटी जेव्हा ते परीक्षण तुमच्याकडे येते तेव्हा ते कधी कधी उत्सुकता वाढविणाऱ्या गोष्टींचा निराशाजनक शेवट होण्यासारखेही असते. तर तुमच्या अशा प्रकारच्या सुरुवातीच्या ज्या काही भावना असतील, त्या लपवून ठेवा. तुमच्या चित्तवृत्ती शांत होईपर्यंत तुमच्या संपादकाला प्रतिसादात्मक प्रतिक्रियात्मक काही लिहू नका किंवा त्याच्याशी संवाद साधू नका. ते परीक्षण अनेकदा वाचून काढा. मित्र आणि सहकाऱ्यांशी चर्चा करा, आणि मग तपशिलात जाऊन विचारपूर्वक उत्तर लिहा. कदाचित हा स्वाभाविक सल्ला ठरेल. हा असा सल्ला आहे, जो द्यायला सोपा आहे पण अंमलात आणायला कठीण. कारण मला एक उतावळी व्यक्ती या नात्याने अनुभवाने माहीत आहे की ज्याने अनेक वर्ष घेऊन खूप खडतर कष्ट करून काम केलेले असते, त्याला 'आधी बोलणे मग विचार करणे' या वृत्तीला आवर घालणे कठीण जाते. या ई–मेलच्या आणि तातडीने तत्क्षणी संपर्क करण्याच्या युगात टीकात्मक परीक्षण आल्यास रागाच्या/निराशेच्या/दुखावले गेल्याच्या पहिल्या भरात शक्य आहे की लगेच उत्तर देणे घडून जाते; आणि अशा तारतम्य सुटलेल्या तुमच्या जहाल टिप्पणीने तुमचे लेखन प्रकाशित होण्याची शक्यता पूर्णपणे संपते. चालायला जा, मित्राला तक्रार सांगा, चेंडूवर दणके मारा पण 'उत्तर' संपादकाच्या तोंडावर फेकू नका.

परीक्षणाच्या स्वरूपानुसार आणि ते किंवा त्यांचे मदतनीस त्याक्षणी किती कार्यमग्न आहेत यानुसार, संपादक तुम्हाला परीक्षणाच्या हार्ड कॉपीज (कागदी पत्रे) पाठवेल किंवा अधिक शक्यता म्हणजे ई–मेलने पाठवेल. जर तुम्हाला ते एकापेक्षा जास्त परीक्षणे पाठवीत नसतील आणि अजून बाकीची परीक्षणे यायची नसतील, तर असं क्वचित घडतं की ते तुम्हाला ही परीक्षणे प्रावरण टिपणाशिवाय पाठवतात. पण या टिपणाचे नेमके स्वरूप खूपच वेगवेगळे असते. असं सर्वसाधारणपणे म्हणतात की टिपण जेवढं त्रोटक, तेवढी संपादकांला तुमच्या प्रस्तावाचं काय करायचं याची कल्पना कमी आहे आणि जेवढं टिपण मोठं, तेवढी त्याला स्पष्ट कल्पना आहे. इतर सगळ्या गोष्टींप्रमाणे हे उलटही होऊ शकतं. जर त्यांनी परीक्षकांच्या नकारात्मक अभिप्रायावर तपशीलवार टिपण लिहिलं, तर तुम्हाला त्यातील मुद्यांचा तुम्ही समाचार घेऊ शकाल किंवा ते मुद्दे गैरलागू आहेत हे त्यांना तुम्ही पटवून द्यायला खूप कष्ट घ्यावे लागतील. याउलट जर त्यांनी थोडा वेळ घेऊन काही महत्त्वाच्या मुद्यांची रूपरेषा दिली ज्यावर तुम्ही तुम्ही तुमच्या प्रतिक्रियेमध्ये उत्तर द्यायचे आहे, तर शक्यता अशी आहे की अशा पुरेशा योग्य त्या प्रतिसादामुळे आणि सुधारित प्रस्तावामुळे त्यांना खात्री वाटते की ते परीक्षण मंडळाकडून स्वीकार मिळवतील. त्याचप्रमाणे जर टिपण थोडक्यात असेल, तर संपादकांना असे वाटू शकते, की वृत्तांत/रिपोर्ट/परीक्षण पुरेसे सकारात्मक आहे. त्यामुळे जास्त टिप्पणी करायची गरज नाही किंवा तो इतका वाईट आहे, की त्यावर म्हणण्यासारखे काही उरलेले नाही.

टिपण मोठे असो वा छोटे, परीक्षणे चांगली असोत वा वाईट, तुम्ही ती मिळाल्यापासून काही दिवसातच एक थोडक्यात ई मेल पाठवून त्याची पोच दिली पाहिजे ज्यामध्ये तुम्ही असे म्हटले पाहिजे की तुम्ही या संपादकांना किती लवकरात लवकर औपचारिक प्रतिक्रियेचे पत्र/मेल पाठवणार आहात. सर्व परीक्षणे सकारात्मक असल्याच्या दुर्मिळ घटनांचा अनुभव येण्याइतके तुम्ही सुदैवी असाल, बदल करण्यासंबंधी कोणतीही सूचना नसेल, तातडीने प्रकाशन करण्यासंबंधी त्यांनीच तुम्हाला गळ घातली असेल, तर त्यांच्या सकारात्मक स्वरूपाबद्दल आनंद व्यक्त करा आणि औपचारिक करार करण्याच्या दिशेने पुढची पायरी कोणती याबद्दल विचारणा करा. बरेच वेळा परिस्थिती अशी असते, की तुम्हाला या प्रकारची ई मेल पाठवावी लागते.

प्रिय सारा,

माझ्या पुस्तकावरील परीक्षणे पाठविल्याबद्दल धन्यवाद! पहिल्या वाचनावरून असे दिसते की, त्यात काही उपयुक्त आणि रोचक मुद्दे आहेत या आठवड्याच्या आत मी तुम्हाला एक औपचारिक प्रतिक्रियेचे पत्र पाठवेन, परंतु मला असे सांगा, की तुमच्या वेळापत्रकांप्रमाणे मी एवढा वेळ घेणे योग्य नसेल, तर मी अधिक लवकर तुमच्याशी संपर्क करेन.

सदिच्छासह आभार

जेनेट

अशी ई–मेल पाठविण्याचा उद्देश हाच की तुम्हाला त्यांची ई–मेल मिळाली आहे, तुम्ही ती वाचली आहे, त्यांनी घेतलेल्या परिश्रमांची तुम्हाला कदर आहे, संपादक त्यांच्या प्रकाशन वेळापत्रकानुसार काम करतात हे तुम्हाला माहीत आहे, आणि योग्य ती प्रतिक्रिया पत्र बनविण्यासाठी, वेळ व परिश्रम घेण्याची योजना तुम्ही करीत आहात... हे त्यांना कळविणे.

परीक्षणांवर प्रतिक्रिया देण्यासाठीची काही मार्गदर्शक तत्त्वे.

तपशीलवार आणि विचारपूर्वक प्रतिक्रिया पाठवण्याचा तुमचा मानस आहे, हे जाहीर केल्यावर अशी प्रतिक्रिया देण्यासाठी काय व कसे करावे? प्रत्येक परीक्षण वेगळे असते, आणि अखेरीस प्रत्येक गोष्ट समाविष्ट करेल, असे समीकरण किंवा मार्गदर्शक तत्त्वांचा संच तुम्हाला देणे हेही मला शक्य नाही. त्याऐवजी परीक्षक बहुतकरून जे अभिप्राय देतात त्याकडे मी तुमचे लक्ष वेधते आणि तुम्ही प्रतिक्रिया कशी द्यावी याच्या सूचना देते.

सर्वात पहिले म्हणजे तुमच्या प्रबंधाकडे पुन्हा एकदा बघणे योग्य ठरेल. याआधी चर्चा केल्याप्रमाणे परीक्षणाबाबत विचार करण्यासाठी तुम्ही स्वत:ला नेहमी वेळ द्यायला पाहिजे, आणि तुमच्या मनात पहिल्याप्रथम आलेल्या भावनांना बाजूस सारून अधिक तर्कसंगत आणि वस्तुनिष्ठ प्रतिक्रियेकडे वळले पाहिजे. अनेकदा तुम्ही जेव्हा पहिल्यांदा परीक्षण वाचता, तेव्हा जेवढे ते तीव्रपणे नकारात्मक वाटते, तेवढे ते जेव्हा पुन्हा वाचता आणि प्रत्येक मुद्याचे विश्लेषण करता, तेव्हा वाईट वाटत नाही. तुम्हाला असेही जाणवते की सुरुवातीला तुम्हाला जे मत नकारात्मक वाटले होते, ते थोडे संदिग्ध आहे. त्याचे अर्थ लावू तसे लागतात; आणि केवळ या कारणासाठीच तुम्ही तुमचा ज्यांच्या मतावर आणि निर्णयशक्तीवर विश्वास आहे त्यांना परीक्षण दाखविणे व त्यावर चर्चा करणे योग्य ठरेल. अशी मित्रमंडळी जपायची असतात, परंतु तुम्हाला अशी व्यक्ती हवी जी वस्तुनिष्ठ विचार करणारी आहे, आणि जी ठामपणे सांगेल की तुम्ही जे म्हणताय, तेच परीक्षण म्हणते आहे की वेगळे काही म्हणते आहे. तुम्ही हे लक्षात घेतले पाहिजे की परीक्षण लिहिणे ही काही शास्त्रीय प्रक्रिया नाही. आपण काय म्हणतो आहोत त्याचे परिणाम काय होतील याचा विचार न करता लोक कधीकधी परीक्षण लिहितात. ते वाईट मन:स्थितीत किंवा घाईत असू शकतात. त्यामुळे प्रतिक्रिया लिहिण्यापूर्वी थोडी हेरगिरी करावी लागते, की परीक्षक नेमकं काय म्हणण्याचा प्रयत्न करताहेत, आणि तुमचे पुस्तक प्रकाशनासाठी तयार करायला तुम्ही काय करणं गरजेचं आहे असं त्यांना वाटतं.

परीक्षकाला नेमकं काय म्हणायचं आहे, हे समजण्यासाठी वेळ दिल्यावर याची खात्री करून घ्या, की तुमची प्रतिक्रिया तुम्ही जेवढी स्पष्ट, शांत आणि व्यावसायिक सुरात लिहायला हवी तेवढी लिहिली आहे. जरी परीक्षकाने तुमच्यावर (शाब्दिक) हल्ला केला असला, तरी तुम्ही त्यांच्या थराला जाऊ नका. सुदैवाने असे व्यक्तिगत हल्ले क्वचित होतात आणि जेव्हा तसे ते होतात, तेव्हा त्याकडे त्या पद्धतीनेच बघितले जाते आणि संपादकांना ते आवडत नाहीत. त्यांना प्रकल्पाच्या वस्तुनिष्ठ मूल्यमापनात रस

असतो; आणि अशी गरळ ओकण्यामुळे त्यांना प्रकाशनाच्या निर्णयापर्यंत येता येत नाही. असे परीक्षण ज्या गोष्टीचा परीक्षकांना राग आला आहे. त्या अभागी मूळ गोष्टींबद्दल बोलत नाही, तर गरळ ओकणाऱ्या व्यक्तीबद्दलच जास्त बोलते. परीक्षण खूपच सकारात्मक असेल तर आक्रमक परीक्षकाच्या क्षमतेवर थेट हल्ला करू नका किंवा प्रश्न उपस्थित करू नका किंवा परीक्षकाच्या सुरावर मत प्रदर्शन करू नका. स्वतःला शांत, स्थिर चित्त ठेवल्यामुळे आणि स्वत: व्यावहारिक आणि बुद्धिनिष्ठ राहिल्यामुळे तुमची प्रतिक्रिया अटळपणे त्यांच्या प्रतिक्रियेच्या विरुद्ध प्रकारची असेल आणि त्यांच्या परीक्षणात व्यावसायिकतेचा अभाव आहे हे अधोरेखित करेल.

जेव्हा तुम्ही प्रतिक्रिया लिहिता, तेव्हा तुम्ही लक्षात ठेवले पाहिजे, की जर तुमचे पुस्तक पुढे संमतीसाठी परीक्षक मंडळाकडे जाणार असेल, तर फक्त संपादकच नव्हे, तर त्या प्रकाशन संस्थेतील इतर अनेक लोक जे तुमच्या क्षेत्रात तज्ञ असतीलच असेही नाही, ते परीक्षण आणि त्यावरील तुमची प्रतिक्रिया वाचण्याची शक्यता असते. त्यामुळे तुम्ही तुमची प्रतिक्रिया जेवढी त्रोटक, नेमकी, स्पष्ट देता येईल तेवढी द्यायला हवी. परीक्षकांनी जे मुद्दे उपस्थित केले आहेत त्यांचा परामर्श तुम्ही पुरेशा प्रमाणात घ्यायला हवा. पण तसे केल्यानंतर तुमच्या प्रकल्पाबाबत सर्वसाधारणपणे बचावात्मक भूमिका घेण्याचे टाळा. वाचणाऱ्यांना तर तुम्ही परीक्षण कसे हाताळता त्यामध्ये रस असतो. जर तुम्ही आत्मविश्वासाने आणि व्यावसायिक पद्धतीने प्रतिक्रिया दिलीत तर इतर कोणतीही गोष्ट म्हणण्यापेक्षा त्याचा ठसा खूप चांगला उमटेल.

तुमच्या प्रतिक्रियेची सुरुवात सकारात्मक रीतीने करण्याचा प्रयत्न करा. परीक्षणासाठी धन्यवाद आणि त्यांना प्रतिसाद देण्याची संधी देऊ केल्यानंतर आभार मानणे ही एक सुरुवात करण्याची चांगली पद्धत आहे. जरी तुम्हाला विशेष कृतज्ञ वाटत नसले तरी त्यामुळे तुम्हाला प्रकाशन, परीक्षण प्रक्रियेबद्दल कौतुक आहे असे जाणवते. तुम्ही प्रतिक्रिया मोकळेपणाने स्वीकारता आणि तुमची शिकण्याची तयारी आहे हे कळते. या दोन गोष्टी भावी लेखकासाठी आवश्यक आणि आकर्षक असतात ज्यामुळे करार होण्याची संभाव्यता वाढण्याची शक्यता असते.

यानंतर परीक्षण पुन्हा वाचा. किंवा सकारात्मक मुद्दे वेचून ते वाचा. त्यात फार वेळ गुंतू नका पण एवढी खात्री करून घ्या की, वाचणाऱ्याने त्यांची दखल घेतली आहे आणि ते विचारार्थही ठेवले आहेत. एकदा असा सकारात्मक सूर तुम्ही पकडलात, की मग अशा मुद्द्यांचा परामर्श घ्या ज्यात काही गोष्टी अंतर्भूत करण्याबाबत शंका उपस्थित केली गेली असेल. (जर असेल, तर कोठे आणि कसे अंतर्भूत केले आहे ते सांगा, जर नसेल, तर का अंतर्भूत केले नाही ते सांगा.) किंवा वर्तमान वाङ्मयाच्या व्याप्ती/वार्तांकनाबाबत प्रश्न विचारला गेला असेल (असे म्हणायला अजिबात घाबरू नका की तुमच्या युक्तिवादाशी थेट संबंधित नसल्यामुळे तुम्ही ते अंतर्भूत केलेले नाही. तुम्हाला अशाही काही शंकांना उत्तरे द्यावी लागतील, जसे 'वर्तमान वाङ्मयाचा हा अगदी सुयोग्य सारांश आहे, पण (सारांश) कोणत्या प्रकारचे मूलगामी नवीन योगदान देईल, ते स्पष्ट होत नाही.' जर तुम्ही तुमच्या प्रस्तावात नेमक्या याच प्रश्नाचा परामर्श घेण्यावर बराच वेळ घालवला असेल, तर असा प्रश्न फार निराश करणारा ठरतो. पण

निराश होऊ नका किंवा रागावू नका. फक्त शांतपणे आणि स्पष्टपणे तुम्हाला तुमचे मूलगामी योगदान कोणते वाटते, ते सैद्धांतिक आहे की नवीन संशोधन, नवीन, विषय की जुन्या विषयाची नवी मांडणी, नवीन उकल, की या साऱ्याचे एकत्रित मिश्रण, याचा पुनरुच्चार करा. असं असू शकतं, की तुम्हाला जितके हे योगदान मूलगामी, नवीन, स्वतंत्र वाटते, तेवढे त्या परीक्षकाला वाटत नाही. अशा वेळेस तुम्ही फार काही करू शकत नाही. पण तुम्हाला जेथे वाटते की परीक्षकाला तुम्ही जे करण्याचा, सांगण्याचा प्रयत्न केला आहे ते नीट समजलेले नाही, किंवा चुकीचे समजले आहे तेथे त्यांना सांगायला काहीच हरकत नाही. अर्थात हे नीट युक्ती प्रयुक्तीने सांगितले पाहिजे.

परीक्षक अनेकदा तुमच्या पुस्तकाचा एकंदरीत आवाका वाढविण्याच्या किंवा एखादा विशिष्ट मजकूर अंतर्भूत करण्याच्या सूचना देतात. याचा परामर्श तुम्ही पुढे घेतला पाहिजे. सर्वसाधारणपणे नव्या कल्पनांबाबत उदार दृष्टिकोन ठेवणे ही संभाव्य लेखकासाठी चांगली गोष्ट आहे, त्यामुळे जर असे नवीन मजकूर/साहित्य अंतर्भूत करून पुस्तकात सुधारणा करण्यासाठी सूचना विचारार्ह घेणार असाल, तर तसे करा. जर तुम्हाला हे जास्तीचे साहित्य अगदी सुसंगत असण्याबाबत शंका असेल, तर त्याबद्दल तुम्ही गांभीर्याने विचार करू इच्छिता हे स्पष्ट करा. पुस्तकाचा एकूण आवाका वाढविणे हे काहीसे धोकादायक असते. जर संपादकाने तुम्हाला आधीच इशारा दिला असेल की तुम्ही याबाबत विचार केलेला त्यांना आवडेल; तर ठीक आहे. पण तसे जर नसेल, तुम्ही हे लक्षात घेतले पाहिजे, की व्याप्ती वाढवणे म्हणजे अधिक जास्त ख्यातनाम लेखकांच्या स्पर्धेत उतरणे आणि तुम्ही ज्या क्षेत्रात खरोखर तज्ञ नाही अशा क्षेत्राचा तुमच्या पुस्तकात अंतर्भाव केल्यामुळे टीकेला पात्र होणे. तेव्हा अशा बाबतीत 'तुम्ही आधीच घालून दिलेल्या निर्देशांप्रमाणे काम केल्यामुळे मी आता लेखन विषय व्याप्ती संदर्भात जे आणि जसे आहे त्याबद्दल समाधानी आहे. पण 'जर संदर्भपोषणात्मक किंवा तुलना करणारा जास्तीचा मजकूर अंतर्भूत करावा असे आपणास वाटत असेल, तर तसे सांगा' असे तुम्ही म्हटले तर काहीही चूक नाही.

जरूरीपेक्षा जास्त टीका केलेली असल्यास, त्याचीही दखल सरतेशेवटी तुम्हाला घ्यावी लागते. यामध्ये वाङ्मयीन संदर्भाचा उल्लेख नसणे, बेडौल रचना, वाईट लेखन शैली यापासून मतप्रणालीबाबत खूप मोठ्या प्रमाणावर दुमत इ. गोष्टी येतात. यातील शेवटच्या मुद्याबाबत 'आहे हे असे आहे' हे सांगण्यापलीकडे तुम्ही फारसे काही करू शकत नाही. पण दृष्टिकोनातील सैद्धांतिक किंवा तात्त्विक फरकामुळे प्रकल्पाच्या 'विद्वत्ताप्रचुरता' या गुणाला न्याय मिळण्यात अडथळा येता कामा नये. अलीकडील एका प्रबंधाच्या परीक्षण आयोगावर असलेल्या एका सहकाऱ्याच्या अहवालात मी एक टीका वाचली, ज्यावर प्रतिक्रिया देणे सोपे नाही. त्यात म्हटले होते की, ज्या क्षेत्रात लेखक लेखन करतो आहे, त्या विषयक्षेत्रातील एका विशिष्ट सिद्धांतांबाबत लेखकाचा गैरसमज झालेला आहे. त्या गृहीताबाबतच्या सिद्धांताचा समावेश करण्याबाबत पुस्तकात तडजोड करण्यात आली आहे. हे खरोखरच संताप आणणारे मतप्रदर्शन आहे; परंतु आश्चर्यात टाकणारेही आहे, कारण जर प्रबंधाबाबत इतकी गहन समस्या असती, तर त्या लेखकाच्या मार्गदर्शकाने किंवा बाह्य परीक्षकाने ती नजरेस आणलीच असती.

जर तुम्हाला अशा मतप्रदर्शनाला सामोरे जावे लागले. तर तुमच्या मुद्याबाबत तुम्ही युक्तिवाद करू शकता (कदाचित तुमच्या मार्गदर्शकांशी चर्चा करून) परंतु पुस्तकाबाबत करार होण्यासंबंधीची शक्यता फारच कमी असणार आहे.

याउलट वाङ्मयीन 'संदर्भ देण्याचे राहून गेले' या शेऱ्यावर काम करणे सोपे आहे. जेथे असे संदर्भ अस्पष्ट असतील, तेथे हे नजरेस आणून दिल्याबद्दल परीक्षकाचे आभार मानणे आणि त्यावर काम करण्याचे वचन देणे या गोष्टी तुम्ही करू शकता. पुस्तकाची रचना ही पुन्हा नीट करण्यास अत्यंत अवघड अशी गोष्ट आहे. जर तुम्हाला वाटत असेल, की ही जी टीका पुस्तकाच्या संपूर्ण रचनेबाबत आहे किंवा त्यातील प्रकरणांमधील साहित्याच्या क्रमवारीबाबत आहे, ती योग्य आहे, तर फक्त याचा तुम्ही परामर्श घेण्यास इच्छुक आहात एवढेच न म्हणता सुधारित अनुक्रमणिका बनवून त्यांना पाठवा आणि दाखवा की तुम्ही याबाबतीत किती गांभीर्याने विचार करता. जर तुम्हाला वाटत असेल की त्यांनी उपस्थित केलेले हे रचनेबाबतचे मुद्दे अयोग्य आहेत, तर तसे म्हणा आणि का ते स्पष्ट करा.

खंडन करण्यास अत्यंत अवघड असलेला आरोप म्हणजे वाईट लेखन शैलीचा आरोप आणि तुमच्या लक्षात येईल, की याचे खंडन केले तरी संतापजनक, नाही केले तरीही संतापजनक. जर तुम्ही खंडन केलेत, तर तुम्ही फारच निषेध करता आहात आणि नाही केलेत तर तुमचे शांत राहणे म्हणजे तुमची ही कमकुवत बाजू तुम्हाला मान्य असल्याचे तुम्ही निमूटपणे कबूल करणे. सर्वसाधारणपणे, मी असे म्हणेन, की एखाद्याची लेखनशैली हा ज्याच्यात्याच्या अभिरुचीचा प्रश्न आहे, पण शैक्षणिक लिखाणाच्या बाबतीत अभिरुचीचा मुद्दा मध्ये येऊ नये. चांगले शैक्षणिक लेखन हे स्पष्ट, थेट, योग्य विरामचिन्हे असलेले तांत्रिक शब्दांचा अति वापर टाळलेले असावे. जर तुमच्या प्रस्तावाने, ड्राफ्ट मॅन्युस्क्रिप्टने या गोष्टी पाळलेल्या असतील, तर फारशी काळजी करण्याचे कारण नाही. जर स्वतःच्या लेखनाबाबत निवाडा करणे तुम्हाला अवघड जात असेल, आणि आत्तापर्यंत तुमचे काम वाचलेल्या सहकाऱ्यांकडून आणि मित्रांकडून तुम्हाला त्यावर अभिप्राय मिळाला नसेल, तर त्यांना तुमच्या लेखनशैलीबाबत प्रामाणिक मतप्रदर्शन करायला सांगा. अनेक वर्ष शाळा कॉलेजात घालविल्यामुळे तुम्हालाही तुम्ही चांगला निबंध लिहू शकता की नाही याबाबत पुरेशी कल्पना असायला हवी आणि शेवटी जर तुम्ही मान्य केलेत की लिखाण करणे ही तुमची बळकट बाजू नाही, तर तुम्ही गांभीर्याने पुनर्विचार करायला हवा की जर्नलमधील लेख लिहिण्याऐवजी पुस्तक लिहिणे योग्य ठरेल का? पुनर्विचार केल्यावर तुम्हाला तरीही पुस्तकच प्रकाशित व्हावे असे वाटत असेल, तर तुम्ही लिहिण्यात कुशल असलेला एखादा सहलेखक आणू शकता किंवा एखादा सहकारी तुमचे लिखाण वाचायला आणि सुधारणा करायला तुमच्याबरोबर असेल याची खात्री बाळगावी लागेल किंवा शैलीसाठी नीट वाचन करून भाषेचे संपादन करणारा एखादा व्यावसायिकही तुम्हाला नेमावा लागेल. जर विशेषतः इंग्रजी ही तुमची मातृभाषा नसेल, तर हा शेवटचा पर्याय अधिक चांगला; केवळ तुमच्यासाठीच नव्हे, तर तुमच्या मॅन्युस्क्रिप्टवर भाषेचे बरेच वेळकाढू आणि खर्चिक काम करावे लागण्याची भीती असलेल्या प्रकाशकांसाठीही चांगला.

शेवटी, जेव्हा तुम्हाला दोन पूर्णपणे परस्पर विरोधी परीक्षणे मिळतात, तेव्हा तुम्ही काय करता?ही काही ऐकिवात नसलेली समस्या नाही आणि लेखक आणि संपादक या दोघांसाठी हा एक खराखुरा कूटप्रश्न आहे. जर मुळात संपादक या प्रकल्पाबाबत खूपच उत्साही नसेल, तर प्रकल्प नाकारायची एक संधी/कारण म्हणून ते या परस्पर विरोधी आलेल्या परीक्षणांचा उपयोग करतील. जर ते खरोखरच डळमळीत असतील किंवा थोडेसे तुमच्या प्रस्तावाच्या बाजूने असतील, तर अजून एक परीक्षण निर्णय घेण्यासाठी वापरतील. आजकालच्या काळात जेव्हा संपादक यासाठी नेमलेल्या मंडळाच्या अधिकृत निर्णयाला बांधील असतात, तेव्हा प्राध्यापक रॉबर्ट जे. स्टर्नबर्ग या 'इंटेलिजन्स'वरील अग्रगण्य संशोधकासारखा अनुभव तुम्हाला येणे जवळजवळ अशक्य आहे.

जेव्हा मी माझ्या प्रबंधावर आधारित असलेले माझे पहिले पुस्तक *'इंटलिजन्स, इन्फर्मेशन प्रोसेसिंग अँड ॲनॉलॉजिकल रीझनिंग (१९७७)'* लिहिले तेव्हा मी त्यासाठी लॅरी अर्लबम यांच्याशी करार केला. त्यानंतर मला दोन परीक्षणे मिळाली. त्यातील एक तटस्थ स्वरूपाचे होते. दुसरे १७ पानांचे, सिंगल स्पेसिंग असलेले, जवळजवळ संपूर्णपणे नकारात्मक होते. लॅरीने तरीही ते प्रकाशित केले आणि नंतर ते 'सायटेशन क्लासिक' बनले. (उध्दृतांसाठी/अवतरणासाठीचा अभिजात ग्रंथ बनले.)

परंतु मला असं वाटतं की आशावादी असायला हवे आणि खाली चर्चा केल्याप्रमाणे जर काम झाले नाही तर नेहमीच अन्य मार्ग धुंडाळता येतात.

नकाराशी सामना करताना

आपले लेखन प्रकाशित करविण्याच्या संपूर्ण प्रक्रियेतील सर्वात अवघड गोष्ट म्हणजे नकाराशी सामना करणे, लढा देणे. आपल्यापैकी कोणालाच हे आवडत नाही, पण काही लोक इतरांपेक्षा या नकाराचे जास्त चांगले व्यवस्थापन करतात. मला खात्री आहे की हे थोडे व्यक्तिमत्त्वावर आणि ज्यावर आपले नियंत्रण असते अशा घटकांवर अवलंबून असते. परंतु सरावानेही हे जमते. जर तुम्ही शाळेमध्ये नेहमीच चांगले यश संपादन केले असेल. तुम्हाला हव्या त्या पहिल्या पर्याय असलेल्या विद्यापीठात तुम्हाला प्रवेश मिळाला असेल, तुम्ही प्रयत्न केलेल्या प्रत्येक गोष्टीत यशस्वी झाला असाल, तर तुमचा जर्नलसाठीचा लेख किंवा पुस्तकाचा प्रस्ताव नाकारला जाणे हा तुमच्यासाठी एक कठोर धक्का असेल. महत्त्वाची गोष्ट म्हणजे हा नकार व्यक्तिशः न घेणे. करण्यापेक्षा बोलणे सोपे आहे, माहीत आहे मला, पण जर्नलमधील लेखांच्या संदर्भात आपण पूर्वी चर्चा केल्याप्रमाणे बऱ्याच बाबतीत एखादा लेख किंवा पुस्तक नाकारले जाते त्याचे कारण त्यामध्ये अंगभूत गुण नसतात. म्हणून नव्हे. तर केवळ ते त्या विशिष्ट जर्नल किंवा

प्रकाशकांच्या रूपरेखेत बसत नाही म्हणून नाकारले जाते. सुरुवातीच्या काही नकारांनंतर (आणि काही होकारांनंतर) तुम्हाला त्याची सवय होईल. हे कधीच सुखद नसते, पण हा शैक्षणिक आयुष्याचा एक भाग आहे आणि अगदी प्रथितयश अध्यापकांनासुद्धा जेव्हा त्यांचा एखादा लेख नाकारला जातो, किंवा संशोधन अनुदानासाठी केलेला अर्ज विफल ठरतो तेव्हा या नकाराशी सामना करावा लागतो. महत्त्वाची गोष्ट ही आहे की प्रयत्न न सोडणे पण अनुभवातून शिकण्याचा प्रयत्न करणे पण तरीही जर तुम्हाला असं पत्र आलं :

प्रिय जेनेट,

तुमच्या प्रस्तावावरील परीक्षणे या पत्रासोबत जोडली आहेत. मला सांगण्यात खेद होत आहे की या परीक्षणानुसार तुमचा प्रकल्प पुढे न नेण्याचे आम्ही ठरविले आहे आणि तुम्हाला दुसरा प्रकाशक मिळण्यात यश यावे यासाठी शुभेच्छा देत आहे.

सदिच्छांसह
सारा

तर तुम्हाला खरोखरच पूर्ण नकार मिळाला आहे आणि तुम्ही त्याबाबत काही करू शकत नाही. परीक्षकांच्या विरोधात संपादकाचे मन वळवण्यासाठी वाद घालण्याचा प्रयत्न करण्यात काहीच अर्थ नाही, कारण त्या संपादकांनी आधीच आपला निर्णय घेतलेला आहे आणि ते पुढील कामाकडे वळले देखील आहेत. कोणत्याही वादात पडण्याची त्यांची इच्छा नसणार आणि जर तुम्ही बळजबरीने तसा प्रयत्न केलात, तर त्या संपादकाबरोबर किंवा प्रकाशनगृहाद्वारे भविष्यकाळात प्रकाशन होण्याची शक्यता तुम्ही फार मोठ्या प्रमाणावर कमी करीत आहात. त्यामुळे सर्वात उत्तम आणि मिळालेला नकार;पराभव नव्हे; उमदेपणाने स्वीकारणे. हा तुमचा प्रकल्प त्यांच्यासाठी नाही असे फक्त एका प्रकाशकाने ठरविले याचा अर्थ असा नव्हे की दुसऱ्या एखाद्या प्रकाशकाला यात रुची असणार नाही. अगदी हात राखून मोजले तरी अमेरिका आणि युरोपमध्ये शंभरपेक्षा जास्त शैक्षणिक प्रेस (छापखाने/प्रकाशन गृहे) आहेत. त्यांच्याकडे प्रयत्न केल्यास तुमची प्रकाशक मिळण्याची शक्यता खूपच चांगली आहे. वर चर्चा केल्याप्रमाणे जेव्हा एखादा संपादक तुमचे पुस्तक नाकारतो, तेव्हा तो गर्भितपणे तुमच्यावर एक व्यक्ती म्हणून टीका करीत नसतो, किंवा तुमचे काम चांगले नाही असे म्हणत नसतो किंवा त्यांच्याकडे तुम्ही कधीही काही प्रकाशित करण्याइतके अजिबात चांगले नाही आहात असेही म्हणत नसतो. तो साध्या–सरळपणे हे म्हणतो की हा विशिष्ट प्रकल्प या विशिष्ट वेळेला त्यांच्याकडच्या प्रकाशनासाठी योग्य नाहीये. अथात हे सगळं तसं स्पष्ट उघड दिसतं, समजतं पण नेमक्या नकार मिळण्याच्या वेळेस लक्षात राहणं विचित्रपणे अवघड जातं.

शेवटी एकदा मिळालेल्या नकाराशी जुळवून घेतलं की पुढे काय करायचं? परीक्षकांनी नेमके काय म्हटले आहे यावर अवलंबून आहे. पण बहुधा हीच वेळ आहे की तुम्ही शांतपणे बसून संपूर्ण

प्रकल्पावर पुन्हा एकदा विचार करावा. कदाचित तुम्हाला त्याची पुनर्बांधणी करायची गरज असेल, विस्तृत वाङ्मयाच्या अंतर्गत पुन्हा एकदा संदर्भपोषण करायला हवे असेल किंवा संशोधन पद्धतीमधील तंत्रांचा मोठा पल्ला यात अंतर्भूत करता येईल. कदाचित तुम्हाला पुन्हा एकदा विचार करावा लागेल की हे काम पुस्तकरूपात आणणे उत्तम होईल की जर्नलमधील अनेक क्रमशः लेखांच्या स्वरूपात थोडक्यात, तुम्हाला पुन्हा प्रकरण ३ आणि ४ वाचावे लागेल. ज्यामध्ये तुमचा प्रबंध प्रथम प्रकाशित करण्यासंबंधित अनेक बाबी अंतर्भूत केलेल्या आहेत.

नाहीतर फक्त असेही असू शकेल की परीक्षणांच्या बाबतीत तुम्ही नशीबवान नव्हतात. दुसरा एखादा दिवस असता तर परीक्षक कदाचित अधिक सकारात्मक राहिले असते, आणि संपादकांनीही तुमच्या पुस्तकाबाबत धोका पत्करण्याचा निर्णय घेतला असता. अशा परिस्थितीत चटकन एक वाङ्मय शोध घ्या आणि खात्री करून घ्या की गेल्या काही महिन्यात तुमच्या क्षेत्रात जर काही मोठे नवीन प्रकाशन झाले असेल, तर त्यांचा संदर्भ तुम्ही तुमच्या लेखनात घाला, तुमच्या स्वतःच्या कामावर थेट परिणाम करणारे जे जे काही असेल ते तुम्ही वाचून काढा, प्रस्ताव आवश्यक तेथे सुधारित करा, आणि पुन्हा यादीतील पुढच्या प्रकाशकांकडे पाठवून द्या. कोणीतरी कुठेतरी म्हटलेले सुप्रसिद्ध आहे 'जोपर्यंत संपत नाही, तोपर्यंत संपत नाही' ('इट इज नॉट ओव्हर, टिल इट इज ओव्हर')

सारांश :

- **तुमच्या प्रस्तावामध्ये किंवा प्रावरण पत्रात संभाव्य परीक्षकांसाठीच्या सूचनांचा जरूर अंतर्भाव करा.**
- **परीक्षण प्रक्रियेसाठी ढोबळमानाने एक वेळेची चौकट मर्यादा ठरवा. कित्येक महिन्यांपर्यंत प्रकाशक किंवा संपादकांकडून काहीच समजले नाही, तर संपादकांशी संपर्क साधा.**
- **परीक्षकांच्या मतांवर पूर्णपणे आणि सकारात्मकतेने प्रतिक्रिया द्या.**
- **उमदेपणाने नकार स्वीकारा आणि तुमच्या प्रकल्पाकडे पुन्हा एकदा नजर टाकण्याची आणि जरूर असेल तर त्या सुधारणा करायची संधी म्हणून त्याकडे बघा.**
- **जर तुम्हाला वाटत असेल की जेवढा करता आला तेवढा तुमचा प्रकल्प चांगला करून झालाय आणि तुम्हाला अजूनही तसा आत्मविश्वास असेल, तर तुमचा प्रस्ताव इतर प्रकाशकांकडे पाठवा.**
- **तुमच्या प्रकाशकाशी हुज्जत घालू नका आणि प्रक्रिया व परीक्षण कुठवर आलंय ते सतत विचारत मागे लागू नका.**
- **तसेच गोष्टी दीर्घकाळपर्यंत रेंगाळूही देऊ नका. जर सहा महिने झाले तरी तुम्ही पाठपुरावा केला नाही आणि मध्यंतरीच्या काळात प्रकाशकाने हा प्रकल्प सोडून द्यायचे ठरविलेले असेल, तर तुम्ही तुमचा अमूल्य वेळ वाया घालवला असे होईल. त्याऐवजी तुम्ही तो वेळ दुसरीकडून कुठूनतरी प्रकाशन करार मिळविण्यात सार्थकी लावला असता.**

- परीक्षणांवर तातडीने प्रतिक्रिया देऊ नका. परीक्षण पचवायला स्वतःला वेळ द्या आणि मित्रमंडळी आणि सहकाऱ्यांशी परीक्षणाबाबत चर्चा करा.
- अति–आक्रमक आणि नकारात्मक परीक्षकावर तुमच्या प्रतिक्रियेद्वारे हल्ला चढवू नका. त्याऐवजी त्यांच्यामध्ये नसलेल्या व्यावसायिकतेच्या विरोधात तुमचा स्वतःचा शांतपणा आणि क्षमता दिसून येऊ दे.
- नकार व्यक्तिशः घेऊ नका आणि तुमचा प्रस्ताव परीक्षणांमुळे नाकारला गेला असेल, तर निराश होऊ नका. दुसरा एखादा प्रकाशक नेहमीच उपलब्ध असतो.

७

कराराबाबत वाटाघाटी करताना

करार ही गोष्ट खूपच गोंधळात टाकणारी असू शकते. जेव्हा तुम्ही तुमच्या कराराबाबत वाटाघाटी कराल, तेव्हा ज्या ज्या बाबतीत तुम्हाला माहिती असायला हवी, त्यातील काही बाबींमध्ये हे प्रकरण लक्ष घालेल. कोणत्या गोष्टींबाबत वाटाघाटी करता येतात, कोणत्या गोष्टींबाबत नाही याचे माहितीपूर्ण मूल्यमापन करीत तुम्ही व्यवहार्य अपेक्षांची मोट बांधू शकाल. तुम्ही मूळात वाटाघाटी कराव्यात किंवा नाही यावर आणि केल्याच तर कराराच्या पायाभूत घटकांवर हे प्रकरण थोडक्यात प्रकाश टाकेल; जसे मेहनताना (बिदागी-पेमेंटस्) आनुषंगिक हक्क (सबसिडिअरी राइट्स), परवानग्या (परमिशन्स), इंडेक्स (उल्लेखसूची) स्वामित्वहक्क (कॉपीराइट्स) आणि काम हाती सोपविण्याच्या तारखा (डिलिव्हरी डेट्स).

नुकत्याच झालेल्या एका डिनर पार्टीमध्ये मी असा उल्लेख केला, की मी हे पुस्तक लिहिते आहे आणि सध्या 'कराराबाबत वाटाघाटी करताना' (निगोशिएटिंग ए कॉंट्रॅक्ट) या प्रकरणावर काम करीत आहे. यावर तेथे असलेल्या वाङ्मयाच्या दोन प्राध्यापकांनी जवळजवळ एकमताने टोमणा मारला, की 'छान! हे सगळ्यात अगदी छोटे प्रकरण असायला हवे. 'का?' मी विचारले.'कारण या प्रकरणात एकच शब्द असेल – 'हो!' त्यांनी उत्तर दिले.

त्यांच्या या प्रतिसादामुळे मला छोटासा धक्का बसला. 'पण याचा अर्थ असा धरायचा का, की तुमच्या क्षेत्रात प्रकाशन करण्याबाबत इतका दबाव असतो की करार कसाही असो; मिळणं महत्त्वाचं?' 'हो' ते उत्तरले. 'प्राध्यापकपद मिळण्यासाठी तुमचा प्रबंध छापून आणणे (प्रकाशित होणे) ही कमी अधिक प्रमाणात पूर्वअटच झालेली आहे. त्यामुळे जर मध्यम दर्जाची ख्याती असलेला एखादा प्रकाशक तुमचा प्रबंध प्रकाशित करायला तयार झाला, तरी तुम्ही तुमच्यावर उपकार म्हणून त्याचा स्वीकार करायला हवा आणि या मिळालेल्या जणू बक्षिसाचे मूल्य किती याकडे तुम्ही बघायला नको. शिवाय विद्यार्थ्यांच्या काही अंवाजवी अपेक्षा असतात.

ते पुढे बोलत राहिले आणि मला स्पष्ट होत गेले की त्यांची मते उपेक्षेतून निर्माण झालेली नसून अनुभवातून निर्माण झाली आहेत. तरुण अध्यापकांवरचा त्यांचे संशोधन पुस्तकरूपात प्रकाशित करण्याबाबतचा, आजकालचा खराखुरा दबाव बघता, हे वाङ्मयाचे प्राध्यापक जे म्हणत होते, ते त्यांच्या

स्वतःच्या विद्याशाखेच्या संदर्भात पूर्णपणे बुद्धिसंगत होते. आपण याआधी चर्चा केल्याप्रमाणे आणि निःसंशय पुढेही संदर्भ घेऊ त्याप्रमाणे जर्नलमधील लेखांच्या तुलनेत पुस्तक प्रकाशित करण्यासाठीचा दबाव हा विषय क्षेत्राप्रमाणे खूपच वेगवेगळा आहे; खूपच बदलत जातो. इंग्रजी किंवा अमेरिकन साहित्यात पीएचडी करणाऱ्या विद्यार्थ्यांसाठी लागू होईलच असे नाही. तरीही, एक सत्य उरतेच, ते म्हणजे तुमची विद्याशाखा कोणतीही असो; जर तुमचा प्रबंध प्रकाशित करण्यासंदर्भात तुम्हाला कॉंट्रॅक्ट ऑफर झाले. तर तुम्ही खूपच नशीबवान आहात, पण आणखी उत्तम, किमान अधिक चांगले कॉंट्रॅक्ट मिळविण्यासाठी तुम्ही प्रयत्न करायचा नाही.

सुरुवातीची 'ऑफर'

आता आपण असं समजूया की आत्तापर्यंत सगळं मनासारखं छान झालेलं आहे आणि उत्तमातलं उत्तम घडलेलं आहे. काळजीपूर्वक बनविलेल्या परीक्षणावरच्या तुमच्या प्रतिक्रियेने (प्रतिसादाने) आपले काम केलेले आहे. परीक्षणातील चांगल्या बाजूंची तुम्ही नोंद घेतली आहे आणि त्यातील इशारा बाजूला सारला आहे. परीक्षण मंडळाने तुमच्या पुस्तकाला संमती दिलेली आहे आणि तुम्ही आतुरतेने वाट पाहिलेले पत्र किंवा ईमेल करारासंबंधीच्या औपचारिक ऑफरसह आता सरतेशेवटी तुमच्याकडे येऊन पोहोचलेली आहे. तुम्हाला मिळालेल्या पत्रात त्यांनी तुम्हाला ऑफर केलेल्या करारामधील महत्त्वाच्या अटींची रूपरेषा अंतर्भूत केलेली असू शकते किंवा कराराचे अंतिम स्वरूप पाठविण्यापूर्वीचा प्रत्यक्ष कच्चा मसुदा तुमच्या संमतीसाठी पाठविलेला असू शकतो. ज्या त्या प्रकाशकावर अवलंबून आहे हे! परीक्षक मंडळाला जर इतर काही अटी कराराच्या ऑफरला जोडाव्यात असे वाटले, तर पत्राद्वारे त्याकडेही लक्ष वेधून घेतले जाते. जर अर्धवट प्रस्तावाचे परीक्षण केलेले असेल, तर न चुकता त्यात अशी तरतूद अंतर्भूत केलेली असते की अंतिम मॅन्युस्क्रिप्ट वाचल्यावर परीक्षकाने संमत केले तर आणि प्रकाशकाने निवडले तरच पुस्तक प्रकाशनासाठी निवडले जाईल. यासाठी निवडलेला परीक्षक हा बरेचदा, नेहमी नसले तरी; प्रस्तावाच्या मूळ परीक्षकांपैकीच एक असतो, पण परंतु त्या विशिष्ट परीक्षकाच्या नावाचा त्या करारामध्ये नामोल्लेख क्वचितच केला जातो. हा नेहमीचाच परिपाठ आहे आणि कसोटीस न उतरलेल्या (नवीन) लेखक किंवा प्रकल्पाबाबत प्रकाशकाने घेतलेली ही सरळसाधी खबरदारी आहे. विमा पॉलिसीच जणू! तेव्हा काळजी करू नका. याचा अर्थ असा नाही की प्रकाशकाने फक्त अर्धीच जबाबदारी स्वीकारली आहे. प्रथितयश लेखकांनी जर फक्त प्रस्ताव सादर केला असेल, तर त्यांच्याबाबतीतही अशा अटी त्यांच्या करारामध्ये घातल्या जातात आणि अशा अटी नसल्या तरी काहीजण संपादकाला परिपूर्ण मॅन्युस्क्रिप्टचे अंतिम परीक्षण करून द्यायला सांगतात, जास्तीची उपयुक्त सेवा म्हणून!

या प्रकाशन प्रक्रियेच्या इतर अनेक टप्प्यांवर मी जो सल्ला देत आले आहे त्याप्रमाणे सर्वात महत्त्वाचा डावपेच अथवा महत्त्वाची युद्धनीती म्हणजे द्रुतगतीने दिलेला प्रतिसाद, ज्यायोगे तुम्हाला

काळजीपूर्वक विचार करायला थोडा जास्त वेळ मिळतो. म्हणूनच ऑफर मिळाल्याबद्दल आनंद व्यक्त करणारे आणि संपादकांने दिलेल्या सहकार्याबद्दल आनंद व कृतज्ञता व्यक्त करणारे पत्र अथवा ई–मेल लगेचच पाठवून द्या. त्यामध्येच यांचेही वचन द्या की कराराचा कच्चा मसुदा बघून झाल्यावर तुम्ही काही दिवसातच (जास्तीत जास्त एक आठवड्यात) तुम्ही त्याच्याशी पुन्हा संपर्क साधाल. जर त्यांनी कराराचा कच्चा मसुदा तुम्हाला पाठवला नसेल, तुम्ही तो पाहायला मागू शकता किंवा त्यातील अटीवर थोडा अधिक विचार करायला वेळ मागून घेऊ शकता. याचे कारण त्यांना असे देऊ शकता की तुम्ही या सर्व व्यवसायात–व्यवहारात नवीन आहात आणि अंतिमतः करार करण्यापूर्वी, ऑफर स्वीकारण्यापूर्वी तुम्हाला तुमच्या अनुभवी मित्रांशी किंवा सहकाऱ्यांशी एकदा बोलायचे आहे. या संदेशाचे शब्दांकन तुम्ही कसेही करा, पण त्यांना हे स्पष्ट व्हायला हवे की तुम्हाला त्यांच्या ऑफरमध्ये नक्की रस आहे आणि लांबलचक, दीर्घकाळ चालणाऱ्या वाटाघाटी करण्याची तुमची कोणतीही योजना नाही. तुमचा असा उद्देश असो वा नसो या टप्प्यावर असे सांगण्यामुळे पुढे जाऊन तुम्हाला जेव्हा इच्छा असेल तेव्हा हा संपादक वाटाघाटी/विनंतीबाबत उदारमतवादी दृष्टिकोन ठेवणार नाही.

तुमच्या कराराबाबत वाटाघाटी करताना : काही निखळ सत्य

तुम्हाला देऊ केलेल्या ऑफरबाबत विचार करताना जी पहिली आणि सर्वात महत्त्वाची गोष्ट तुम्ही विचारात घ्यायला हवी ती म्हणजे 'आयुष्य हे नेहमीच काही फार न्याय्य नसते.' तुम्ही जर सोन्यासारखे नशीब घेऊन जन्माला आलेल्यांपैकी एक असाल, ज्यांना स्वतः काहीही न करता देखणं रूप, बुद्धिमत्ता, निकोप प्रकृती मिळते, तर तुमच्या आधी हे लक्षात आले नसेल की तुमच्या करारावर नजर टाकलीत, विशेषतः जर तुमचा विषय इतिहास, वाङ्मय किंवा सामाजिक शास्त्रे असेल, तर आम्हा उरलेल्यांना आयुष्य जसं वाटतं, तसं तुम्हाला वाटायला लागेल. आयुष्य योग्य नाहीच आहे, पण जे तुम्हाला मिळालेलं आहे त्यातूनच तुम्ही उत्तम ते घडवू शकता, त्याचाच सर्वोत्तम उपयोग करू शकता. वर उल्लेख केलेल्या क्षेत्रांमध्ये तुमची पीएचडी असेल, तर तुम्ही शास्त्रज्ञ किंवा अर्थशास्त्रज्ञ असला असतात, त्यापेक्षा तुम्ही इतिहास, वाङ्मय आणि सामाजिक शास्त्रात काम केल्यामुळे तुमच्या प्रबंधाचे पुस्तक प्रकाशित होण्याची शक्यता खूपच मोठी आहे. इतिहास, वाङ्मय आणि सामाजिक शास्त्र या विषयांना पुस्तक हे पायाभूत आहेत. त्यामध्ये काम करणारे लोक जेव्हा संशोधन करतात तेव्हा पुस्तके वाचतात. शिकविण्याच्या कामासाठी पुस्तके वाचतात आणि नवीन कल्पनांचे संप्रेषण करण्यासाठी पुस्तके लिहितात. त्यामुळे या विषयांतील पुस्तकांना तर मागणी खूप असतेच पण जसे आमचे वाङ्मयाचे प्राध्यापक सांगतात तसे, जर तुम्ही कॉग्निटिव्ह न्यूरोसायन्स किंवा फिजिक्सवर पहिले पुस्तक लिहित असलात (या दोन्ही विषयक्षेत्रात जर्नलमधील लेखाऐवजी पुस्तके लिहिण्यासाठी लोकांचे मन वळविणे हे अधिक अवघड आहे) तर त्या तुलनेत इतिहास, वाङ्मय आणि सामाजिक शास्त्र या विषयातील पुस्तकांचा पुरवठाही खूप प्रमाणात असल्याने प्रकाशक तुमच्या पुस्तकाला खूप कमी मोबदला देतात.

प्रकाशकाकडून तुम्हाला जी ऑफर येते, त्याच्या स्वरूपात खूप प्रकारची विविधता असते. प्रकाशकाला असलेला धोका कमीतकमी व्हावा आणि खर्च कमी राहावा, पण तुम्हाला कमीतकमी काही लाक्षणिक मोबदला तरी मिळावा हा उद्देश यामागे असतो. कराराबाबत विचार करताना लक्षात ठेवायला हवी अशी महत्त्वाची गोष्ट म्हणजे या व्यवहारातून न तुम्ही ना ते फारसा पैसा मिळवणार आहात; आणि या व्यवहाराचे मूल्य दोन्ही पक्षांनी फक्त पैशाच्या स्वरूपात मोजू नये. मला माहीत आहे, मी एक प्रकाशक आहे पण प्रांजळपणे सांगायचे तर, जर फक्त पैसा कमावणे हा आमचा एकमेव उद्देश असता तर आमच्यापैकी कोणीही या व्यवसायात आले नसते. बौद्धिक, पांडित्यपूर्ण पुस्तक प्रकाशनामधील व्यावसायिक–व्यावहारिक धोके आणि बंधने जर तुम्ही बघितलीत, तर कोणीही शहाणा माणूस हा व्यवसाय करणार नाही. पण शैक्षणिक प्रेस अजूनही टिकून आहेत कारण शैक्षणिक मोनोग्राफ्सना तुमच्यासारख्या तरुण संशोधकांकडून, ज्यांना त्यांच्या करियरसाठी प्रकाशन करून घेण्याची गरज आहे त्यांच्याकडून, आणि ज्यांना संशोधन/सिद्धांतांबाबत अद्ययावत राहायचे आहे अशा अध्यापकांकडून खरी मागणी आहे. त्यांच्या (मोनोग्राफ्सच्या–पुस्तकांच्या) आयुष्यात फक्त ५०० प्रती खपवू शकणाऱ्या या प्रेस तग धरून राहतात आणि पुस्तक प्रकाशन व्यवस्थापन करतात. ते त्यांच्या पालक विद्यापीठांकडून मिळणाऱ्या अर्थसाहाय्यावर, जसे यु.एस. युनिव्हर्सिटी प्रेसच्या बाबतीत आहे, किंवा अधिक किफायतशीर प्रकाशनांबरोबर अंतर्गत पातळीवर कमी किंमतीत पुस्तके प्रकाशित करवून घेऊन त्यामध्ये स्थानिक पातळीवर मागणी असलेली पुस्तके (यु.एस. युनिव्हर्सिटी प्रेसची आवडती पुस्तकेही) किंवा क्रमिक/पाठ्यपुस्तके; व्यावसायिक शिक्षणावरील पुस्तके किंवा संदर्भ पुस्तके, युके आणि युरोपच्या बाबतीत बरेचदा अशी पुस्तके अंतर्भूत होतात.

तर तुम्हाला कोणत्या प्रकारची ऑफर मिळू शकते याबाबत तुम्ही व्यवहार्य अपेक्षा ठेवायला हव्यात आणि तुमचे पहिले पुस्तक प्रकाशित होण्यातून तुम्हाला जो काही पैसा मिळेल, तो जास्तीचा बोनस मिळालाय असे समजायला हवे. पण याचा अर्थ असा नाही की वर उल्लेख केलेला संदर्भ लक्षात घेता तुम्ही वाटाघाटी करूच नयेत वा शक्य तेवढा उत्तम सौदा करण्यासाठी प्रयत्नच करू नयेत.

मोबदला (बिदागी/पेमेंट)

सुरुवातीची ऑफर ही अगदी कमी म्हणजे ३ ते ५% रॉयल्टीची (स्वामित्वशुल्क) किंवा समजा ५०० प्रतींची विक्री झाल्यावर थोडी अधिक असू शकते, किंवा तुम्हाला रॉयल्टी अजिबातच देऊ न केली जाण्याची शक्यता असते. सुधारित प्रबंधासाठी वरच्या दर्जाच्या शैक्षणिक प्रेसपैकी एक प्रेस काही शेकडा पाउंड्स एकरकमी मोबदला म्हणून देऊन टाकते. परंतु, मला वाटते ही पद्धत बदलेल कारण कमी प्रबंध छापले जातात आणि प्रकाशकांना स्वत:ला वाटते आहे की एकतर त्यांनी पुस्तकावर विश्वास दाखवावा आणि त्यासाठी योग्य मोबदला द्यावा किंवा मग हे सगळं काही (प्रबंध प्रकाशन वगैरे) अजिबात करू नये.

आपण असे समजूया की तुम्हाला फक्त हार्ड बॅक आवृत्ती छापण्यासाठी ५% स्वामित्व शुल्क देऊ केले गेले आहे. हे ५% नेमके कशाचे ५% असतात? तुम्हाला याची कल्पना हवी की जवळजवळ सगळे शैक्षणिक प्रेस ते देऊ करत असलेल्या स्वामित्वशुल्काचा 'हिशेब निव्वळ जमा' (नेट रिसिट्स) या आधारावर करतात. (कधीकधी याला गोळा झालेली रक्कम (सम रिसिव्हड्) असेही म्हणतात.) छापील किंमतीवर स्वामित्व शुल्काचा हिशेब केला जात नाही. निव्वळ जमा रक्कम म्हणजे प्रकाशकाला मिळणारी रक्कम, जी घाऊक विक्रेते किंवा पुस्तक विक्रेते यांना दिलेली सूट – जी सामान्यत: २५ ते ४०% असते – ती पुस्तकाच्या छापील (प्रकाशकाच्या) किंमतीतून वजा केल्यावर उरते. याचा अर्थ असा की तुमचे स्वामित्व शुल्क ५० पाउंड्सच्या ५% नसून ५० वजा सूट म्हणजे जवळजवळ ३५ पाउंड्सच्या ५% येते. करारामधील हा असा एक भाग असतो, ज्याबाबत वाटाघाटी क्वचितच होऊ शकतात.

अर्थात तुम्ही केवळ 'हार्ड बॅक' आवृत्तीचा निर्णय का घेतला आहे असा प्रश्न विचारू शकता आणि बऱ्याच लेखकाप्रमाणे अशा 'पेपर बॅक' आवृत्तीची भुरळ तुम्हालाही पडू शकते. तरीही मनामध्ये हा विचार येणे योग्य आहे की जर पुस्तकाची प्रत्यक्षात ५०० ते ८०० प्रतींचीच विक्री होणार असेल, तर ५० पाउंड किमतीच्या ५०० प्रती विक्रीवरील ५% हे १६.९९ पाउंड पुस्तकांच्या किंमतीच्या ५% पेक्षा जास्त मोलाचे आहेत – अर्थात आधी चर्चा केल्याप्रमाणे यातील कोणतीच रक्कम तुम्हाला धनाढ्य बनवणार नाहीये. पेपर बॅक स्वरूपात पुस्तक प्रकाशित हाच केवळ पर्याय नाही. तुम्हाला हेही बघायला हवे की सर्व भौगोलिक क्षेत्रामध्ये एकसारखे स्वामित्वशुल्क मिळते का? बरेचसे प्रकाशक, त्यांचा नेहमीचा पायंडा म्हणून त्यांच्या मूळ इलाख्याच्या (होम टेरिटरी) बाहेरील क्षेत्रातील विक्रीवर स्वामित्व शुल्काचा कमी दर देतात कारण त्यांना समुद्रापारच्या शाखांना मोठी सूट देऊन पुस्तके पुरवावी लागतात. जर असे असेल तर सर्वच इलाख्यासाठी एकच दर मिळण्याबाबत तुम्ही विचारणा करू शकता, कारण त्यामुळे प्रकाशकाला फार मोठा फरक पडणे संभवत नाही. नाहीतरी प्रबंधावरील पुस्तकांच्या विक्री संख्येबाबत आपण येथे बोलत आहोत.

तुमचे पुस्तक पेपर बॅक स्वरूपात प्रकाशित झालेले पाहण्याबद्दल तुम्ही खूप उत्सुक असाल, आणि जर प्रकाशकाने हा पर्याय तुम्हाला देऊ केलाच नसेल, तर हार्ड बॅक आवृत्तीच्या एका ठरावीक प्रतींच्या विक्रीनंतर समजा ७००–८०० प्रती पहिल्या दोन वर्षात विकल्या गेल्या तर, पेपर बॅक आवृत्ती काढण्याबाबतचे उपकलम अंतर्भूत करण्याविषयी तुम्ही नेहमीच विचारून बघू शकता. जर तुम्ही अशी ७००–८०० च्या पुढे तुमच्या पुस्तकाची विक्री होण्यात यशस्वी झालात, तर माफक शक्यता आहे, की पेपर बॅक आवृत्तीसाठी बाजारपेठ असेल, तरीही अर्थात खात्री/हमी देता येत नाही. पण प्रकाशकाची जोखीम मोठ्या प्रमाणात कमी होते.

मी यापूर्वी उल्लेख केला आहे की तुम्हाला अशी ऑफर मिळू शकते, ज्यायोगे पहिल्या ५०० प्रतींची विक्री होईपर्यंत कोणतेही स्वामित्व शुल्क मिळणार नाही पण तो ५०० प्रतींचा उंबरठा एकदा ओलांडला, तर वरचा दर, म्हणजे ८% मिळू शकेल. वरवर पाहता ही ऑफर संयुक्तिक वाटते, पण ८% हे एक चांगले

पायाभूत स्वामित्व शुल्क आहे, पण व्यक्तिशः म्हणायचे तर मला वाटते की हा सर्वात कमी आकर्षक पर्याय आहे कारण तुम्हाला काही स्वामित्व शुल्क कमवाल की नाही याची कोणतीच खात्री नाही. तुम्ही एक चांगलं पुस्तक लिहिता ज्याची आदर वाटेल अशी ५०० हार्ड बॅक प्रतींची विक्री होते, प्रकाशक त्यावर काही हजार पाउंड्स किवा डॉलर्स कमावतो आणि तुम्हाला मात्र त्याबद्दल बक्षीस काहीच नाही.

मोफत वाटलेल्या किंवा खराब झालेल्या किंवा उरलेल्या प्रतींवर स्वामित्व शुल्क सर्वसाधारणपणे दिले जात नाही. पण हे सर्व काही तपशिलासह तुमच्या करारात काळजीपूर्वक अंतर्भूत केलेले असते की स्वामित्व शुल्काची आकडेमोड कशी केली जाते आणि ते किती कालांतराने दिले जाते. वाढती नवी प्रथा अशी आहे की स्वामित्व शुल्काचा हिशोब वर्षातून दोनदा केला जातो, एकदा म्हणजे प्रकाशकाच्या आर्थिक वर्षाच्या सुरुवातीला/शेवटी आणि पुन्हा वर्षाच्या मध्यावर. याचा अर्थ असा की पहिल्या वर्षाच्या पहिल्या स्टेटमेंटमध्ये कोणतीच मिळकत दिसणार नाही किंवा स्टेटमेंट काढण्यापूर्वी नुकतेच जर पुस्तक प्रकाशित झाले असेल, तर फक्त अत्यल्प मिळकत दिसेल.

कदाचित सर्वात सुरक्षित पर्याय म्हणजे एकाच वेळेस मोबदला म्हणून कित्येक शेकडा डॉलर्स किंवा पाउंडसची ऑफर मिळणे. जर उदाहरणार्थ तुम्हाला ५०० पाउंड्स देऊ केले जात आहेत आणि प्रकाशकाचा पुस्तकाला ५० पाउंड्स किंमत ठेवायचा बेत आहे (मानव विद्येतील मोनोग्राफसाठी तुलनेने ही किंमत जास्तच आहे, विशेषतः जर दीर्घकालीन काम नसेल तर), तुम्ही सर्वसाधारणपणे शैक्षणिक सूट लक्षात घेतली, तर तुम्हाला त्या स्वामित्व शुल्क रकमेपर्यंत पोहोचायला कमीत कमी ३५० प्रतींची विक्री व्हायला हवी.

एकदम मिळणाऱ्या स्वामित्व शुल्काबाबत समस्या ही आहे की हा मोबदला व्यवहार्य असण्यापेक्षा भावनिक आहे. तुम्ही जर व्यावसायिक लेखक नसाल आणि आणि एका लेखनावर नेहमी पैसे मिळवून पुढच्या लेखनाकडे वळत नसाल, तर तुम्हाला ते टाळण्यासारखे वाटणे साहजिकच आहे, त्यामुळे तुमचा स्वतःच्या पुस्तकावरचा विश्वास उडून जाऊ शकतो. ३५० पेक्षा जास्त प्रती बहुधा विकल्या जाणार नाहीत. देव न करो, पण त्यापेक्षा कमी विकल्या जातील परंतु प्रत्येकालाच जास्त विक्रीची आशा असते आणि अपेक्षा असते की स्वतःच्या कामावर स्वामित्व शुल्क मिळेल, भविष्यकाळात विक्री होऊन त्यातून कमाई होईल आणि तुमचे पुस्तक फक्त २५ प्रतींच्या विक्रीचे आश्चर्य ठरणार नाही.

मी अनेक वेळा पुन्हा पुन्हा उल्लेख केला आहे त्यानुसार जे तुमच्यासाठी उत्तम असेल ते तुम्ही करायला हवे आणि तुम्ही एखाद्या विशिष्ट प्रकाशकाने तुमचे काम प्रकाशित करावे याबाबत किती उत्सुक आहात यावर तसेच तुमच्या वैयक्तिक परिस्थितीवर ते अवलंबून असेल. तुम्हाला काही झालं तरी थोडी रोख रक्कम प्रकाशनाच्या काळात हवीच आहे असं असेल, तर हे (स्वामित्व) शुल्क त्यावर उत्तर असेल, पण तुम्ही एक छोटी बिदागी किंवा आगाऊ रक्कम, समजा ३०० पाउंड्स मिळण्यासाठी आणि ५०० प्रती विक्रीनंतर स्वामित्व शुल्क मिळण्यासाठी वाटाघाटींचा प्रयत्न करू शकता. यामुळे दोन्ही पर्यायांतील उत्तम गोष्टी मिळविता येतील. तुम्हाला यश मिळेलच असं नाही, पण नेहमीच प्रयत्न करू शकता. आणि काय माहीत, तुम्ही ज्या दिवशी प्रयत्न करताय त्या दिवशी प्रकाशक उदार झाला तर!

आनुषंगिक हक्क

छापील प्रतींच्या (हार्ड कॉपी) विक्रीवरील मूलभूत पेमेंट मिळण्याबरोबरच, करारामध्ये आनुषंगिक हक्कांसंबंधी एक विभाग असतो. सोप्या शब्दात सांगायचे तर आनुषंगिक हक्कांबाबतची कलमे पुस्तक फक्त इंग्रजी भाषेत छापून मिळणाऱ्या तुमच्या स्वामित्व शुल्काव्यतिरिक्त इतर अनेकविध मार्गांनी पैसे मिळविण्यासंबंधी असतात. यामधील कलमे जास्तीत जास्त तुमच्याशी संबंधित असतात. उदा.: जसे तुमच्या पुस्तकाचे परदेशी भाषांसाठी इतर प्रकाशकांना हक्क विकून याद्वारे प्रकाशकाकडे जमा होणाऱ्या पैशांवरील टक्केवारी, पुनः उत्पादन शुल्क (म्हणजे उदाहरणार्थ दुसऱ्या एखाद्या प्रकाशकाला तुमच्या पुस्तकातील एखादे प्रकरण त्याच्या रीडर किंवा एडिटेड कलेक्शनसाठी (संपादित पुस्तकासाठी) पुनरुत्पादित करायचे आहे) आणि सतत वाढणारे इलेक्ट्रॉनिक हक्क आणि पुनरुत्पादन शुल्क हे या उद्योगातील प्रस्थापित दराच्या अंदाजे ४०% असते. इलेक्ट्रॉनिक हक्कांसाठी अगदी खूप पारंपरिक असलेले प्रकाशक एक छोटीशी टक्केवारी (जवळपास ५%) देऊ करतात. पण याबाबत त्यांचे काही लवचिक धोरण आहे का हे विचारायला काही हरकत नाही, कारण या उद्योगातील मानके हळूहळू बदलत आहेत. लेखकांकडून दबाव असल्यामुळे काही प्रमाणात आणि उरलेले कारण म्हणजे इलेक्ट्रॉनिक हक्कांद्वारे जी प्राप्ती होते तिचे महत्त्व खूपच मोठ्या प्रमाणात वाढत आहे कारण नवीन इलेक्ट्रॉनिक प्रकाशन पद्धतींमधील विकासामुळे या हक्कांचा कित्येक पटींनी वाढता उपयोग करून घेता येतो.

परवानग्या

परवानगी कलमांमध्ये थोडे फेरफार करायचे असतील तर पुस्तकातील आवश्यक मजकूर आणि चित्रे यासंदर्भातील परवानगी घेऊन स्पष्टीकरण करणे यांची जबाबदारी लेखकावर येऊन पडते. याचा अर्थ असा की दुसऱ्या एखाद्या पुस्तकातून तुम्ही जर खूपच भाग तुमच्या पुस्तकात उद्धृत केला असेल किंवा छायाचित्रे, तक्ते, आकडेवारी किंवा आलेख; ते स्वामित्व हक्कांच्या अखत्यारित येतात, ते वापरले असतील, तर ही तुमची जबाबदारी आहे की याबाबतचे स्वामित्व हक्क कोणाकडे आहेत ते शोधून काढणे, त्यांच्याशी संपर्क साधणे आणि वरील गोष्टी वापरण्याच्या मोबदल्यात त्यांच्या मागणीप्रमाणे त्यांना शुल्क देऊ करणे. या परवानग्या तुम्ही स्वतः मिळविण्याबाबत तुम्हाला जर थोडी धाकधुक असेल, तर संपादक तुम्हाला परवानगी मिळविण्याच्या पत्राचा नमुना आणि परवानगी कशी मिळवायची याबाबत तपशीलवार मार्गदर्शन नक्कीच देईल. परंतु परवानगी मिळवायला लागेल असा मजकूर/साहित्य तमच्या लेखनात कमीत कमी असलेले चांगले. अगदी क्वचित प्रसंग सोडले तर (जसे तुमच्या आवडत्या गाण्याचे शब्द वापरणे) 'फेअर डीलिंग' अंतर्गत जो आंतरराष्ट्रीय करार आहे त्या अंतर्गत मजकूर पुनर्मुद्रित करण्यासाठी तुम्हाला परवानगी घ्यावी लागत नाही; यामध्ये विद्वत्तापूर्ण/बौद्धिक लेखन करताना लेखकाला जास्तीत जास्त ४०० सलग शब्द दुसऱ्याच्या लेखनातले वापरता येतात. त्यांचा

स्पष्टपणे संदर्भ दिला पाहिजे. ते शब्द तुमच्या पुस्तकाच्या युक्तिवादासाठी महत्त्वपूर्ण असायला हवेत. इलस्ट्रेटिव्हसाठीच्या (फोटो, चित्र, आलेख, आकडेवारी, तक्ते इ.) परवानग्या मिळविणे हे पेचात टाकणारे काम आहे. दुसऱ्या लेखनातील आकडेवारी, आलेख आणि तक्ते थोडा फेरफार करून वापरणे याला पूर्णपणे मान्यता असते; पण तुम्ही अशी टीप/मथळा दिला पाहिजे की 'हा आलेख/आकडेवारी/ तक्ता ब्राऊन अँड थॉम्पसन १९८८' यामधून/या आधारे घेतला आहे. पण या गोष्टी वापरल्यावर येणारे फलित हे खूपच वेगळे असायला हवे. ज्यायोगे तुम्ही हे धोरण वापरू शकणार आहात. तसेच तुम्ही हेही तपासून पाहायला हवे की तुम्ही जे काही आणि जसे काही वापरले आहे, त्याबाबत तुमच्या प्रकाशकाचा काही आक्षेप नाही. छायाचित्रे आणि कलांचा वापर असलेले काम याबाबतच्या परवानग्या अधिक पेचात टाकणाऱ्या असतात. आणि तुम्ही काळजीपूर्वक हा विचार केला पाहिजे की या गोष्टी तुमच्या लेखनात वापरणे खरोखरच जरूरीचे आहे का? जर तुमचा विषय इतिहास किंवा सांस्कृतिक अभ्यास किंवा मानव वंशशास्त्र असा असेल, तर अशा प्रतिमांचा वापर टाळणे अवघड, किंबहुना अशक्य आहे. अशावेळेस या गोष्टी लेखनात समाविष्ट करण्यासाठी (कारण त्यासाठी पुनर्निर्मिती खर्च आणि संमति शुल्क हा खर्च येईल) थोडा निधी उभारता येईल का किंवा यासाठी प्रायोजक पैसे देतील का याची शक्यता आजमावून बघावी लागेल. किंवा प्रकाशक जास्तीत जास्त २०० ते ३०० पाउंड्स इतकी रक्कम त्यांना देऊ शकतो का ते विचारायला पाहिजे. अजून एक पर्याय होऊ शकतो तो म्हणजे प्रकाशक त्यातील काही रकमेपर्यंतचा भाग देऊ शकतो का ते विचारणे पण तो खर्च तुमच्या स्वामित्व शुल्कातून नंतर वजा करणे. म्हणजे खरे तर प्रत्यक्षात तुम्हीच हा खर्च करताय पण त्यासाठी रक्कम उभी करण्याचा ताण तुमच्यावर नाहीये.

जर्नलमध्ये प्रकाशित झालेल्या एखाद्या लेखावर तुम्ही पुन्हा काम करून ते तुमच्या पुस्तकात समाविष्ट करण्याचा जर तुमचा बेत असेल, तर परवानगी घेण्याबाबत तुम्ही विचार करणे गरजेचे आहे. हे तुम्ही तुमच्या प्रकाशकाच्या नजरेस आणून दिले पाहिजे आणि त्याबाबत जर्नलच्या प्रकाशकाची परवानगी मिळविणे ही तुमची जबाबदारी आहे. तसेच नेमक्या कोणत्या शब्दात ऋणनिर्देश करायचा ते शब्दही जर्नलच्या प्रकाशकाकडून मिळविले पाहिजेत.

स्वामित्व हक्क (कॉपीराईट)

स्वामित्व हक्काबाबतचा हा एक त्रस्त करणारा आणि किचकट मुद्दा आहे, आणि इतकी अनेक वर्षे प्रकाशनांमध्ये घालवूनसुद्धा मला तो पूर्ण समजला आहे असं मी म्हणणार नाही. भावी पुस्तकाचे स्वामित्व कोणाच्या मालकीचे असणार आहेत हे करारामध्ये स्पष्ट म्हटलेले असते, तरी प्रत्यक्षात अंमलात आणताना याबाबत पूर्वी बरीच लवचिकता असायची. यामुळे जरी लेखकाच्या मजकुरावर स्वामित्व हक्क मिळविले असतील तरी लेखक त्याच्या मजकुरातील काही भागाचा विविध संदर्भात पुनर्वापर करू शकत असे. जर्नलमधील लेखांमध्ये इतर पुस्तकांमध्ये, वेबसाइट्सवर इ. फक्त लेखकांनी या गोष्टीची आपल्या प्रकाशकांशी आधी चर्चा केलेली असायला हवी आणि योग्य असा ऋणनिर्देश

करायला हवा की हे काम पहिल्यांदा कोठे प्रकाशित झाले होते. माझा असा अंदाज आहे, की ही लवचिकता आता हळूहळू संपुष्टात येत चालली आहे, जी मला वाटते अत्यंत शरमेची गोष्ट आहे आणि याचा फायदा कोणालाच होत नाही. बरेचसे प्रकाशक आता त्यांच्या स्वामित्व हक्काच्या निर्बंधांच्या व्यवस्थापनाबाबत इतके काटेकोर आणि ताठर होऊ लागले आहेत की मजकूर कोणत्या स्वरूपात प्रकाशित होत आहे यापेक्षा आशयाची मालकी कोणाची ही गोष्ट महत्त्वाची ठरते आहे. याउलट, याचाच परिणाम म्हणून बरेचसे लेखक अगदी संपादित पुस्तकांच्या बाबतीत लेखक म्हणून थोडे योगदान देतानासुद्धा कोणते शब्द सहमती देण्यासाठी वापरायचे याबाबत अधिक काटेकोर होऊ लागले आहेत आणि स्वामित्व हक्क दुसऱ्याला द्यायचे नाकारू लागले आहेत. तसेच त्यांच्या कामाचे फक्त एकदाच प्रकाशन करून जेवढ्या शक्य असतील तेवढ्या बाबी करारानिविष्ट करायला मान्यता देत आहेत.

तुमच्या स्वत:च्या करारनाम्याबाबत दोन पर्याय आहेत. त्यामध्ये स्वामित्व हक्क प्रकाशकाकडे परिणामकारकतेने सुपूर्त करण्याबाबत कलम असेल किंवा त्यामध्ये प्रकाशन करण्याच्या एकमेव हक्काबद्दल कलम असेल ज्याद्वारे प्रकाशकाला तुमचे काम प्रकाशित करण्याचा परवाना असेल पण लेखक म्हणून स्वामित्व हक्क तुमच्याकडे राहतील. ही कलमे बहुतेकदा एखाद्या विशिष्ट प्रकाशन कंपनीच्या करारनाम्यांमधील प्रमाणित अटी आणि शर्तींचा भाग असतात. ज्या बाबतीत मुक्तपणे वाटाघाटी बहुतांशपणे होत नाहीत. तरीही जर तुम्हाला याबाबतीत अगदी खूपच वाटले, आणि प्रकाशन होण्याबाबतीत तुम्ही खूपच उत्सुक असाल, तर तुम्हीही वास्तववादी आणि व्यवहार्य राहून लवचिकता ठेवायला हवी.

सूची

करारामधील एक घटक, जो प्रकाशकागणिक अगदी बऱ्यापैकी वेगवेगळा दिसतो, तो म्हणजे इंडेक्स बाबतची तरतूद. सर्व उत्तम व कार्यकुशल प्रकाशक या गोष्टीचा आग्रह धरतील की तुमच्या पुस्तकामध्ये (निर्देशांक) इंडेक्स अंतर्भूत असावा पण त्यापैकी बऱ्याच प्रकाशकांची एक दोन उल्लेखनीय प्रकाशकांचा अपवाद वगळता त्यासाठी पैसे खर्च करायची इच्छा नसते. मला अशी शंका आहे की हे अनेक घटकांमुळे होते. पारंपरिकदृष्ट्या बऱ्याच अध्यापकांना असे वाटत असे की एक चांगला इंडेक्स बनविणे हा त्यांच्या संपूर्ण लेखन कामातील एक अविभाज्य घटक आहे आणि तो स्वत: तयार करण्यावर त्यांचा भर असे. यामागे असलेल्या कारणातील काही भाग म्हणजे हे काम त्या काळात दुसऱ्या कोणी चांगले करेल यावर त्यांचा विश्वास नव्हता – फार जुना काळ नाही हा पण आता त्या काळाची कल्पना करणेही अशक्य ठरेल – जेव्हा लोकांपाशी सर्च इंजिन्स नव्हती आणि कागद स्वरूपातील कॅटलॉग्ज (तालिका) आणि इंडेक्सेस वरच आवश्यक ते संदर्भ शोधण्यासाठी त्यांचा भर असायचा.

पुस्तकाच्या उर्वरित निर्मितीप्रक्रियेपेक्षा इंडेक्सिंग करण्याचे काम व्यावसायिक इंडेक्सर्सकडे सोपविणे हे आता गेल्या १५ वर्षात खूप खर्चिक झाले आहे. वाढविलेल्या कार्यक्षमतेमुळे आणि टाईपसेटिंग

आणि छपाई ही कामे भारतासारख्या देशांकडे आउटसोर्स केल्यामुळे (करायला दिल्यामुळे) बऱ्याच प्रकाशकांनी या काळात निर्मिती खर्चात नाट्यमयरित्या कपात केली आहे. त्यामुळे सध्या इंडेक्सिंगसाठी लागणारा ४०० ते ८०० पौंडाचा खर्च हे खूप मोठे जास्तीचे ओझे बनून जाते. त्यामुळे भावी संभवनीय धोका पत्करण्यापेक्षा हा एकूणच प्रकाशन उद्योग नको असे प्रकाशकांना होऊन जाते. त्यामुळे ही गोष्ट जवळजवळ संभवनीय आहे की तुम्ही तुमच्या वतीने इंडेक्सिंग बनविण्यासाठी आणि त्याचे शुल्क भरण्यासाठी प्रकाशकाचे मन वळवू शकाल. त्याऐवजी तुम्हालाच निवडीला वाव देऊ केला जाईल की तुम्ही स्वत: इंडेक्सिंग करा किंवा तुमच्या वतीने इंडेक्सिंग करण्यासाठी संपादकाची नेमणूक करा आणि स्वामित्व शुल्कातून त्यासाठी येणारा खर्च वळता करा (वजा करा) कधीकधी तुम्हाला ही संधी पण दिली जाणार नाही आणि प्रकाशक त्याचे एक नेहमीचे कलम करारात घालेल की इंडेक्सिंगचे काम ते करतील आणि त्याचे पैसे तुम्ही भराल. तुम्हालाही हेच हवे आहे याबाबत तुमची खात्री नसेल, तर मी तुम्हाला असा सल्ला देईन की दोन्हीही पर्याय करारामध्ये अंतर्भूत करून घेण्याचा प्रयत्न करा. असे कलम करारात अंतर्भूत करणे अवघड नाही की तुम्ही इंडेक्सिंग करवून घ्याल किंवा प्रकाशक ते करवून देईल आणि त्याचा खर्च स्वामित्व शुल्कातून तो वळता करून घेईल. यामुळे प्रकाशकाला प्रत्यक्षात कोणताच खर्च नाही आणि पहिल्या मुद्रित शोधनाच्या टप्प्यापर्यंत ते (इंडेक्सिंग) करता येणार नसल्यामुळे तुमच्याकडे वेळ असेल आणि त्यामुळे तुमच्या स्वामित्व शुल्कात मोठ्या प्रमाणात तुम्ही संभवत: बचत करू शकाल. इंडेक्सिंगसाठी या विविध सॉफ्टवेअर प्रोग्रॅम्समुळे आणि मार्गदर्शिकांमुळे तुम्हाला असे लक्षात येईल की सुरुवातीला वाटले होते तेवढे इंडेक्सिंगचे काम दडपण आणणारे नाही. विशेषत: तुम्ही लेखन करतानाच आणि/किंवा प्रबंध सुधारतानाच 'की वर्डस् (कळीचे शब्द) फ्रेजेस (शब्दसमूह/वाक्प्रचार) आणि नावे (नेम्स) लिहिताना इंडेक्सचा विचार डोक्यात ठेवला तर दडपण अजिबातच येणार नाही. जर तुमची खरेच खात्री असेल की तुमचा तुम्ही इंडेक्स बनविण्यासाठी लागणारा वेळ, धीर आणि कौशल्य तुमच्याकडे नाही तर तुम्ही इंडेक्स करवून घेण्याच्या संधीचा फायदा तुमच्यासाठी करून घेऊ शकता परंतु याचीही तयारी ठेवा की तुम्हाला ते इंडेक्सिंगचे दुसऱ्याने केलेले काम तपासून घ्यावे लागेल आणि हे सर्व आपणच केले असते तर बरे झाले असते असे म्हणण्याचीही वेळ तुमच्यावर येऊ शकते.

लेखन सुपूर्त करण्याची तारीख (डिलिव्हरी डेट)

करारामधील डिलिव्हरी डेट बघून आश्चर्यचकित होण्याची वेळ यायला नको. ही तारीख हा तुमच्या संपादकाबरोबरील तपशीलवार चर्चेचा आणि सल्लामसलतीचा निष्कर्ष असायला हवा. त्यासाठी तुम्ही त्यांना केव्हा काम सुपूर्त केलेले हवे आहे आणि तुम्ही ते खरोखर केव्हा देऊ शकणार आहात या दोन्ही गोष्टी विचारात घ्यायला हव्यात. उशीरा काम दिल्याबद्दल – जर असेल तर – काय दंड भरावा लागेल हे तुम्हाला स्पष्ट असल्याची तुम्ही खात्री करून घेतली पाहिजे. आणि जर तुमचा पहिला प्रस्ताव

दिल्यापासून कराराची ऑफर मिळण्याच्या काळात तुमच्या (परि)स्थितीत बदल झाला असेल तर त्याची संपादकाला कल्पना द्या आणि पुढील तारखेबाबत वाटाघाटी करा. करारामध्ये अव्यवहार्य तारीख पडणे हे संपादकालाही हितकारक नसते. कारण या आधी ठरविलेल्या काम पूर्ण करून सुपूर्त करण्याच्या तारखा पुस्तकाच्या अर्थसंकल्पासाठी (बजेटसाठी) पायाभूत धरल्या जातात आणि त्या तारखांनुसारच पुस्तक निर्मितीचे वेळापत्रक मांडले जाते जे शक्य तेवढे निर्दोष व अचूक असावे लागते. जर तुम्हाला देऊ केलेल्या करारामधील एक अट अशी आहे की तुमचे पुस्तक प्रकाशित करण्यासाठी संमत करण्यापूर्वी त्याचे संपूर्ण मॅन्युस्क्रिप्ट पूर्णपणे तपासले जाईल, तर तुम्ही पण हे स्पष्ट करून घ्यायला हवे की तुमच्या करारनाम्यामधील डिलिव्हरी डेट ही फायनल मॅन्युस्क्रिप्ट परीक्षणासाठी तयार असण्यापासून धरली जाते, की मॅन्युस्क्रिप्टचा कच्चा मसुदा परीक्षणासाठी तयार असण्यापासून धरली आहे. यापैकी कोणती तारीख नेमकी आहे (की दोन्ही तारखा धरल्या आहेत) हे कळल्यावर तुम्ही ती निर्धारित कालमर्यादेची शेवटची तारीख समजून (डेडलाइन) शक्य तेवढे त्याबरहुकूम काम करून द्यायला हवे, कारण जर तुम्ही ही तारीख खूप लांबवलीत, काम पूर्ण करून द्यायला उशीर केलात, तर तुमचे पुस्तक बाजारपेठेत मार खाण्याचा आणि संभाव्य विक्री गमावण्याचा धोका तर आहेच, पण वर आणखी तुमचा करार रद्दबातल होण्याचा आणि तुमचे तोपर्यंतचे सारे परिश्रम वाया जाण्याचाही धोका आहे.

सर्वसाधारण अस्वीकृति (जनरल डिस्क्लेमर)

एक शेवटचा मुद्दा. वर दिलेल्या सर्व बाबी म्हणजे पुस्तकासाठी करार करण्यासंबंधी परिपूर्ण मार्गदर्शन नव्हे. करार करताना तुमच्यावर ज्या गोष्टींचा परिणाम होणार आहे आणि ज्या बाबींसंदर्भात तुम्हाला वाटाघाटी कराव्याशा वाटणार आहेत, त्या काही महत्त्वाच्या मुद्यांचा केवळ परामर्श घेतला आहे. करारनाम्यांमध्ये प्रचंड विविधता असते आणि जितके जास्त लेखक गुंतलेले, तेवढा तो प्रकल्प अधिक किचकट तेवढाच तो करारनामाही गुंतागुंतीचा. तुम्हाला देऊ केलेल्या ऑफरमध्ये किंवा तुम्हाला पाठविलेल्या करारनाम्यामध्ये तुम्हाला समजत नसलेली किंवा ज्याबद्दल तुम्ही नाखूष आहात अशी एखादी गोष्ट असेल तर सोप्या शब्दात/परिभाषेत ती समजावून सांगण्याबद्दल प्रकाशकाला विचारायला अनमान करू नका किंवा जास्त अनुभवी असलेल्या सहकाऱ्याशी बोला. पुस्तकांच्या करारनाम्याबाबत लक्षात ठेवण्याजोगी महत्त्वाची गोष्ट म्हणजे करारनाम्याचा नमुना बनविणारे सर्वसाधारणपणे स्वतः काय देत नसतात आणि त्यामुळेच ते चुका करू शकतात किंवा दुसऱ्या कोणीतरी मान्य केलेल्या गोष्टी करारात सुधारून घ्यायला विसरतात. म्हणूनच इतर सगळ्या गोष्टींबाबत असते तसे, जर शंका असेल, तर विचारा.

सारांश :

- **करार ऑफर झाल्याबद्दल स्वतःचे अभिनंदन करा.**
- **कराराचा कच्चा मसुदा पाहायला मागा आणि तो मान्य करण्यापूर्वी पूर्णपणे नीट वाचून घ्या.**

- तुमच्या क्षेत्रात सुधारित प्रबंधाच्या प्रकाशनासाठी कोणत्या अटी–तरतुदी वापरल्या जातात त्याचा अंदाज घेण्यासाठी मित्रांशी आणि वरिष्ठ सहकाऱ्यांशी बोला.
- तुमच्या वाटाघाटींदरम्यान वास्तववादी राहा. तुमच्या पहिल्या पुस्तकासाठी तुम्हाला ना ५,००० पाउंड्स आगाऊ रक्कम मिळणार आहे. ना १५% स्वामित्व शुल्क आणि तसे मागितलेत तर तुमची कोणी दखलही घेणार नाहीये.
- करारातील तरतुदी आणि अटींबाबत वाटाघाटींचा प्रयत्न करण्यापूर्वी काळजीपूर्वक विचार करायला विसरू नका आणि या विशिष्ट प्रकाशकाकडे तुम्हाला खरंच प्रकाशन करायचे आहे का याचा आधीच नीट स्पष्टपणे विचार करा. जर उत्तर 'होय' असेल तर वाटाघाटींमध्ये माघार घेण्यास तयार व्हा.
- जो मिळावा अशी खूप इच्छा असलेला करार दीर्घ प्रतीक्षेनंतर एकदाचा मिळाला म्हणजे काही अटींसंदर्भात वाटाघाटी करण्याचा प्रयत्न तुम्ही करू शकत नाही असे नाही.
- तुम्हाला मिळालेल्या ऑफरमधील एखाद्या बाबी/अटी संदर्भात किंवा करारासंदर्भात तुम्ही नाखूष असाल किंवा तुम्हाला काही समजले नसेल, तर प्रकाशकाला त्याबाबत विचारायला कचरू नका.
- ज्याची पूर्तता करण्याबद्दल तुम्हाला खात्री नसेल अशा कोणत्याही गोष्टीवर सही करू नका.
- तुमचे लेखन प्रकाशित होण्याची संधी एक टक्क्यासाठी गमावू नका. (नको इतकी घासाघीस करू नका.)

८

तुमचे आणि तुमच्या पुस्तकाचे विपणन करताना

तुमचे स्वत:चे आणि तुमच्या पुस्तकाचे विपणन (मार्केटिंग) करताना कॉंट्रॅक्ट (करार) मिळाला आणि तुमचे मॅन्युस्क्रिप्ट (अंतिम लेखन प्रत) तुम्ही प्रकाशकाला वेळेत नेऊन दिलेत की सारी अवघड कामे संपली असे नाही. तुम्हाला तुमच्या पुस्तकासाठी (शैक्षणिक)जग तयार करावे लागते. हे शेवटचे प्रकरण अशा काही गोष्टींवर लक्ष केंद्रित करते ज्या तुम्ही तुमच्या पुस्तकाचे यश द्विगुणित करण्यासाठी करू शकता. जसे, तुमच्या प्रकाशकाच्या विपणन विभागाशी चांगले कामाचे नातेसंबंध प्रस्थापित करण्याच्या दिशेने वाटचाल करणे; परिषदांमधील सादरीकरणे, कार्यशाळा, चर्चासत्रे याद्वारे पुस्तकांचा खप वाढविण्याच्या संधीचा शोध घेणे आणि तुमच्या मित्रमंडळींना आणि सहकाऱ्यांना पुस्तकाबद्दल माहिती होईल असे बघणे.

खूप महिन्यांच्या कठोर परिश्रमानंतर सरतेशेवटी तुम्ही कॉंट्रॅक्ट मिळविले. तुमची पीएचडी आता प्रकाशित होणार, आणि तुम्हाला जरी परीक्षकांच्या अभिप्रायानुसार काही सुधारणा नि:संशय कराव्या लागणार असतील तरी नेटाने करण्याजोगे मुख्य काम संपले आहे. ही एक चांगली गोष्ट आहे, आणि त्यामुळे एक चांगले कृत्य केल्याचा, काहीतरी संपादन केल्याचा भाव तुमच्यामध्ये जागृत झाला आहे; कारण एका अवघड आणि असंभवनीय प्रक्रियेतून तुम्ही पार झालेले आहेत. पण वाईट गोष्ट अशी आहे की तुम्हाला आता निवांत बसणे अजूनतरी परवडणारे नाही.

तुमचे पहिले पुस्तक प्रकाशित होणार ही खूप मोठी गोष्ट तुम्ही साध्य केली आहे. पण जर तुम्ही शैक्षणिक क्षेत्रात कारकीर्द (करियर) करण्याचे योजत असाल (हा सगळा व्याप करण्यामागे नक्की हेच एकमेव कारण असणार) आणि भविष्यकाळात अधिक पुस्तके प्रकाशित होण्याची संधी मिळावी असे तुम्हाला वाटत असेल तर पुस्तक यशस्वी होण्यासाठी तुमच्या अखत्यारीत असलेल्या शक्य तेवढ्या सर्व गोष्टी तुम्ही करायला हव्या. यशस्वी होणे म्हणजे पुस्तकांची विक्री होणे. जर तुमचे पुस्तक विकले गेले, तर तुमच्या विद्याशाखेअंतर्गत पुस्तकाला चांगली प्रसिद्धी मिळत जायला त्याचा उपयोग होईल, आणि त्यामुळे प्रकाशनातील मजबूत विक्रम नोंदविण्यासाठी पाया घातला जाईल. अर्थात यासाठी वास्तववादी

असण्याची गरज आहे. तुमचे पुस्तक खात्रीशीररित्या 'अत्यंत लोकप्रिय पुस्तक' (बेस्टसेलर) बनेल यासाठी तुम्ही तसे काहीच करू शकत नाही – तसे असते तर सगळे प्रकाशक करोडपती झाले असते, आणि मी आत्ता दुसरंच वेगळं पुस्तक लिहित असते. (*हाऊ टु पब्लिश अ बेस्टसेलर* – अत्यंत लोकप्रिय पुस्तक कसे प्रकाशित करावे) तरीही तुमच्या संभाव्य वाचकांना तुमच्याबद्दल, तुमच्या कामाबद्दल आणि तुमच्या पुस्तकाबद्दल माहिती व्हावी यासाठी तुम्ही काही साध्या–सोप्या गोष्टी करू शकता आणि अर्थातच, जितक्या जास्त लोकांना माहिती होईल, तितकी संभाव्य विक्रीही होईल. (अस्तित्वात आहे अशी माहितीच नसलेले पुस्तक आजवर कोणीही खरेदी केलेले नाही) हा अगदी उघड असलेला मुद्दा आहे, पण तरीही खरा आहे ना! विपणन, लक्ष्यवेधी परिणामकारक विपणन हे तुमच्या पुस्तकांच्या यशासाठी गरजेचे आहे आणि त्याच्याशिवाय तुमचे पुस्तक जगात उभे राहण्याची शक्यताच नाही. प्रकाशकसुद्धा ही गोष्ट मान्य करतील की नको इतकी पुस्तके प्रकाशित होत असतात आणि वर्षानुवर्षे ही संख्या वाढतेच आहे.

विपणन विभागाकडून कोणत्या अपेक्षा कराव्यात?

तुमचे पुस्तक पुढे आणण्यासाठी त्याचा खप वाढविण्यासाठी प्रकाशकाने काय करावे याबाबत तुम्ही कमीत कमी कोणत्या अपेक्षा बाळगणे संयुक्तिक होईल यावर विचार करण्यापासून आपण सुरुवात करू या.

सर्व शैक्षणिक प्रकाशकांकडे आपल्या कामाला वाहून घेतलेला विपणन विभाग असतो. प्रकाशकागणिक या विभागांच्या आकारमानात आणि त्यांचे काम कोणत्या पद्धतीने संघटित केले जाते यामध्ये खूपच फरक असतो. हा विभाग विषयानुरूप वेगवेगळ्या गटांमध्ये विभागला गेलेला असतो आणि त्या त्या विशिष्ट प्रकाशकाच्या प्रकाशनांच्या प्रकारांप्रमाणे आणि संख्येप्रमाणे या गटांचे/विभागांचे उपविभागही पाडले जाऊ शकतात. त्यामुळे तुम्ही तुमच्या पुस्तकाच्या कामासाठी अशा विपणन व्यक्तीबरोबर काम करताय असं तुमच्या लक्षात येईल की जी व्यक्ती मानवविद्यांमधील सर्व विषयांच्या शैक्षणिक आणि बौद्धिक कामांना प्रोत्साहन देण्यात व प्रसार करण्यात विशेषज्ञ आहे. जी व्यक्ती मोनोग्राफ्स (संशोधन पुस्तिका) संदर्भ साहित्य, पदवीस्तरावरील क्रमिक (पाठ्य) पुस्तके आणि राज्यशास्त्र किंवा भूगोल, यासारख्या एखाद्या विशिष्ट क्षेत्रातील सर्वसाधारण पुस्तके यांचे विपणन करीत आली आहे अशा व्यक्तीबरोबर तुम्ही काम करताय असेही तुम्हाला लक्षात येऊ शकते. तुमच्या प्रकाशकाच्या विपणन विभागाचे संघटन कसेही असो, तुमच्या पुस्तकाच्या प्रसारासाठी वाहून घेतलेली एक व्यक्ती तुम्हाला मिळेल, जी तुमच्या पुस्तकाचा प्रसार करण्यासाठी तुमची प्रमुख संपर्क व्यक्ती असेल. पण दुर्दैवाने तुमचे एकमेव पुस्तक नाही ज्याचे त्यांना विपणन करायचे आहे. जर तुम्हाला त्या व्यक्तीशी चांगले नातेसंबंध ठेवणे महत्त्वाचे वाटत असेल, तर तुम्हाला हे लक्षात ठेवावे लागेल. आर्थिक आणि वेळेच्या निर्बंधांखाली जेवढे चांगले विपणन करता येईल तेवढे करतील. दरवर्षी त्यांना १००

नवीन पुस्तकांवर काम करायचे असते (प्रकाशन करायचे असते आणि त्यापेक्षाही मोठी पुढची यादी तयारच असते हे लक्षात घेतलेत, तर ही बंधने खूपच मोठी आहेत हे तुमच्या लक्षात येईल. त्यामुळे तुमच्या पुस्तकाचा प्रसार अधिक परिणामकारक होण्यासाठी त्यांना मदत म्हणून तुम्ही जे काही कराल ते अमूल्य असेल, पण आपण त्याविषयी अधिक तपशिलात जाऊन क्षणभरातच बोलणार आहोत.

आत्तासाठी हे महत्त्वाचे आहे की तुमच्या पुस्तकासाठी कोणत्या प्रकारचे विपणन करावे लागणार आहे याचे नेमके चित्र तुमच्यासमोर उभे राहायला हवे. प्रकाशकांनुसार सहाजिकच थोडाफार फरक पडतो, पण बऱ्याचशा शैक्षणिक विपणनांची ढोबळमानाने पाच मुख्य उपक्रमांमध्ये विभागणी करता येते.

१. पुस्तकाबद्दलची तपशीलवार आणि अचूक माहिती लिहून, ती कॅटलॉग्ज, वेबसाइट्स आणि प्रसिद्धीच्या इतर साहित्यात यादींमध्ये अंतर्भूत करणे. या माहितीमध्ये पुस्तकाचा आशय, पुस्तकाची पृष्ठसंख्या, आकडेवारी, तक्ते आणि चित्रांकित साहित्य, पुस्तकाची संभाव्य किंमत, प्रकाशनाची तारीख या गोष्टी द्याव्या लागतील.
२. शैक्षणिक जर्नल्स आणि वैयक्तिक संपर्कांची संपादित यादी बनते. हे पुस्तकांचे परीक्षण करतात आणि त्यांना पुस्तक प्रकाशित झाल्यावर पुस्तकांच्या प्रती पाठविल्या जातात. आशा ही असते की यांनी अगदी परीक्षण नाही लिहिले/छापले, तरी योग्य त्या जर्नल्स, वृत्तपत्रे आणि वेबसाइट्सवर नव्या पुस्तकांची माहिती दिल्या जाणाऱ्या पानांमध्ये तुमच्या पुस्तकाची माहिती जागा पटकावेल.
३. माहिती पुरविणाऱ्या विशेषज्ञांकडून (स्पेशालिस्ट डेटा प्रोव्हायडर्स) 'मेलिंग लिस्ट' खरेदी करून किंवा प्रकाशकाच्या स्वतःच्या 'डेटा बेसमधून' माहिती काढून तुमच्या पुस्तकामध्ये स्वारस्य असू शकणाऱ्या संभाव्य वाचकांच्या नावांची यादी बनविली जाते, व अशा लोकांना थेट विपणन (डायरेक्ट मार्केटिंग) किंवा पोस्टाच्या माध्यमातून मोहीम उघडून (पोस्टल कँपेन) लक्ष्य केले जाते. या मेल्सना/पत्रव्यवहाराला जे लोक प्रतिसाद देतील, त्यांना कालमर्यादित विशेष सूटही अनेकदा देऊ केली जाते.
४. *'द टाइम्स हायर एज्युकेशन सप्लिमेंट'* किंवा *'द क्रॉनिकल ऑफ हायर एज्युकेशन'* यासारख्या विद्वत्तेला वाहिलेल्या मोजक्या जर्नल्स व विशेष वृत्तपत्रांमध्ये पुस्तकाची जाहिरात केली जाते.
५. तुमच्या पुस्तकाच्या विषयासंदर्भातील परिषदा आणि प्रदर्शनांमध्ये छापील पत्रके आणि इतर प्रसिद्धी साहित्याद्वारे किंवा प्रत्यक्ष पुस्तकच तेथे प्रदर्शनार्थ मांडून पुस्तकाचा प्रसार केला जातो.

वर नमूद केल्याप्रमाणे ही काही परिपूर्ण यादी नव्हे, परंतु तुम्ही प्रकाशकाकडून प्रसिद्धीसाठीच्या कोणकोणत्या उपक्रमांची अपेक्षा करू शकता, याची झलक यातून मिळेल. तुमच्या हेही लक्षात आले असेल की या यादीत टेलिव्हिजनवरील जाहिरातींचा किंवा राष्ट्रीय प्रसारणांमधील जाहिरात मोहिमांचा समावेश मुद्दामच केलेला नाही. तो यामुळे केलेला नाही, की एकतर या जाहिराती इतक्या महाग असतात की त्यांचा खर्च परवडणारा नसतो आणि दुसरे म्हणजे विशेष अशा शैक्षणिक बाजारपेठेला लक्ष्य करण्याचा हा काही सर्वात परिणामकारक मार्ग नव्हे. उदाहरणच द्यायचे झाले तर, 'न्यूयॉर्क रिव्ह्यू'

ऑफ बुक्स मध्ये तुमच्या पुस्तकाची जाहिरात छापून येण्याची कल्पना नि:संशय अनेक बाबतीत भुरळ घालणारी आहे पण पुस्तकाच्या विपणनासाठीचे संपूर्ण बजेट एकाच जाहिरातीवर उडवून टाकण्यात काही अर्थ नाही. त्यापेक्षा हीच रक्कम अनेकविध कमी खर्चिक, अधिक नेमक्या – प्रसार कामासाठी वापरता येईल ज्याचे फलित तुलनेने अधिक चांगले असेल.

म्हणूनच तुमच्या पुस्तकासाठीची योजना ही वर दिलेल्या पाचही प्रकारच्या विपणन उपक्रमांचा विचार करून केलेली असते. परंतु त्यातील कोणता उपक्रम सर्वात छान वाटतो आहे असा विचार करण्यापेक्षा वेळ आणि खर्च विचारात घेता तुमच्या पुस्तकासाठी सर्वात परिणामकारक उपक्रम कोणता असू शकेल, हा विचार केला जातो. आपण पुढे खाली चर्चा करणार आहोत त्याप्रमाणे लेखकांसाठीच्या प्रश्नावलीत जी माहिती तुम्ही भरून दिलेली असते मुख्यत: त्या माहितीवर आधारितच तुमच्या पुस्तकाची विपणन योजना बनविलेली असते. तसेच प्रकाशकाच्या विपणन विभागाने तुमच्या विषयक्षेत्रातील पुस्तकांसाठीच्या विपणनासाठी जो सर्वसाधारणपणे प्रसारार्थ माहितीचा नमुना बनविलेला असतो त्यावरही ही योजना अवलंबून असते. तुमचे पुस्तक ज्यामध्ये अंतर्भूत होते अशा कॅटलॉगची यादी, ज्यांना पुस्तकाच्या परीक्षणांच्या प्रती पाठविल्या जातात ती जर्नल्स, अशा जाहिराती (फक्त तुमच्या पुस्तकासाठीच्या किंवा एकत्रित)ज्यामध्ये तुमच्या पुस्तकाचा अंतर्भाव असेल, अशा परिषदा ज्यामध्ये तुमचे पुस्तक प्रदर्शनार्थ ठेवता येईल, योजनाबद्ध मेलिंग इ. चा यात समावेश होतो. यामध्ये इतर माहितीचाही अंतर्भाव होऊ शकतो पण पुस्तकानुसार आणि प्रकाशकानुसार ती माहिती बदलत असते. तुमच्या अभिप्रायासाठी आणि 'इनपुट्स'साठी तुमच्या पुस्तकाची विपणन योजना तुमच्या पुस्तकाच्या प्रकाशनाच्या कमीत कमी एक महिना आधी तुमच्याकडे पोहोचायला हवी. जर तसे झाले नाही, तर शक्य तितक्या चांगल्या पद्धतीने तुम्ही याचा पाठपुरावा करावा. कारण दरवर्षी प्रसार केल्या जाणाऱ्या नवीन पुस्तकांच्या याद्यांमध्ये तुमचे पुस्तक किमान अंतर्भूत करता येणे विपणन योजनेला सहज शक्य असते. ज्यांच्या विपणन उलाढाली युएस आणि युरोप येथेही असतात अशा मोठ्या प्रकाशन संस्थांमध्ये दोन वेगवेगळ्या विपणन योजनाही संभवतात. तुम्ही त्या दोन्हीही बघायला मागाव्यात आणि तुमच्या पुस्तकासाठी जबाबदार असणाऱ्या दोन्ही विपणनाच्या लोकांशी संपर्क साधावा.

विपणन विभागाला त्यांच्या कामात तुम्ही कोणती मदत करू शकता

तुमच्या पुस्तकासाठी प्राथमिक स्वरूपाचे विपणन काय असावे याबाबतच्या तुमच्या अपेक्षांबाबत चर्चा केल्यानंतर आपण क्षणभर हाही विचार करू की विपणन विभागाला त्यांचे काम शक्य तितके परिणामकारकरित्या करता यावे, यासाठी तुम्ही कोणती मदत करू शकता? लेखकांकडून मोठ्या प्रमाणात वारंवार ऐकू येणारी तक्रार ही त्यांच्या पुस्तकांच्या विपणनाबाबत असते. मी जरी विपणन क्षेत्रात/विभागात कधीही काम केलेले नसले तरी या अत्यंत महत्त्वाच्या पण कधीही कौतुकाचे धनी

न होणाऱ्या क्षेत्रात काम करणाऱ्यांबद्दल मला खूपच सहानुभूती वाटते. जर एखादे पुस्तक बाजारपेठेत वाईटरीतीने आपटले, तर न चुकता दोष दिला जातो तो वाईट दर्जाच्या किंवा अभाव असलेल्या विपणन गुणवत्तेला. जर पुस्तकाला यश मिळाले, विपणन मोहिमेच्या उत्कृष्टतेचा हा गुणविशेष न समजता काही लेखक आपल्या स्वत:च्या ओजस्वी बुद्धीची चमक व यामुळे असे यश मिळाले असे म्हणतात. तरीही एखाद्या सर्वसामान्य शैक्षणिक मोनोग्राफचा – प्रसार करायला अनेक विपणन उपक्रम करावे लागतात ते विचारात घेता, त्यासाठी ज्या विशेष ज्ञानाची गरज लागते ते बघता, तसेच एकाच वेळेला किती मोठ्या संख्येने प्रकाशित होणाऱ्या अनेक पुस्तकांचे विपणन करायला लागते ते पाहता, सर्व कामे वेळेच्या काटेकोर बंधनात राहून करावी लागतात हे लक्षात घेतले तर ही गोष्ट नोंद घेण्यासारखी आहे की ज्या पुस्तकांची त्यांच्या आयुष्यभरात एरवी फक्त ५०० प्रतींची विक्री झाली असती, ती पुस्तके एवढे लक्ष वेधून घेतात.

जर तुमच्या पुस्तकाचा विचार केला, तर हा युक्तिवाद फारसा परिणाम करणार नाही हे मान्य. तुमच्या पुस्तकाचा – प्रसार शक्य तेवढ्या प्रत्येक मार्गाने व्हावा असे तुम्हाला वाटत असणार आणि तुम्ही त्याचे विपणन जेवढे कराल किंवा न कराल त्याप्रमाणे त्याची विक्रीक्षमता मर्यादित असेल. शैक्षणिक विपणन ही अधिक वेळ लागणारी आणि आर्थिक बंधने असलेली गोष्ट आहे ही वस्तुस्थिती गृहीत धरली, तरी विपणन विभागाबाबत तक्रारी न करता त्याऐवजी त्यांना त्यांचे काम करण्यात शक्य तेवढी मदत करणे यातच खरे शहाणपण आहे आणि तुम्हाला आश्चर्य वाटेल इतक्या अनेक गोष्टी तुम्ही करू शकता, पण पुन्हा एकदा नमूद करते की तुमच्या विपणन व्यक्तीशी बोलताना तुम्हाला दरवेळेस काही चातुर्य आणि तारतम्य बाळगावे लागेल. तुम्ही त्यांना उत्साहात मदत करायला जाल, पण त्यांना असं नको वाटायला की तुम्ही त्यांना असं सांगायचा प्रयत्न करताय की त्यांनी कसं काम करावं किंवा त्यांचे काम नीटपणे करण्यात ते अकार्यक्षम आहेत. तुम्ही अवास्तव मागण्या करताय असं त्यांना वाटावं हे ही तुम्हाला नको आहे. सर्वच प्रकाशन व्यावसायिक खूपच संवेदनशील प्राणी असतात असे नव्हे पण कोणालाही दुय्यम लेखणारी वागणूक आवडत नाही आणि सर्वांत उपयुक्त नातेसंबंध हे सहयोग आणि परस्पर आदरावर आधारलेले असतात.

लेखक प्रश्नावली

तुमच्या पुस्तकाच्या परिणामकारक विपणनामध्ये पहिले आणि सर्वात मोठे योगदान तुम्ही देऊ शकता ते म्हणजे कित्येक तास फॉर्मवर विचार करण्यात आणि तो फॉर्म भरण्यात घालविणे. हा फॉर्म जरी पुस्तक पूर्ण करून प्रकाशकाकडे सुपूर्त करेपर्यंत पूर्णत्वाने भरता येणे शक्य होत नाही, तरी तो कराराबरोबर तुमच्याकडे पाठविला जातो. प्रकाशकानुसार या फॉर्मचे नाव थोडेफार वेगळे असते, पण 'ऑथर क्वेश्चनेअर (लेखकासाठी प्रश्नावली)', 'ऑथर इनफर्मेशन शीट', 'ऑथर पब्लिसिटी फॉर्म' किंवा 'मार्केटिंग क्वेश्चनेअर' अशासारखे नाव थोड्याफार फरकाने असते. वापरलेली नेमकी संज्ञा काहीही

असू दे, तुमच्या पुस्तकासाठीची विपणन योजना बनविण्यामध्ये या दस्तऐवजाचे महत्त्व फार मोलाचे असते. विपणन योजना याच पायावर आधारित असते. त्यामुळे हा फॉर्म भरण्यामध्ये घालविलेला वेळ आणि ओतलेले परिश्रम पुढे जाऊन खूपच मोबदला देतात. पूर्वी ध्वनित केल्याप्रमाणे तुमच्या पुस्तकाच्या विपणनाचे काम करणारा माणूस हा विपणन व्यावसायिक असतो. अशी माणसे तुमच्या विषयात तज्ञ नसतात. त्यामुळे तुम्ही त्यांना तुमच्या पुस्तकाविषयी जी काही माहिती पुरवाल ती त्यांना पुस्तकाचा आशय अधिक स्पष्टतेने समजून घेण्यासाठी उपयोगी पडेल; आणि पुस्तकाच्या मुख्य वाचकांना आणि विपणनाला अविश्वसनीयरित्या बहुमोलाचे ठरेल. खूपच शास्त्रीय आणि तांत्रिक बाबी असलेल्या पुस्तकांबाबतीत हे विशेषत: खरे आहे.

लेखक प्रश्नावलीतील अत्यंत आवश्यक असलेला, ज्यावर लिहावेच लागते, असा भाग म्हणजे ज्यामध्ये तुम्हाला थोडक्यात म्हणजे उदाहरणार्थ ३०० शब्दात – पुस्तकाचा गोषवारा/सारांश लिहून द्यावा लागतो. तो हा भाग पुस्तकाच्या मलपृष्ठासाठी किंवा प्रसिद्धीसाठी साहित्यामध्ये वापरला जातो. हा सारांश तुम्हाला कधीकधी दोन स्वरूपात लिहून द्यायला सांगितला जातो. एक तांत्रिक स्वरूपात वर्णन करणारा आणि दुसरा तुमच्या विषयात तज्ञ नसलेल्या वाचकांसाठी असलेला. बरेच लेखक या विनंतीकडे दुर्लक्ष करतात. ते असे गृहीत धरतात की हे काम त्यांच्यासाठी दुसरे कोणीतरी करेल पण माझ्या अनुभवावरून सांगते ही एक गंभीर चूक आहे. लेखकापेक्षा पुस्तकाला जास्त चांगले कोण ओळखते? संपादकाने कधीतरी थोडे वाचले असेल, विपणन करणाऱ्या माणसाने प्रस्तावनेतील काही पाने सोडली तर जास्त काही वाचले असण्याची शक्यता कमीच; तेही अर्थात विपणन करायला सुरुवात करण्यापूर्वी जर त्यांनी मॅन्युस्क्रिप्ट पाहिले असेल तरच. ते जास्त करून संपादकाचा मूळ प्रकाशन प्रस्ताव किंवा पुस्तकावरची सुरुवातीची परीक्षणे यासारख्या दुय्यम साहित्यावर अवलंबून असतात. त्यामुळेच लेखकासाठीच्या प्रश्नावलीमध्ये माहिती लिहिण्यास पुरेसा वेळ देणे उपयुक्त ठरेल. त्यासाठी कित्येकवेळा कच्चा मसुदा लिहायला लागतो. मगच योग्य ते वर्णन लिहून होते व पुस्तकाला संदर्भ लाभतो. आवाका स्पष्ट करणारा आकृतिबंध (आराखडा) आणि पुस्तक साहित्यामध्ये मूलगामी, स्वतंत्र योगदान काय देते आहे, तसेच वाचकवर्ग,वाचकवर्गाची पातळी हे सारं काही काटेकोर शब्दमर्यादित लिहायला हवे. पुस्तकातील आशयाचे चांगले संक्षिप्त वर्णन (ब्लर्ब) लिहिणे यासाठी खरे कौशल्य लागते (आणि मला कराव्या लागलेल्या गोष्टींमधील सर्वात अवघड गोष्ट) आणि त्यामुळे ते नेमकेपणाने उतरायला अनेक वेळा प्रयत्न करायला लागले, तर आश्चर्य वाटायला नको. तुम्ही जे संक्षिप्त वर्णन लिहून द्याल ते शब्दमर्यादित बसविण्यासाठी किंवा तुम्ही उल्लेख न केलेले जास्तीचे मुद्दे अंतर्भूत करण्यासाठी थोडे संपादित केले जाण्याची तयारी ठेवा. महत्त्वाची गोष्ट अशी की तुम्ही तज्ज्ञ म्हणून ज्ञान आणि सूक्ष्मदृष्टी दिल्यावर त्याभोवती वर्णनाची कलाकुसर ते करू शकतात.

पुस्तकाचे वर्णन करून झाल्यावर पुढे जो भाग नेहमी येतो, त्यामध्ये तुम्हाला पुस्तकाची विक्री योग्य वैशिष्ट्ये किंवा गुण (सेलिंग पॉइंट्स) विचारले जातात. प्रश्नावलीतील हा भाग भरायला तुम्हाला फार वेळ लागत नाही, पण पुन्हा तुम्ही यासाठी विचारपूर्वक लिहिण्याचे परिश्रम घेतले तर ते सार्थकी

लागतील, कारण विपणनाचे काम करणाऱ्या माणसाला नेहमीच सर्वसाधारण मुद्दे माहीत असतात, पण सगळेच माहीत असत नाहीत. पुस्तकाबद्दल शक्य तेवढी माहिती गोळा करण्यासाठी आखणी केलेल्या फॉर्ममधील या भागांबरोबरच विपणन मोहिमेसंबंधीचे थेट प्रश्नही प्रश्नावलीमध्ये असतात. उदाहरणार्थ तुम्हाला अशा जर्नल्सची यादी द्यायला सांगितले जाते ज्यांच्याकडे तुमच्या पुस्तकाच्या परीक्षणाच्या प्रती पाठविता येतील तसेच अशा परिषदांच्या तारखा आणि तपशील मागविला जातो, जेथे पुस्तकांचा प्रसार करता येईल. जरी विपणन करणारा माणूस यापैकी काही माहिती स्वत: गोळा करू शकतो, आणि तुम्ही पाठलेली सर्व माहिती असलेला फॉर्म त्यांच्या माहितीशी (डेटाबेस) ताडून बघू शकतो, तरीही तुम्ही कोणतीही गोष्ट गृहीत धरायला नको किंवा असे समजायला नको की त्यांना विशिष्ट जर्नल्स आणि परिषदांबद्दल माहिती असते. तुमच्या संपूर्ण विद्याशाखेतील सर्वसाधारण जर्नल्स आणि परिषदांपासून ते पुस्तकात अंतर्भूत असलेल्या विशिष्ट विषयक्षेत्रावर केंद्रीभूत असलेल्या विशेष जर्नल्स आणि उपक्रमांपर्यंत जे जे तुम्हाला पुस्तकाशी संबंधित वाटेल ते ते यामध्ये अंतर्भूत करा. तुमच्या पुस्तकाच्या परीक्षणाच्या प्रती बाहेर पाठविण्याबाबतीत विपणन विभाग हा अतिशय नेकीने काम करणारा असतो. त्यामुळे तुमच्या विद्याशाखेतील लोकांना तुमच्या पुस्तकाबाबत माहिती होण्यासाठी हा एक चांगला मार्ग ठरतो आणि जरी अगदी प्रत्येक परिषदेमध्ये तुमचे पुस्तक प्रदर्शनार्थ ठेवणे शक्य नाही झाले, तरी व्यवहार्यत: जेवढे शक्य होईल तेवढ्या ठिकाणी पुस्तके किंवा प्रसिद्धी साहित्य पाठविण्याचा प्रयत्न केला जातो.

पुस्तकांचा ऑनलाइन प्रसार करण्याच्या संधीबाबत प्रकाशक वाढत्या प्रमाणात जागरूक होऊ लागले आहेत. परंतु विशिष्ट वेबसाईट्सचा व चर्चागटांचा तपशील (त्यासाठी द्याव्या लागणाऱ्या वेळामुळे) शोधून काढणे त्यांना अवघड जाऊ शकते. हे आता एक असे क्षेत्र आहे, ज्याबद्दल उपयुक्त माहिती व सल्ला तुम्ही तुमच्या पुस्तकाचे विपणन करणाऱ्याला देऊ शकता, कारण ही माहिती तुमच्या क्षेत्रातील थेट तुमच्या प्रत्यक्ष ज्ञानावर आधारित असेल.

शेवटचा मुद्दा म्हणजे अशा प्रकारच्या बऱ्याचशा दस्तऐवजांमध्ये असा विभाग असतो, ज्यामध्ये तुम्ही अशा काही व्यक्तींचा तपशील देऊ शकता, ज्यांना पुस्तकाचा प्रचार व्हावा म्हणून पुस्तकाची प्रत मोफत पाठवावी असे तुम्हाला वाटते. अशा मोफत प्रती पाठविणे प्रकाशकावर अवलंबून असते आणि अशा प्रत्येक माणसाबाबत ते विचारणा करू शकतात की तुम्ही त्यांच्या नावाची शिफारस का केली आहे. यामुळे माझा सल्ला असा आहे की वाहवत जाऊन तुमच्या क्षेत्रातील १०० लोकांची किंवा सगळ्या मित्रांची आणि नातेवाईकांची यादी पाठवू नका. आपली यादी जास्तीत जास्त वीसपर्यंत मर्यादित ठेवा आणि जागा आणि वेळ असेल तर यातील प्रत्येकाचे थोडक्यात वर्णन लिहा. उदा. 'महत्त्वाचे मत देणारा', 'पुस्तकाला मान्यता देणारा', 'एखाद्या अभ्यासक्रमात वाचनीय पुस्तकांच्या यादीत या पुस्तकाचा समावेश करणारा'.

विपणन मोहिमेच्या या सुरुवातीच्या टप्प्यावर तुम्हाला जेवढी शक्य आहे तेवढी माहिती तुम्ही एकदा विपणन विभागाला पुरवली की तुम्ही त्यांच्या विपणन कार्यक्रमांना परिपूरक होतील अशा अनेक गोष्टी करू शकता. अर्थात त्यातील काही गोष्टींसाठी अन्य गोष्टींपेक्षा आगाऊ नियोजन करावे लागेल.

तुमच्या साहित्याचे पुनर्विलोकन : जर्नलमधील लेख, शैक्षणिक निबंध (वर्किंग पेपर) आणि ऑनलाइन प्रचार

पुस्तक लिहावे की लेख हे ठरविण्यासंबंधी प्रकरण दोनच्या शेवटी थोडक्यात म्हटल्याप्रमाणे दोन्ही करून दोन्हीचे उत्तम फायदे मिळविणे शक्य आहे. एकाच मूळ साहित्यावर (तुमच्या प्रबंधावर) तुम्ही पुस्तक आणि जर्नलमधील लेख दोन्हीही प्रकाशित करू शकता. मात्र ही खबरदारी घ्यायला हवी की दोन्ही गोष्टी एकमेकांना मारक नसून पूरक आहेत. जर प्रकरण तीनमधील विविध प्रकारच्या शैक्षणिक लेखनावरील चर्चा तुमच्या लक्षात असेल तर समस्या उद्‌भवणार नाही. जर्नलमधील लेख आणि पांडित्यपूर्ण मोनोग्राफ यांचे स्वरूप वेगवेगळे आहे, वाचकवर्ग वेगवेगळा आहे, पण दोन्हीमध्ये बरेचसे साधर्म्यही आहे. हे साधर्म्य (दोन्हीसाठी खूप चांगले पूर्वज्ञान, विशेष बाजारपेठेला आपलेसे करण्याचे सामर्थ्य, स्पष्ट युक्तिवाद आणि स्पष्ट रचना/आकृतिबंध लागतो) असणे म्हणजे तुमच्या प्रबंधाच्या एका आयामावर जो स्वतंत्रपणे एका रंजक लेखाचा विषय होऊ शकतो, त्यावर संपूर्ण लेख बनणे आणि एवढेच नव्हे, तर त्या लेखाच्या मोनोग्राफचे पुस्तकाचे पूर्वावलोकन म्हणून किंवा 'टेस्टर' म्हणून (शितावरून भाताची परीक्षा होण्यासाठी) उपयोग होणे. खरं सांगायचे तर तुम्हाला प्रकाशकाच्या परवानगीसाठी त्याला विनंती करावी लागणार नाही, परंतु जर्नलच्या लोकांशी आणि पुस्तकाच्या प्रकाशकाशी बोलून तुम्हाला हे ठरवावे व संमत करून घ्यावे लागेल की कोणते प्रकाशन आधी होईल. पुस्तकाचे की लेखाचे. एका प्रकाराचा (लेख, पुस्तक) संदर्भ दुसऱ्या प्रकारात दिला जावा. सर्वसाधारणपणे लेख पहिल्यांदा येतो, ज्यामुळे तुम्ही त्या लेखात आगामी पुस्तकाच्या प्रकाशनाबाबत लिहू शकता. त्याचा उपयोग पुस्तकाच्या जाहिरातीसाठी होतो. परंतु जर पुस्तक प्रकाशित झाल्यानंतर सहा महिन्यांच्या आत लेख प्रकाशित झाला, तर त्याचा उपयोग तुमच्या कामाला उत्तेजन मिळण्यासाठी आणि कदाचित तुमच्या पुस्तकाचा खप वाढण्यासाठी होतो.

काही मोठ्या संशोधन संस्थांचे स्वतःचे शैक्षणिक निबंध आणि प्रासंगिक निबंधमाला प्रकाशित होत असतात. काही लेखकांना, विशेषतः अशा संस्थांमध्ये काम करणाऱ्या लेखकांना हा आकृतिबंध त्यांच्या पुस्तकाच्या प्रसारासाठी वापरायला आवडतो. तुम्ही तुमच्या पुस्तकाच्या प्रसारासाठी जे काही करायचे ठरवणार असाल ते ठरवा, पण त्याबद्दल तुमच्या प्रकाशकाशी बोलून घेणे आणि त्यांना त्या त्या उपक्रमांच्या वेळांबाबत जागृत करणे महत्त्वाचे आहे. यामुळे विपणन विभाग तुमच्याशी चर्चा करेल आणि या जास्तीच्या प्रसारामुळे पुढे येणाऱ्या संधीचा जास्तीत जास्त लाभ उठवता येईल.

या परिपूरक प्रकाशन प्रकाराच्या संभाव्य लाभ आणि मोहजालाशी अध्यापक आणि प्रकाशक परिचित असतात. पण दोघांची अजून पुरेशी पकड न बसलेली गोष्ट आहे 'ओपन ॲक्सेसचा' परिणाम ओपन ॲक्सेस म्हणजे इलेक्ट्रॉनिक आणि कागद स्वरूपातील साहित्य उपलब्ध असतानाच (तेच साहित्य) ऑनलाईन मोफत उपलब्ध असणे. बरेचसे शैक्षणिक प्रकाशक आपल्या आगामी पुस्तकातील एक किंवा दोन प्रकरणे नमुना स्वरूपात त्यांच्या वेबसाईटवर पुस्तक प्रकाशनाच्या आधी आनंदाने

टाकतात. आणि बरेचसे प्रकाशक त्यांच्या लेखकांनाही हे करायला प्रोत्साहन देतात. त्यांना माहीत असते की हे साहित्य 'टीझर किंवा टेस्टर' म्हणून, वाचनभूक चाळविण्याचे काम करेल. जर्नलमधील लेख करतात तसे. उदाहरणार्थ पुस्तकाची अनुक्रमणिका प्रस्तावना आणि एखादे प्रकरण ऑनलाइन टाकले की संभाव्य खरेदीदारांना पुस्तकामध्ये काय असेल हे पाहता येते. पुस्तकाच्या धाटणीबद्दल, लेखन पातळीबद्दल कल्पना येते. लेखकाच्या किंवा काही चर्चागटांच्या किंवा सोसायटी वेबसाइट्स वरून उपलब्ध असलेले असंपादित संपूर्ण मॅन्युस्क्रिप्ट डाउनलोड करता येते हे त्यांना आवडत नाही. जे लेखक हे करतात, त्यांना स्पष्टपणे असा विश्वास असतो की याप्रकारे त्यांच्या कामाला मिळणारी प्रसिद्धी अखेरीस पुस्तक जेव्हा प्रकाशित होईल तेव्हा पुस्तकाची विक्री वाढविण्याच्या कामी येईल पण मला हे पटत नाही. लेखकांच्या बाजूने त्यांचा मुद्दा खरा असला, तरी असे लेखक त्यांच्या करारातील तरतुदींचा भंग करतात आणि हे उघड आहे की जर एखादी गोष्ट मोफत किंवा समजा ५० पौंडाला उपलब्ध आहे, तर लोक मोफत घेण्याचाच पर्याय निवडणार. या बाबतीत असा युक्तिवाद केला जातो की (ज्याला पहिल्या प्रकरणात स्पर्श केला आहे) विशिष्ट साहित्य उपयोगाचे आहे हे एकदा निश्चित झाले, की डाउनलोड करून घेतलेल्या प्रिंटआउटपेक्षा छापील पुस्तक वापरायला अधिक सोपे पडते, त्यामुळे लोक ते खरेदी करायला प्रवृत्त होतील. एका मर्यादेपर्यंत हे खरे आहे, परंतु ही वस्तुस्थिती विचारात घेतली जात नाही, की आपण सगळे पुस्तके खरेदी करत असतो कारण आपल्याला संपूर्ण पुस्तकापेक्षा त्याच्या एक दोन प्रकरणात विशेष रस असतो. जर लोक त्यांना हवे ते साहित्य नेमके वेचून घेऊ शकतात आणि नको असणारे सोडून देऊ शकतात, तर पुन्हा पुस्तक कशाला खरेदी करायचे? जरी माझ्याकडे अजून प्रत्यक्ष पुरावा नाही, तरी माझी सहजप्रवृत्ती मला सांगते की ऑनलाईन मोफत उपलब्ध असलेल्या पुस्तकांची संख्या आणि त्यांच्या छापील प्रतींची किंवा इलेक्ट्रॉनिक विक्री यांच्यात काहीतरी अटळ निकट संबंध असणार.

परिषदा (कॉन्फरन्सेस)

तुमच्या आणि तुमच्या पुस्तकाचा प्रसार करण्याचा दुसरा एक मार्ग म्हणजे मेरी–गो–राउंडवर पहिल्याप्रथम पटकन उडी मारून बसणे. तुमच्यासाठी मेरी–गो–राउंड म्हणजे शैक्षणिक परिषदांच्या फेऱ्या. तुम्हाला शैक्षणिक परिषदांचा फारसा अनुभव नसेल आणि एखाद्या अशा परिषदेत सक्रीय सहभाग घेण्याची किंवा परिषदेला नुसती हजेरी लावण्याची संभाव्यता तुम्हाला भिववून टाकणारी असेल. (धडकी भरविणारी म्हणायचं नाहीये मला) परंतु तुम्ही जर तुमचे धैर्य गोळा करू शकलात आणि परिषदेसाठी आवश्यक ते अर्थसाहाय्य जमवू शकलात तर तुमचे काम लोकांसमोर आणण्याचा तो नुसता चांगला मार्गच सिद्ध होईल असे नाही तर शैक्षणिक क्षेत्रातील तुमच्या यशस्वी करियरला आवश्यक असणारी व्यक्तिगत माहिती घडविण्यासाठी (सी.व्ही.मध्ये भर घालण्यासाठी) आणि आवश्यक ठरणारे संपर्क मिळविण्यासाठी याचा उपयोग होईल. कदाचित आतापर्यंत तुमच्या लक्षात आले असेल की शिक्षणक्षेत्र

इतर कोणत्याही मानवी कार्याप्रमाणेच एक कार्यक्षेत्र आहे. यश हे तुम्ही कोणाला ओळखता (आणि तुम्हाला कोण ओळखते) यावर जितके अवलंबून असते तितकेच तुम्हाला किती ज्ञान आहे यावरही अवलंबून असते. तुमच्या पुस्तकाच्या बाबतीतही हे खरे आहे. त्याचे यश त्यामध्ये काय अंतर्भूत आहे यावरच ठरणार नसून (तुमच्या पुस्तकात विशिष्ट गुणवत्ता आणि मौलिकता नसती, तर मुळात ते प्रकाशितच झाले नसते हे गृहीत आहे.) तुम्हाला आणि तुमच्या कामाला कोण ओळखते यावरही ठरणार आहे.

तुमच्या क्षेत्रातील महत्त्वाच्या परिषदांकडे शैक्षणिक निबंध (पेपर) पाठविणे आणि स्वीकृत झाल्यास तो सादर करणे यामुळे तुमचे काम आणि तुमचे पुस्तक प्रकाशित होण्याच्या उत्तम संधी तुम्हाला मिळतात. लोकांनी तुम्हाला निबंध वाचताना पाहिले असेल तर लोकांना तुमचे नाव लक्षात राहण्याच्या शक्यता वाढतात आणि तुम्ही जर विचारी असाल आणि तुमच्या पुस्तकाचेच किंवा पुस्तकाच्या नावासारखेच नाव जर तुम्ही तुमच्या शैक्षणिक निबंधाला दिले, तर पुस्तक जेव्हा प्रकाशित होईल, तेव्हा एक खटका, कळ (ट्रिगर) म्हणून त्याचा उपयोग होईल. लोकांना तुमचा शैक्षणिक निबंध कशावर होता, किंवा तुम्ही कोण आहात हे आठवेल असे नाही, पण त्यांना आठवेल की त्यांना याबद्दल काहीतरी माहिती आहे. आणि जर त्यांनी आत्तापर्यंत कधीच (निबंधाचे) शीर्षक किंवा तुमचे नाव ऐकले नसते त्यापेक्षा आता ते तुमच्या पुस्तकाकडे आणखीन एक नजर नक्की टाकतील, किंवा कदाचित विकतही घेतील. अनेक नामवंत/आदरणीय लेखकांचे उदाहरणही तुम्ही अनुसरू शकता आणि तुमचे सादरीकरण संपवताना शेवटच्या स्लाईडवर पुस्तकाचे मुखपृष्ठ आणि पुस्तकाबद्दलची मूलभूत माहिती – उदा. प्रकाशक, किंमत, प्रकाशनाची तारीख इ. गोष्टी दाखवू शकता. अशा प्रकारे पुस्तकाचा – प्रसार करण्याबाबत संकोच करू नका. अनेक लोक असे करतात आणि असंख्य पुस्तके प्रकाशित होणाऱ्या या जगात संभाव्य खरेदीदाराचे लक्ष पुस्तकाकडे वेधून घेण्यासाठी तुम्ही जे काही करू शकाल (खरं म्हणजे, काहीही कराल)ते उपयुक्तच ठरेल. तुमच्या भाषणाच्या (सादरीकरणाच्या) शेवटी वाटण्यासाठी छापील पत्रके तुम्हाला मिळावीत/द्यावीत अशी मागणी तुम्ही तुमच्या प्रकाशकाकडे करू शकता किंवा प्रकाशक स्वत: परिषदेला उपस्थित राहणार नसतील तर परिषदेमध्ये योग्य अशा ठिकाणी ही छापील पत्रके तुम्ही ठेवू शकता. जर ते परिषदेला हजर असतील आणि तुम्ही परिषदेला हजर राहणार आहात हे त्यांना माहीत असण्याची तुम्ही खात्री करून घेतली असेल, तर त्यांच्याकडे तुमच्या पुस्तकाची माहिती देणारी छापील पत्रके असायला हवीत आणि कदाचित त्यांच्या पुस्तके मांडण्याच्या टेबलवर किंवा बूथवर 'शो कार्ड' ठेवायला हवे.

थोडासा, करावे की न करावे असे वाटणारा दुसरा पर्याय म्हणजे भित्तीपत्रिका (पोस्टर) सबमिट करणे तुम्ही शैक्षणिक निबंध सादर करता तेव्हा जेवढे लक्ष वेधून घेता, तेवढे भित्तीपत्रकाद्वारे घेता येईल वा नाही सांगता येत नाही, पण लोकांशी व्यक्तिश: (एकेकट्याशी) संपर्क साधला जाण्याची आणि तुमच्या कामाच्या आणि पुस्तकाच्या तपशिलाची चर्चा करण्याची अधिक चांगली संधी पोस्टरमुळे मिळते. आणि तुम्ही पुस्तकाचेच शीर्षक पोस्टरला दिलेत, आणि त्याच्या शेवटी प्रकाशनाबाबत माहिती अंतर्भूत केलीत, तर तुमच्या पुस्तकाचा प्रसार करण्याचा हा परिणामकारक मार्ग असू शकेल.

चर्चासत्रे आणि कार्यशाळा

ज्या प्रकारे शैक्षणिक परिषदांचे आयोजन केले जाते, त्यामध्ये खूपच वैविध्य असते. मोठी अधिवेशने कित्येक हजार प्रतिनिधींना आकर्षित करतात. त्यामध्ये संपूर्ण विद्याशाखेचा किंवा ३५ विद्याशाखांचा अंतर्भाव असतो आणि त्यांचे आयोजन खूप वर्षे आधीपासून तयारी करून केले जाते आणि त्यांचा आकृतिबंध निश्चित ठरलेला असतो. मोठ्या प्रमाणावर खुली अधिवेशने, सभा होतात, आमंत्रितांची व्याख्याने, कित्येक विषयवार प्रवाह मांडणारे 'स्ट्रीम्स' असतात, व्यावसायिक बैठका होतात. परिषदांच्या आकारमानानुसार अधिवेशनानंतर खालच्या पातळीवर, पण विशेषज्ञतेच्या (स्पेशलायझेशन) बाबतीत सहज वर असणारा प्रकार हजारो नाही पण शेकडो प्रतिनिधींना आकर्षित करतो. अशा सभा/बैठका महापरिषदांपेक्षा अधिक लवचिक असतात आणि जर तुम्ही खूप उत्साही असाल आणि तुमच्या शैक्षणिक निबंधासाठी (तो लोकांपर्यंत पोहोचविण्यासाठी) तुम्हाला योग्य ती जागा मिळत नसेल, तर एखादे (चर्चा) सत्र किंवा कार्यशाळा तुम्ही स्वतःच आयोजित करू शकता. एखादी परिषद भरविली जात आहे असे ऐकू आले की लगेच ती परिषद कोण आयोजित करीत आहे, ते शोधून काढा आणि असेही पाहा की तुमच्या विभागातील कोणी संयोजकांना ओळखते का, किंवा त्या परिषदेचा शास्त्रोक्त कार्यक्रम (प्रोग्रॅम) विकसित करण्यात कोण कोण गुंतलेले आहेत. हे नाहीच जमले, तर तुमच्या जुन्या मार्गदर्शकांशी बोला आणि तुमच्या संशोधनाच्या (आणि म्हणूनच पुस्तकाच्या) विषयाला अंतर्भूत करेल असे चर्चासत्र किंवा कार्यशाळा/कृतिसत्र आयोजित करण्याची कल्पना मांडा आणि ते कसा प्रतिसाद देतात ते पाहा. जर ते सकारात्मक असतील, तर चर्चासत्रात किंवा कृतिसत्रात ज्या लोकांना समाविष्ट करावे असे तुम्हाला वाटते, अशा लोकांशी संपर्क करा. ते तुमच्या कल्पनेबाबत काय म्हणतात ते पाहा. जर तुम्हाला सकारात्मक प्रतिसाद मिळत गेला, तर एक छोटासा प्रस्ताव बनवा आणि तो 'प्रोग्रॅम कमिटी' (उपक्रम समिती) कडे दाखल करा. पण लक्षात ठेवा की जरी तुमच्या दृष्टीने हे सारे करण्याचा हेतू एक खुले व्यासपीठ निर्माण करण्याचा आहे, ज्यावर तुम्ही तुमच्या पुस्तकाचा आणि तुमचा प्रसार करू शकाल, तरी तुम्ही अशा पद्धतीने ही गोष्ट सादर केलीत, तर दुसऱ्या कोणालाही हा प्रस्ताव फार आकर्षक वाटणार नाहीये. कृतिसत्रामध्ये/चर्चासत्रामध्ये सहभाग असणाऱ्या इतर लोकांना खरोखरच आवडेल असा तो छोटा प्रस्ताव बनवायला हवा, ज्यायोगे त्यांना यामध्ये भाग घेतल्याने आपल्याला काहीतरी मिळेल याची खात्री पटायला हवी. काहीतरी म्हणजे त्यांच्या क्षेत्रातील सुप्रतिष्ठित किंवा वर येणाऱ्या संशोधकांमध्ये मिसळण्याची संधी त्यांना मिळेल किंवा संशोधनाचे नवीन किंवा फार परिचित नसलेले क्षेत्र समोर येईल. किंवा तुम्ही ज्या पद्धतीने तुमचे पुस्तक लोकांसमोर आणता आहात तसे करण्याची संधी तरी त्यांना मिळेल.

अर्थात असे कृतिसत्र किंवा चर्चासत्र परिषदांमध्येच व्हावे असे नाही. तुमच्या स्वतःच्या संस्थेत ते आयोजित करणे हे अगदी शक्य आहे. परिषदेचा फायदा म्हणजे तुम्ही थोड्या मोठ्या समूहाला (श्रोते/वाचक) आकर्षित करू शकता. (याचे साधे सोपे कारण म्हणजे तुमच्या क्षेत्रात सर्वसाधारण

रस असलेली पुष्कळ माणसे आजूबाजूला असतात.) पण तुमच्या स्वतःच्या संस्थेत परिषद/कृतिसत्र/चर्चासत्र घेतल्याने तुम्हाला त्याचे आयोजन करणे सोपे जाते. आणि ते कोठे आणि केव्हा व्हावे यावर तुमचे नियंत्रण राहते. तुम्ही परिषद आणि कृतिसत्र, दोन्ही आयोजित करण्याचा प्रयत्न करू शकता.

असा उपक्रम तुम्ही कुठेही आणि केव्हाही आयोजित करा. पण एक सावधानतेचा इशारा: याची काळजीपूर्वक खात्री करून घ्या की जी प्रत्येक व्यक्ती यामध्ये योगदान देणार आहे, त्यांना बोलायला पुरेसा वेळ देणे, योग्य वागणूक देणे, आणि त्यांच्या योगदानाबद्दल त्यांचे आभार मानणे. होतकरू तरुण (संशोधकांच्या) करियर्सची खरी किंवा काल्पनिक संभाव्य हानी होण्याबाबत अतिरंजित विधान करण्याची माझी इच्छा नाही, पण एक गोष्ट लक्षात ठेवणे महत्त्वाचे आहे की आपल्याला वापरून घेतलेले आहे अशी भावना मनात येणे आणि कौतुक न होणे लोकांना आवडत नाही. तुम्हाला स्वतःला जशी वागणूक मिळावी असे तुम्हाला वाटते, तशी वागणूक दुसऱ्यांना देणे नेहमीच शहाणपणाचे असते. तुमच्या कृतिसत्रांना/चर्चासत्रांना अनुभवी व्यक्ती अध्यक्षस्थानी असण्याची किंवा निमंत्रक असण्याची खात्री करून घ्या. अशी व्यक्ती वेळेचे भान राखेल, अति उत्साही लोकांना आवर घालेल, शांतता ठेवेल आणि सर्व सहभागींचे त्यांनी दिलेल्या योगदानाबद्दल किंवा तुमचा कार्यक्रम आयोजित केल्याबद्दल निघण्यापूर्वी व्यक्तिशः आभार मानेल.

पुस्तकाची धडाक्यात सुरुवात

हाच सल्ला एका संपूर्णपणे आजकाल दुर्मिळ झालेल्या कार्यक्रमाला लागू होतो. शैक्षणिक पुस्तकाचा लाँच. मला नाही वाटत की असे म्हणण्याने अतिशयोक्ती होईल की जवळजवळ सगळ्या मोठ्या शैक्षणिक प्रेस त्यांच्या विपणन योजनेत 'बुक लाँच' अंतर्भूत करायला नाखूष असतात. किंवा सरळ उघडपणे म्हणतही नाहीत की आम्ही 'बुक लाँच' करत नाही. अर्थात वर्षातून एकदा ते त्यांच्या मूठभर खास लेखकांसाठी (स्टार ऑथर्ससाठी) लाँचेस आयोजित करतात. अशा लेखकांसाठी जे यशस्वी पाठ्यपुस्तक लेखक आहेत. ज्यांचा अनुनय करणे पुढच्या आवृत्तीसाठी त्यांनी आपल्या बोर्डवर (मंडळावर) राहावे यासाठी गरजेचे असते; किंवा अत्यंत यशस्वी शैक्षणिक लेखन करणाऱ्या लेखकासाठी ज्याने अधिक सर्वसामान्य वाचकांपर्यंत पोहोचण्यात यश मिळविलेले आहे. परंतु खूप विशेष मजकुरावरील पुस्तकांसाठी जसे तुमचे पुस्तक प्रकाशक सर्वसाधारणपणे बुक लाँचेस आयोजित करीत नाहीत. आणि त्याचे कारणही त्यांच्या बाजूने योग्य आहे. मला माहीत नाही की तुम्ही कधी बुक लाँचेसना हजेरी लावली आहे का, जेथे कंटाळलेल्या जनसंपर्क अधिकाऱ्याबरोबरच पुस्तकाचे ढीग ठेवलेले असतात, ओळीने मांडलेल्या न उघडलेल्या वाईनच्या बाटल्या, आणि रिकाम्या खुर्च्यांच्या रांगा असतात, आणि विक्रेता गोंधळून विचार करत असतो की इतक्या उशीरपर्यंत मी दुकान का उघडे ठेवले आहे. नेमके काय चालले आहे हे माहीत नसलेला एखादा माणूस बाहेर पाऊस पडत असतो म्हणून आत येतो अशा एखाद्या पुस्तकाच्या लाँचला तुम्ही हजेरी लावली असेल तर हे किती उत्साहभंग

करणारे असते याची तुम्हाला कल्पना येईल. लेखक किंवा प्रकाशकाच्या ख्यातीमध्ये अशा कार्यक्रमांनी क्वचितच फार थोडी भर घातली जाते, आणि विकलेल्या पुस्तकांच्या संख्येच्या स्वरूपात (बरेचदा शून्य) पैशाच्या स्वरूपात आणि बुक लाँचचे आयोजन करण्यात घालवलेल्या वेळाच्या स्वरूपात चांगला परतावा अजिबातच मिळत नाही.

पण तरीही तुमच्या पुस्तकाचे प्रकाशन ही नोंद घेण्याजोगी घटना व्हावी असे तुम्हाला अजूनही वाटत असेल, तर तुम्ही असा पुस्तक लाँचचा कार्यक्रम स्वत: करू शकता किंवा करवून घेऊ शकता. या गोष्टीवर तुम्हाला पहिल्यांदा विचार करावा लागेल की संभाव्य प्रेक्षक/श्रोते/वाचक जास्तीत जास्त प्रमाणात कसे जमा कराल. जर तुम्हाला तुमचे पुस्तक प्रकाशित झाल्याचा आनंद साजरा करायचा असेल, तर तुमच्या महाविद्यालयात किंवा विभागात एका मेजवानीचे (पार्टीचे आयोजन करा) आणि तुमचा प्रकाशक तुम्हाला आनंदाने ढीगभर पुस्तके देईल तसेच काही शो–कार्डस् किंवा भित्तीपत्रके आणि काही छापील पत्रके पुरवेल, जी लोक जाताना बरोबर नेतील किंवा तेथेच वाचून सवलतीच्या दरात, समजा प्रकाशित किमंतीवर २०% सवलतीने, खरेदी करतील.

जर तुम्हाला अधिक नेमक्या निश्चित ग्राहकवर्गापर्यंत (वाचक वर्गापर्यंत) पोहोचायचे असल्यास तुमच्या प्रकाशकाला विचारा की एखाद्या मोठ्या परिषदेमध्ये बूथ किंवा स्टँड उभारून तेथे पुस्तक प्रकाशनाचा कार्यक्रम करणे त्याला शक्य होईल का? अशा कार्यक्रमांबाबत तुम्ही काळजी घ्यायला हवी कारण लेखक आणि त्याचा मित्र, आणि प्रकाशक स्वस्त पेयाचे घुटके घेत असं भासवण्याचा प्रयत्न करीत आहेत की ते मजेत वेळ व्यतीत करताहेत आणि बाकी सारे लोक त्यांच्याकडे दुर्लक्ष करताहेत असं चित्र तुमच्या कार्यक्रमात परत परत दिसावं असं तुम्हाला नक्कीच वाटणार नाही. पण जर तुमचा प्रकाशक काही विशिष्ट किमान परिश्रम यासाठी घ्यायला तयार असेल, तर तुम्ही असा कार्यक्रम परिषदेमधील मध्यंतराच्या (ब्रेकच्या) काळात विशेषत: सकाळच्या किंवा दुपारच्या चहा–कॉफीच्या मध्यंतरात (जेवणाचे मध्यंतर खूप मोठे, खूप गडबडीचे असते, आणि तेव्हा प्रदर्शन कक्षात लोक कमी वेळ घालवतात) ठेवू शकता. आणि तेव्हा वाईन ऑफर करण्याऐवजी केक्स, आइसक्रीम किंवा चीज आणि फळे ऑफर करा. मुळात तुम्ही जे खाता, ते जर फुकट असेल तर त्याबाबत एक प्रकारचे आकर्षण असते आणि म्हणूनच बहुतेक सर्व परिषदांमध्ये ठेवलेले खाणे (नाष्टा, जेवण इ.) स्वस्तातले नसते किंवा फार झकासही नसते.

त्याऐवजी तम्ही एखादा उपक्रम (इव्हेंट) तुमच्या विद्यापीठाच्या/महाविद्यालयाच्या (आवारात) किंवा स्थानिक पुस्तक दुकानाच्या सहसंयोजनाने करण्याचा प्रयत्न करू शकता. एका तरुण अननुभवी लेखकाच्या म्हणजेच तुमच्या दृष्टीने हा महत्त्वाकांक्षी पर्याय आहे. पुस्तकांची विक्री करण्याचा हा काही सर्वोत्तम मार्ग नव्हे परंतु त्यामुळे तुमच्या स्थानिक परिसरात तुमची प्रतिमा उंचावेल सारे दडपण व लक्ष तुमच्या एकट्यावर केंद्रीभूत होणाऱ्या तुम्ही एकट्याने आयोजित केलेल्या उपक्रमापेक्षा तुमच्या विद्याशाखेतील किंवा संदर्भित विद्याशाखेतील काही उपक्रम केलात, तर तो जास्त आनंददायी आणि कमी तणावपूर्ण अनुभव असेल. आणि थोडे जास्त लोक त्याला हजर राहतील.

आणि शेवटी या प्रकरणात सुचविलेली कोणतीही गोष्ट न करण्याइतके तुम्ही फारच बुजरे/भिडस्त, फारच आळशी किंवा कामात व्यग्र असाल, फारच अव्यवस्थित असाल, तर एक गोष्ट मात्र अशी आहे, जी न करण्याला क्षमा नाही. तुमच्या नवीन पुस्तकाचा तपशील तुमच्या ई–मेल सिग्नेचरमध्ये अंतर्भूत करा. त्यामुळे तुम्ही जेव्हा कोणाला ई–मेल पाठवाल, तेव्हा त्या प्रत्येक व्यक्तीला तुमच्या पुस्तकाबाबत माहिती होईल आणि तुम्ही त्याला मेल पाठविली की दरवेळेस त्यांना तुमच्या पुस्तकाचे आपोआपच स्मरण करून दिले जाईल.

सारांश :

- **तुमच्या पुस्तकासाठी विपणन विभाग काय काय करू शकतो याबाबत व्यवहार्य अपेक्षा ठेवा.**
- **तुमच्या प्रकाशकाने विनंती करून मागविलेली सर्व माहिती त्यांना त्यांनी मागितलेल्या स्वरूपात आणि वेळेच्या चौकटीत द्या.**
- **तुमच्या पुस्तकाचे विपणन करायला प्रकाशकाने विपणन विभागातील नेमलेल्या व्यक्तीशी कामाचे नातेसंबंध प्रस्थापित करण्याचा प्रयत्न करा.**
- **विपणन उपक्रमांना अधिक चालना मिळण्यासाठी मोकळेपणाने विधायक आणि व्यवहार्य सूचना करा.**
- **गोष्टी घडून याव्यात म्हणून तुम्ही स्वतः थोडे अधिक परिश्रम घेण्याची तयारी ठेवा.**
- **विपणन योजनेबाबत तक्रार करू नका. त्या योजनेला हातभार लावा.**
- **तुम्ही आणखी ज्या ज्या गोष्टी करता, (जसे लेख प्रसिद्ध/प्रकाशित करणे, मटेरियल ऑनलाइन पोस्ट करणे) ज्याचा तुमच्या पुस्तकाच्या विपणनावर खूप चांगला परिणाम होऊ शकेल, अशा गोष्टी प्रकाशकाला सांगायला विसरू नका.**
- **तुमच्या पुस्तकाचे विपणन करण्यास नेमलेल्या व्यक्तीला तुमच्या विषयाशी संबंधित प्रत्येक परिषदेविषयी आणि पुस्तकाच्या प्रसार करण्यासंबंधीच्या प्रत्येक संधीविषयी माहिती असेल, असे गृहीत धरू नका. तुम्हाला जर काही नवीन माहिती मिळाली तर वेळेतच ती त्या माणसाकडे पाठवा.**
- **लक्षात ठेवा, की एखादे चर्चासत्र किंवा एखादे पुस्तक प्रक्षेपण (बुक लाँच) जर यशस्वी व्हायचे असेल, तर त्यात समाविष्ट असलेल्या सर्वांनाच त्याचा फायदा व्हायला हवा.**
- **(पुस्तक प्रकाशित झाल्यावर) मजा करायला, आनंद साजरा करायला मुळीच विसरू नका.**

अधिक वाचनासाठी

शैक्षणिक प्रकाशनांवरील पुस्तकांसाठी तुम्ही जर ॲमेझॉनवर किंवा तुमच्या ग्रंथालयामध्ये शोधाशोध केलीत, तर तुम्हाला दोन प्रकारची पुस्तके आढळतील. प्रकाशनाच्या सद्यस्थितीवरील सर्वसाधारण पुस्तके आणि (आपले लेखन) कसे प्रकाशित करवून घ्यावे यावरील (या पुस्तकासारखी) विशेष पुस्तके. माझ्या या पुस्तकाची प्रस्तावना वाचून तुमच्या हे लक्षात आले असेल की प्रकाशनांच्या सर्वसाधारण स्थितीबद्दल मी बऱ्यापैकी साशंक आहे. पण माझ्या नुकत्याच पाहण्यात आलेली दोन पुस्तके प्रकाशन व्यवसायाबाबत अगदी मनोरंजक आणि खूपच वेगळा दृष्टिकोन मांडतात. पहिले आहे जॉन थॉम्पसन यांचे : *'बुक्स इन द डिजिटल एज: द ट्रान्सफॉर्मेशन ऑफ ॲकॅडेमिक ॲंड हायर एज्युकेशन पब्लिशिंग इन ब्रिटन ॲंड युनायटेड स्टेट्स'* पॉलिटी प्रेसने २००५ मध्ये ते प्रकाशित केले आहे. केंब्रिज विद्यापीठात समाजशास्त्राचे प्राध्यापक असलेल्या थॉम्पसन यांनी गुणात्मक (आणि संख्यात्मक) अमाप संशोधन केले असून प्रकाशन व्यवसायातील खूप मोठ्या संख्येत मोजता येईल इतक्या माणसांच्या मुलाखती घेतल्या आहेत. बोर्डियन (Bourdien) च्या सोशल फिल्ड ॲंड कॅपिटल फॉर्म्स् या संकल्पनेवरील त्यांनी काढलेल्या निष्कर्षांना त्यांनी सैद्धांतिक विश्लेषण ताडून पाहिले. त्यामुळे शैक्षणिक प्रकाशनावरील हे अगदी शैक्षणिक काम झाले; जे या पुस्तकात दिले आहे. या उलट, चँडॉस पब्लिशिंगने २००६ मध्ये प्रकाशित केलेले बिल कोप आणि ॲंगस यांनी संपादित केलेले *'द फ्युचर ऑफ द बुक इन द डिजिटल एज'* हे पुस्तक मुख्यत्वे उद्योगातील व्यावसायिकांनी आणि पब्लिशिंग किंवा लायब्ररी सायन्स या विषयाच्या प्राध्यापकांनी हे पुस्तक लिहिले आहे. हे पुस्तक अनेक रंजक विषय आणि मार्ग प्रस्तुत करते, पण सैद्धांतिक दृष्टिकोन, सर्वंकष मांडणी करीत नाही.

सहज उपलब्ध होणारी 'हाउ टू' (कसे करावे.....) प्रकारची अनेक पुस्तके बाजारपेठेत आहेत आणि त्यातील बहुतांश पुस्तके शैक्षणिक प्रकाशन प्रक्रियेबद्दल उपयुक्त व्यवहार्य ज्ञान आणि सल्ला देऊ करतात. सर्वंकष आढावा घेणाऱ्या बेथ ल्युएच्या केंब्रिज युनिव्हर्सिटी प्रेसने २००२ साली प्रकाशित केलेल्या *'हँडबुक फॉर ॲकॅडेमिक ऑथर'* चौथी आवृत्तीला तोड नाही. खूपच लोकप्रियता मिळविलेले हे अभिजात पुस्तक मॅन्युस्क्रिप्टपासून तयार मालापर्यंतच्या (प्रकाशित पुस्तकापर्यंतच्या) सर्व बाजूंचा सर्वंकषपणे आणि स्पष्ट लेखाजोखा समोर मांडते. खूपच वाहवा मिळविलेले दुसरे एक पुस्तक आहे विल्यम जर्मानोचे शिकागो युनिव्हर्सिटी प्रेसने २००१ साली प्रकाशित केलेले *'गेटिंग इट पब्लिश्ड: अ गाइड फॉर स्कॉलर्स ॲंड एनिवन एल्स सिरियस अबाउट सिरियस बुक्स'* जर्मानो हा डोळ्यात चमक असलेल्या आपल्या आवडत्या काका–मामांसारखा थोडासा वाटतो. तो भावी लेखकांना (आणि

खरेतर संपादकांना) प्रकाशन प्रक्रियेबद्दल माहिती देतो आणि हे लेखक आणि त्यांचे पुस्तक विस्तृत परिघामध्ये कसे नेमके बसेल ते उलगडून सांगतो. विशिष्ट क्षेत्रातील प्रकाशनावर केंद्रीभूत झालेले, आणि या उदाहरणात समाज शास्त्रावर केंद्रीभूत झालेले एक उपयुक्त सर्वसामान्य मार्गदर्शक म्हणजे सेज पब्लिकेशनचे २००५ मध्ये प्रकाशित झालेले रॉब किचिनचे *'द ॲकॅडेमिक्स गाइड टू पब्लिशिंग'* या पुस्तकामध्ये कदाचित जराशा कमी पारंपरिक पद्धतीने विषयाची हाताळणी केलेली आहे आणि स्व–प्रकाशन आणि अहवाल प्रकाशनासह सर्व प्रकारच्या संशोधनात्मक लेखनावर आणि संशोधनाच्या प्रसारणावर माहिती दिली आहे.

जर्नल्सच्या प्रकाशनांवर केंद्रीभूत झालेल्या पुस्तकांकडे आपण वळलो तर निवड करायला खूपच कमी पुस्तके आहेत असे दिसेल; पण उत्तम असलेल्यांपैकी एक आहे : *'अ गाइड टू पब्लिशिंग इन सायकॉलॉजी जर्नल्स'* हे केंब्रिज युनिव्हर्सिटी प्रेसने २००० मध्ये प्रकाशित केलेले रॉबर्ट स्टर्नबर्ग यांचे पुस्तक (रॉबर्ट स्टर्नबर्ग यांना प्रकाशन तसेच मानसशास्त्र या दोन्ही गोष्टींबद्दल नक्कीच थोडीफार माहिती आहे.) तसेच सेज पब्लिकेशनने १९९४ मध्ये प्रकाशित केलेले ब्रूस थायर यांचे *'सक्सेसफुल पब्लिशिंग इन स्कॉलरली जर्नल्स'*, आणि गोवर पब्लिशिंगने २००८ मध्ये प्रकाशित केलेले ॲबी डे यांचे *'हाउ टू गेट रिसर्च पब्लिश्ड इन जर्नल्स'* हे पुस्तक पण आहे.

ही काही परिपूर्ण यादी नव्हे, परंतु छापील स्वरूपात काय उपलब्ध आहे, याची एक झलक देण्याची इच्छा होती. अर्थात, असंख्य वेबसाईट्स आणि उपयुक्त माहितीचे अनेक स्रोत आहेत, आणि मी पुस्तकभर ज्यावर जोर देत आले, ते म्हणजे तुमची मित्रमंडळी आणि अधिक वरिष्ठ सहकाऱ्यांचा अनुभव आणि सल्ला आहेच. तुम्हाला सदिच्छा!